पासंग

दया पवार

मेहता पब्लिशिंग हाऊस

PASANG by DAYA PAWAR

पासंग : दया पवार / ललित लेखसंग्रह

Email : author@mehtapublishinghouse.com

मराठी पुस्तक प्रकाशनाचे हक्क : मेहता पब्लिशिंग हाऊस, पुणे.

प्रकाशक : सुनील अनिल मेहता, मेहता पब्लिशिंग हाऊस,
१९४१, सदाशिव पेठ, माडीवाले कॉलनी, पुणे - ४११०३०.

मुद्रक : ट्रिनिटी अ‍ॅकॅडमी फॉर कॉर्पोरेट ट्रेनिंग लिमिटेड

मुखपृष्ठ : सतीश भावसार

प्रकाशनकाल : ऑगस्ट, १९९५ / सप्टेंबर, २००६ / पुनर्मुद्रण : जून, २०१६

किंमत : ₹ १७०

P Book ISBN 9788177667356
E Book ISBN 9788171614479
E Books available on : amazonkindle Apple Books Google Play Books

रामदास फुटाणे
आणि
साहेबराव ठाणगे
या सहृदय मित्रांना –

दोन शब्द

'लोकसत्ता' दैनिकात १ जून, १९९३ पासून ३१ मे, १९९४ पर्यंत वर्षभर सातत्याने प्रत्येक सप्ताहात क्रमशः 'पासंग' हा स्तंभ प्रसिद्ध झाला.

यापूर्वी पुण्यातील 'युनिक फीचर्स' यांच्या वतीने 'जागल्या' हे सदर चालवीत होतो. महाराष्ट्राच्या वेगवेगळ्या विभागांतून निघणाऱ्या सात-आठ दैनिकांत हे सदर प्रसिद्ध होत होते. बहुधा, या सदरामुळेच 'लोकसत्ता'तील स्तंभलेखन मजकडे आले असावे. 'लोकसत्ता'चे संपादक अरुण टिकेकर यांना मात्र 'जागल्या'ची गावरान भाषा नको होती, तर प्रमाण मराठी भाषेत हे लेखन हवे होते.

भाषेच्या संदर्भात हे दोन्ही प्रकारचे लेखन करताना गमतीदार अनुभव येत होते. गावरान भाषेमुळे जो बोचरेपणा आणि मध्यमवर्गीय संकेत झुगारून जी रोखठोक भाषा येत होती, तसे 'पासंग'मधील प्रमाण भाषेमुळे होत नव्हते; तर प्रमाण भाषेमुळे एखाद्या विषयाची खोलवर चिकित्सा 'पासंग'मध्ये करू शकत होतो. तसे 'जागल्या'तील गावरान भाषेमुळे मात्र ते घडत नव्हते. एकंदरीत माझ्यातीलच या दोन भिन्न प्रवृत्तींचा शोध लागत होता.

'लोकसत्ता' हे मोठ्या खपाचे वर्तमानपत्र आणि त्याच्या वेगवेगळ्या आवृत्त्यांमध्ये (पुणे, नागपूर) 'पासंग' येत असल्यामुळे आणि त्यातही लेखकाचा फोटो प्रसिद्ध होत असल्यामुळे कमालीची प्रसिद्धी मिळत होती. महाराष्ट्राच्या कानाकोपऱ्यांत कुठेही गेलो, तरी सामान्य माणसे ओळखू लागली होती. आपल्या प्रतिक्रिया व्यक्त करीत होती. या सर्वच बाबी समाधान देत होत्या.

वर्षानंतर जेव्हा 'पासंग' थांबले, तेव्हा अनेकांनी खेद व्यक्त केला. 'लोकसत्ता'च्या संपादकांनी आपल्या पत्रात म्हटले आहे की, 'वर्षभर व्यवस्थितपणे चालविलेले 'पासंग' हे सदर वाचकांचा चांगला प्रतिसाद मिळवून गेले. वाचकांनी आपणहून तुम्हालाही प्रतिक्रिया सांगितल्या असतील.' अरुण टिकेकर यांनी सुरुवातीलाच आपल्यावर जो विश्वास दाखविला, याबद्दल आभार मानण्याचा औपचारिकपणा त्यांना आवडणार नाही. तरी त्यांचे आभार मानणे हे माझे कर्तव्य ठरते.

अनेक वाचकांनी 'पासंग'चा अर्थ विचारला आहे. 'पासंगालाही पुरत नाही' या अर्थाची म्हण मराठीत आहे. 'क्षुल्लक' या अर्थाने ती वापरली जाते. तराजूच्या दांड्याला दोन तागडी समतोल राहावीत, म्हणून जे छोटे वजन लावले जाते, ते म्हणजे 'पासंग'. आंबेडकरी चळवळीत कळू लागल्यापासून ऐकत आलो आहे की, दलितांचे राजकारण हे पासंगाचे राजकारण आहे. याचा अर्थच असा की, समाज समतोल ठेवायचा असेल, तर दलितांनी पासंगासारखे राहावयास हवे. समाजाचे एकारलेपण दलितांमुळेच समतोल होऊ शकते, हा डॉ. बाबासाहेब आंबेडकरांचा राजकीय विचार होता आणि त्यामुळेच मला 'पासंग' हे नाव सुचले.

'पासंग'मुळे एक महत्त्वाची गोष्ट मात्र माझ्या बाबतीत घडली. 'बलुतं' हे आत्मकथन लिहिल्यामुळे दलितांतील एक गट कमालीचा रुष्ट होता. या गटाची नाराजी आणि निंदा अनेकदा जाहीरपणे व्यक्त होत होती. 'पासंग'मधील अनेक लेख वाचून हा गट निवळल्यासारखा दिसतो.

'वाचेल, तो वाचेल' हा स्तंभ ज्यांच्यावर लिहिला आहे, ते रमेश शिंदे आपल्या पत्रात म्हणतात,

'माझ्यावर लिहिले, त्या आनंदाप्रीत्यर्थ आपणास आभाराचे पत्र पाठविण्यामध्ये माझा स्वार्थ निश्चितच आहे; पण त्याहीपेक्षा हे सदर आपणाकडे आल्यापासून आपल्या समाजातील गुणी, परंतु त्या गुणांची कदर न होणाऱ्या अशा अनेक व्यक्ती आहेत. त्यांना या माध्यमातून आपण न्याय मिळवून दिला. शिवाय, आपल्याशी संबंधित असलेल्या विषयावर आपण आपली मते परखडपणे मांडण्याचा प्रयत्न केला, हे एक सामाजिक कार्य आपण केले. त्याचप्रमाणे, जनमानसात आपली प्रतिमा नव्याने उभी राहिली. आपल्यासंबंधीचे समज-गैरसमज निवळण्यास थोडी मदत झाली. त्याबद्दल आपले कौतुक करावे, असे मला बऱ्याच दिवसांपासून जाणवत होते.'

जातिधर्मनिरपेक्ष विचारांची कास माझ्या लेखनात मी सातत्याने धरीत असतो, तरीसुद्धा अनेकदा गैरसमज होतात. डॉ. प्रतापराव माने यांच्या 'लोकसत्ता'मधील दि. २२ मार्च, १९९४ च्या पत्राचे हेडिंगच आहे, 'सवर्णांवर अकारण लत्ताप्रहार कशासाठी?' ते आपल्या पत्रात म्हणतात, 'बर्फाच्या पाण्यापर्यंत' या दया पवार यांच्या 'पासंग'मधील पप्पू जाधवांचे कोणीही कौतुक करील, पण दया पवारांसारखे ज्येष्ठ लेखक जाता-जाता गुणवत्ता ही कुठल्या वर्गाची, जातीची मालमत्ता नाही, असा शेरा मारून 'उच्चभ्रू' माणसाला छेद देण्याची भाषा लिहीत. 'पप्पूसारख्यांचा शोध घेण्याची उदार वृत्ती हवी, असे प्रहार करण्याची हीन मनोवृत्ती का दाखवावी?' शेवटी ते आपल्या पत्रात म्हणतात, 'केवळ आरक्षित नोकऱ्या मिळविण्याच्या पाठी लागून पुनश्च 'सेवक' वा 'शूद्र' व्हायच्याऐवजी नरेंद्र जाधवांप्रमाणे 'ब्राह्मण' व्हा

किंवा सैन्यात शिरून 'क्षत्रिय' व्हा किंवा उद्योजक होऊन 'वैश्य' व्हा, असे माझे दलित मित्रांना सांगणे आहे. श्री. दया पवारांनी जनसामान्यांत असे प्रबोधन करावे.'

श्री. माने यांचे संपूर्ण पत्र जागेअभावी देणे शक्य नसले, तरी त्यांच्या पत्रातील सूर असा की, अनेक सवर्णांनी दलितांना मदत केली आहे; पण त्यांचा जातीचा अहंकार एवढा मोठा आहे की, ते पत्रात म्हणतात, 'मी स्वत: मराठा असून, कोकणातील कित्येक दलितांना पुढे आणले आहे.' महात्मा फुले यांनी मराठ्यांनाही शूद्र ठरविलेले आहे, हे ते विसरलेले दिसतात आणि डी-कास्ट होण्याऐवजी 'जुन्या बाटलीत नवी दारू' याप्रमाणे जातींचे निर्मूलन व्हावे, असे न म्हणता जातिव्यवस्थेचीच मांडणी करीत आहेत.

'पासंग'मध्ये जातिधर्मनिरपेक्ष अशा अनेक घटना आणि व्यक्तिरेखा आलेल्या आहेत. केवळ दलितांचे, त्यांच्या चळवळीचे उदात्तीकरण केलेले नाही तर त्यांच्यावर, त्यांच्या चळवळीवर कठोर आघात केले आहेत. (पाहा : 'चैत्यभूमीचे राजकारण', 'मोराचे पाय' इत्यादी) समाजाच्या सर्व थरांत ज्या घटना किंवा व्यक्ती 'फूटनोट' म्हणून आजवर दुर्लक्षित ठेवण्यात आल्या, त्यांचा शोध घेण्याचा हा अल्पसा प्रयत्न होता.

मोहन रणसिंग आपल्या पत्रात लिहितात –

'अगदी मोजक्या आणि आवश्यक तेवढ्या शब्दांत आमच्या समाजाची आपण माहिती लिहिलीत, याबद्दल मी आपला अतिशय ऋणी आहे. नाहीतर आमच्या उपेक्षित गरीब समाजाची नोंद कोण घेतो?'

हुसेन जमादार पत्रात लिहितात –

'जिहाद'वर आपण सर्वप्रथम लोकसत्तात 'पासंग'मध्ये लिहिलंत. त्याच मार्गाने जिहादचा प्रवास सुरू आहे. 'जिहाद' तुमच्या हाती पडल्यावर मात्र आपली जातकुळी एकच आहे, हे लिहिलं गेलं आहे. त्या तुमच्या लिखाणाने मी फार सुखावलो.

गजानन पाध्ये लिहितात, 'अग्रगण्य दैनिकात माझ्याविषयी लिहून आल्यानंतर मला अनेक पत्रे आली. कोणी घरी येऊन अभिनंदन केले. कोणी आवर्जून ओळख करून घेतली. लेखकाच्या लेखणीचा परिसस्पर्श मी अशा रितीने अनुभवू शकलो आणि खरोखरच समाधानाचे हास्य चेहऱ्यावर फुलले आहे.

'सवर्णांवर अकारण लत्ताप्रहार कशासाठी?' या आरोपाला ही पत्रे म्हणजे परस्पर उत्तरे नाहीत, असे कोण बरे म्हणू शकेल?

'लोकसत्ता'चे उपसंपादक रमेश झंवर यांनी माझ्या एकटाकी लेखनाला – की जे वाचण्यास कठीण व्हायचे, ते छापण्यायोग्य केले, याबद्दल त्यांचेही मन:पूर्वक आभार.

'पासंग' प्रसिद्ध होऊ लागताच अनिल मेहतांचा निरोप आला. 'पासंग' पुस्तकरूपाने काढण्याची त्यांनी इच्छा व्यक्त केली. सर्वश्री अनिल मेहता आणि त्यांचे चिरंजीव सुनील यांच्या अथक प्रयत्नांमुळेच वाचकांच्या हाती हे पुस्तक पडते आहे. उभयतांचे आभार मानावे तेवढे थोडेच!

'लोकसत्ता'तील विखुरलेल्या 'पासंग'ची जुळणी करणे, पुस्तकाचे मुद्रितशोधन करणे अशा महत्त्वाच्या कामांत सहकार्य करणारे माझे मित्र विकास निकम यांचेही आभार.

– दया पवार

अनुक्रमणिका

देहावरचा कलंक

आपल्या देशाचा इतिहास हा धूळ-पाटीवरचा इतिहास आहे. तो काळाबरोबर वाहून जातो. जो इतिहास शिल्लक राहतो, तो देव-देवतांचा आणि राजेरजवाड्यांचा. इतिहासात सामान्य माणसं कशी जगत होती, हे शोधूनही सापडत नाही. अशा वेळी एखादा शिलालेख अथवा ताम्रपट सामान्य माणसांचा इतिहास सांगून जातो. ''भारतीय अस्पृश्यतेचा प्रश्न'' या पुस्तकात असाच एक ताम्रपट वाचावयास मिळाला. तो ताम्रपट असा :

''किल्ले पुरंदर येथे शेंदरी बुरजात कामास लावले, तेव्हा काम शेवटास जाईना. सबब बादशहास दृष्टान्त जाहला. जे ज्येष्ठ पुत्र व ज्येष्ठ सून अशी उभयता बुरजात दिली असता काम शेवटास जाईल, असा दृष्टान्त होताच बादशाह जागृत होऊन येसाजी नाईक चिबे यास वर्तमान सांगितले. तेव्हा येसाजी नाईक म्हणो लागले, ''जे मी आपला पुत्र व सून देतो.'' मग बहिरनाक सोननाक यांचा पुत्र नाथनाक व देवकाई अशी उभयता आश्विन वद्य अष्टमीस शेंदरी बुरजात गाडली. मग बुरजाचे काम सिद्धीस गेले.''

'राजा बोले आणि दल हाले' असा तो काळ होता. राजाची आज्ञा ही देवाज्ञाच होती; त्यामुळे त्या काळचा अस्पृश्य हा गुलामच होता. अनेक किल्ल्यांखाली अस्पृश्य माणूस गाडला गेला; याच्या दंतकथा आजही सांगितल्या जातात. पण याची पाळेमुळे इतकी खोलवर रुतली आहेत की, आजही स्वातंत्र्यात ही परंपरागत मानसिकता सापडते. मराठवाड्यातील अंगावर शहारे आणणारी आणि माणुसकीला काळिमा फासणारी नरबळीची घटना अलीकडेच वाचली.

विहिरीला पाणी लागावं यासाठी सवर्णाने मातंग समाजातील एका तरुणाला बळी दिलं. राजाभाऊ लोंढे हा तो तरुण. उस्मानाबाद जिल्ह्यातील कळंब तालुक्यातील जवळाखुर्द या गावात तो मजुरीचे काम करीत होता.

छगन पवार या मराठी समाजातील इसमाच्या विहिरीला खोल खणूनही पाणी लागत नव्हतं. एका ज्योतिषाने 'नरबळी दिला तर विहिरीला पाणी लागेल,' असा

सल्ला विहिरीच्या मालकाला सांगितला. मातंग तरुणाला कुंकवाचा टिळा लावून क्रेनद्वारे विहिरीत सोडण्यात आले. विहिरीत गेल्यावर त्याला विजेचा शॉक देण्यात आला. यातच त्याचा अंत झाला. नारायण धुळेचे डोळे काढणे, अंबादास कोतवाल यास देवळात प्रवेश करतो म्हणून दगडाने ठेचून मारणे, गुप्त धनासाठी अल्पवयीन मुलींना बळी देणारं मानवतेचं हत्याकांड, परभणी जिल्ह्यात टाकळी बोबडी गावात ५० मातंग कुटुंबांची केलेली होरपळ अशा अलीकडच्या मराठवाड्यातील किती घटना सांगाव्यात? महाराष्ट्रातील प्रबोधनाच्या कार्यावर हा कुणाला कलंक वाटेल. मराठवाड्यातच अशा घटना का घडाव्यात या संदर्भात विचारवंत, समाजसुधारक यांच्याकडून वेगवेगळे तर्क येण्याची शक्यता नाकारता येत नाही. त्यातील सर्वांना परिचित असणारा तर्क म्हणजे मराठवाड्यामध्ये निझामाचे राज्य होते; त्यामुळे महाराष्ट्रातील फुले-आंबेडकर, आगरकर-कर्वेंचे प्रबोधनाचे कार्य मराठवाड्यात हवे तेवढे पोचले नाही.

या संदर्भात एक प्रश्न मात्र सारखा सतावतो आहे. मराठवाडा सोडून इतर भागांत सारे काही आलबेल आहे, माणसं गळ्यात गळा घालून गुण्या-गोविंदाने नांदतात असा समज होण्याची शक्यता आहे. अन्याय, अत्याचाराच्या संदर्भात कोकणातून अशा अमानुष घटना घडत नाहीत, असे नेहमी अभिमानाने सांगितले जाते. वर्तमानपत्रांतही अन्याय-अत्याचार घडल्याची बातमी येत नाही. नरबळी किंवा दलितांच्या घराची जाळपोळ अशा घटना कोकणात घडत नाहीत हे मान्यच करावे लागेल. पण कोकणातील अस्पृश्यता, देवस्की, अंधश्रद्धा आणि धर्मांधता पराकोटीची आहे, असे विधान केले, तर ती अतिशयोक्ती होऊ नये. जेथे समृद्ध निसर्ग असतो, तेथेच माणूस आदिमानवासारखा वागतो की काय? झाडाझुडपांच्या सावलीत नव्या विचारांचे पुसटसेही किरण तेथे पडत नसावे की काय, अशी शंका येते.

गेल्या काही वर्षांत कोकणात अनेकदा भेटी दिल्या. काही घटना तर काळजावर कोरलेल्या. असेच एक तालुक्याचे ठिकाण. बॅरिस्टर नाथ पै यांच्या नावाने तेथे वसतिगृह चालत आहे. वसतिगृहास भेट देण्याचा योग आला. ते वसतिगृह मुलींचे होते. दलित मुलींबरोबरच काही सवर्ण मुलीही वसतिगृहात होत्या. मुलींच्या जातीची जेव्हा चौकशी केली गेली तेव्हा तेथील व्यवस्थापकांना मी केलेली जातीची विचारणा आवडली नाही. या सर्व मुली आपापल्या जाती विसरल्या आहेत असेच त्यांचे म्हणणे होते. पण लवकरच वस्तुस्थिती पुढ्यात आली. वसतिगृहाच्या जवळपास जी विहीर होती ती खाजगी मालकीची असल्यामुळे तेथील विहिरीचे पाणी दलित मुलींना शेंदण्याची परवानगी नव्हती. सवर्ण मुली विहिरीचे पाणी शेंदत आणि त्यांनी ठेवलेले ठरावीक अंतरावरील पाणी दलित मुली वसतिगृहात आणत होत्या. दलित आणि सवर्ण मुली वसतिगृहात एकत्र राहत, एका जेवणाच्या पंक्तीस बसत.

पण आपापल्या गावी सुट्टीत गेल्यावर एकाच गावाच्या असूनही एकमेकींना भेटू शकत नव्हत्या. आपापल्या जातींत त्यांची विभागणी होत होती.

पूर्वाश्रमीच्या महार समाजाने बौद्ध धर्मांतर केले तसे कोकणातील सर्व भागांतील महारांनी बौद्ध धर्म घेतला नाही; त्यामुळे तेथील दलित माणूस आपल्या पायरीने वागतो. ढोल वाजवणे, चटई विणणे, गावगाड्यातील येस्कर पाळीची कामे करणे यांतून त्याची सुटका नाही. उद्या जर त्यांनी कामे नाकारली, देवळापुढे ढोल वाजवला नाही, तर आजच तेथे संघर्ष पेटेल. जुन्या गावगाड्याला शरण गेलेल्या अशाच एका दलित माणसाची गाठ पडली. आपली पायरी तो सोडत नव्हता. परिस्थितीने तो कमालीचा लाचार होता. पण एका विशिष्ट क्षणी त्याच्यातला 'अवसर' जागा व्हायचा. अवसर म्हणजे भगत. पश्चिम महाराष्ट्रातील भक्ताचे वारे ५-१० मिनिटांत संपते, पण हा 'अवसर' तास-दीड तास घुमत असतो. तो काय बोलतो, हे आपणास समजत नाही. पण त्याचे बोलणे जाणणारा एक वकिलासारखा मध्यस्थ असतो. तो सारखा त्याला प्रश्न विचारतो, "काय महाराजा!" या वेळी या दलित समाजातील 'अवसराला' मी पाहिले तेव्हा हजार हत्तींचे बळ घुमण्यामुळे त्याच्यात आलेले. सारा बहुजन समाज त्याच्या पाया पडतो आहे. एक भली असामी त्याला प्रश्न विचारते आहे की, "या वर्षी डुकराची शिकार मिळाली नाही; तेव्हा कोणत्या दिशेला शिकार मिळेल?" अवसर काहीबाही हातवारे करतो. मधला वकील कोड भाषेची फोड करतो. मैदानात अवसराचे हे घुमणे चालूच असते. बाजूला रामेश्वराचे भले मोठे देऊळ, पण अवसराचे देवळात जाण्याचे धाडस होत नाही.

तासभर घुमून थकल्यानंतर जेव्हा अवसर भेटतो, तेव्हा तो निर्जीव पुतळ्यासारखा दिसत असतो. पुन्हा त्याच्या चेहऱ्यावर आधीचीच लाचारी दिसू लागते. मी सहजच त्याला विचारतो, "बाबा रे, घुमताघुमता तरी देवळाच्या गाभाऱ्यापर्यंत का जात नाहीस?" तेव्हा तो थिजलेल्या नजरेने म्हणतो की, देवाची आज्ञा नाही. खरे म्हणजे त्याला भोवतालची प्रखर वास्तवता दिसत असते. नागाला दूध पाजणारी माणसे – जेव्हा तो नाग पेटाऱ्यातून सुटतो तेव्हा त्याला पुजणारीच माणसे काठ्यालाठ्यानी बदडून काढतात, ही शंकरराव खरातांची गोष्ट मला आठवत असते.

◆

दलितत्व हे भूषणावह आहे काय?

'दलित' हा शब्द आजकाल ऐरणीवर आहे. गावकुसाबाहेर जसा दलित उपेक्षित राहिला, घणाचे घाव सोसले तशीच अवहेलना या शब्दाला भोगावी लागत आहे. काहींना हा शब्द नको आहे, तर काहींना हा शब्द म्हणजे अस्मितेचे प्रतीक वाटतो आहे. दलितत्व हे छातीवर मिरवण्याचे चिन्ह आहे काय? असा सवाल समीक्षकांकडून विचारला जायचा. आता हा सवाल केवळ समीक्षकांकडूनच विचारला जात नाही, तर जे दलितत्वाच्या शिडीवरून वर सरकले, नव्या - मध्यम वर्गात दाखल झाले, ज्यांचे झपाट्याने 'संस्कृतायझेशन' झाले ते एकेकाळचे दलितही 'दलित' हा शब्द झिडकारत आहेत. तो त्यांना शिवीसारखा वाटतो आहे. शंभर-सव्वाशे वर्षांपूर्वी आजचा 'बहुजन समाज' म्हणून जो वर्ग ओळखला जातो, त्याला महात्मा फुले दलित-शूद्र अशीच उपाधी देत होते. भारतातील तमाम अठरापगड जाती या जर स्वत:ला शूद्र अथवा दलित म्हणतील, तर बरेचसे मानसिक प्रश्न निकालात निघतील. वरवर जाणारी जातीय अहंकाराची शिडी कोसळून पडेल, पण गावातल्या एकेकाळच्या शूद्रांनी आपले क्षत्रियत्व जपले, तसेच गावकुसाच्या बाहेरही ही जाणीव पोसली जाते आहे. दलितांमधील मध्यमवर्गीयांची नुसती ही जाणीव नाही, तर दलित साहित्याची धुरा वाहणाऱ्या काही साहित्यिक, विचारवंतांना 'दलित' शब्दाची ॲलर्जी वाटते आहे. आपल्या साहित्याला दलित साहित्य न म्हणता आंबेडकरी साहित्य म्हणा, असा त्यांचा आग्रह दिसून येतो. म्हणजे जसे एकेकाळी आपल्या जातीचा उल्लेख हा अपमानास्पद वाटायचा; त्यामुळे त्या-त्या जाती स्वत:चा उल्लेख 'वाल्मीकी', 'रोहिदास' अथवा 'चोखोबा' असे करण्यात धन्यता मानावयाच्या तसाच हा प्रकार वाटतो.

एकीकडे 'दलित' शब्दाभोवती असे वादळ घोंघावत असताना, दुसरीकडे या शब्दापाठीमागील क्रांतिकारकत्व, एतद्देशीयत्व, अस्मितेचा शोध अथवा भूमिपुत्राची संकल्पना मांडली जाते आहे. ज्यांनी-ज्यांनी हिंदू धर्मातील जातिव्यवस्थेला कंटाळून धर्मांतर केले, मग ते मुसलमान असोत, ख्रिश्चन असोत; तेथेही जातिव्यवस्थेचे

विषारी कंद पोसले. माणसामाणसांत तेथेही कोंडवाडे निर्माण झाले. समतेचा विचार विसरला गेला. त्यांनाही 'दलित' शब्द जवळचा वाटू लागला.

जालना येथे नुकतेच 'ख्रिस्ती दलित - मराठी दलित साहित्य संमेलन' पार पडले. संमेलनाध्यक्ष होते आचार्य स. ना. सूर्यवंशी. ते आज दलित साहित्यिक म्हणून ओळखले जात नाहीत, पण त्यांच्या साहित्याचा गाभा दलित जाणीव हाच राहिला आहे. ख्रिस्ती होऊनही आपली जात पुसली जात नाही; गोचिडीसारखी चिकटते, याची खंत त्यांना वाटते. हिंदू धर्मातील ब्राह्मण्य हे त्यांना चर्चमध्येही जाचते आहे. 'मला मुक्ती मिळाली आहे! येशूच्या रक्ताने! येशूच्या रक्ताने' हे ग्यानबा तुकाराम मेड इन इंग्लंड-अमेरिका किंवा स्कॉटलंड-रोमच्या चालीवर बसवतात ही त्यांची रास्त तक्रार आहे. आपल्या अध्यक्षीय भाषणात ते म्हणतात :

"हे ख्रिस्ती दलित साहित्य संमेलन आहे, पण हा सवता सुभा नाही. ख्रिस्ती लेखक म्हणून इतर दलित लेखकांवेगळे आम्ही स्वत:ला मानत नाही. दलित हा धर्म नाही की जात नाही. दलित ही चिरडल्या, भरडल्या गेलेल्या व जात असलेल्या जित्या-जागत्या माणसांची अगतिक बनवून सोडणारी अवस्था आहे. ती गुलामगिरीच आहे. त्या गुलामगिरीतून बाहेर पडा, हा मंत्र डॉ. बाबासाहेब आंबेडकर यांनी दिला आणि दलित मुक्ती लढा सुरू झाला. तो आमचा लढा आहे आणि त्या लढ्यात उतरलेला प्रत्येक लेखक, कवी, पत्रकार, वक्ता आमचा भाऊ आहे." धर्मांतर हे देशांतर असते किंवा दलित ही संकोचित मनोवृत्ती असते, या दोन्हीही टोकांच्या विचारसरणीला हा उतारा छेद देतो हे कबूल करावे लागेल.

तुम्ही स्वत:भोवती दलितत्वाचे रिंगण आखून घेतले, तर आम्ही त्यापेक्षा मोठे रिंगण आखून तुम्हाला सामावून घेऊ, असा गांधीवादी विचार काही साहित्यिक आग्रहाने मांडत असतात, पण कुणाला दलित जाणीव ही विश्वात्मक जाणीव वाटली तर असे रिंगण कसे आखणार? या संदर्भात एका अमेरिकन ब्लॅक (निग्रो) चित्रकाराची गोष्ट आठवते. त्याला येशू ख्रिस्ताचे चित्र काढावयाचे असते, पण येशू ख्रिस्त हा रंगाने गोरा - त्याचे निळसर डोळे, पातळ ओठ. त्याला येशू ख्रिस्त हा गोऱ्या संस्कृतीचं प्रतीक वाटू लागलेला. देवाचं प्रतीक म्हणून अशा ख्रिस्तापुढे तो भावनात्मक पातळीवर एकरूप होऊ शकत नव्हता. मग त्यानं काय करावं? ख्रिस्ताला त्याने चक्क निग्रोसारखे चितारले. देहाचा काळा कुळकुळीत रंग - जाड ओठ, केसांची गिचमीड ठेवण - आता त्याला तो आपला प्रभू वाटत होता. आपल्याकडेही असेच झाले असावे. चंद्रभागेवरील पंढरपुरातील कर कटीवर ठेवून उभा असलेला काळा-सावळा विठ्ठल आणि पायाशी लक्ष्मी पाय चुरत बसलेली आणि शेषशायी डनलॉपच्या गादीवर पहुडलेला विष्णू यातील अंतर बहुजनांच्या लक्षात आले असावे. हा विरोधाभासच दलित जाणिवेतून व्यक्त होत असावा.

'किरवंत' अथवा 'कोण म्हणतो टक्का दिला?' या अलीकडे गाजलेल्या नाटकांत दलित जाणिवेचा शोध व्यापक प्रमाणात घेण्यात आला आहे. एकाच जातीच्या रिंगणात अडकलेली दलित जाणीव दलितेतर समाजाचीही दशा मांडत आहे. ही जी या लेखकांना नवी दिशा मिळाली आहे ती दलित साहित्य चळवळीतून उपलब्ध झाली आहे हे विसरून चालणार नाही. समाजात जेथे तेथे जुन्या कर्मकांडाचे, अंधश्रद्धेचे, पुनरुज्जीवनवादी विचारांचे डबके झाले आहे, ज्यांनी त्यांनी आपापले बांध घातले आहेत; हे बांध फोडायला हवेत. हे बांध फोडण्याकरिता आणि विचारांचा प्रवाह खळाळता होण्याकरिता अपमानाचा बोध हवा आहे आणि या अपमानबोधालाच दलित जाणीव म्हणावे लागेल.

या अपमानाचा बोध माणसाला लवकर होतोच असे नाही. जेथे हा बोध होतो तेथे नकार आणि विद्रोह जन्माला येतो. दाऊदी बोहरा समाजातील जे कुणी सुधारणावादी आहेत त्यांचा धर्मगुरूंकडून होत असलेला छळ, हुक्का-गुडगुडी बंदी तसेच त्यांच्यावर होत असलेला बहिष्कार - कुणी शरण गेले, तर धर्मगुरूंपुढे त्यांनी गुडघे टेकून जायचे. भोवताली परंपरागत जथा; शरणार्थींवर थुंकतात हे दृश्य. एका स्वतंत्र देशात दुसरीही एक अमानुष यंत्रणा थैमान घालते याचे भान कितीजणांना असते? अशाच अपमानबोधाची एक कथा आठवते. तरुण मुस्लीम लेखक होता. हमीद दलवाईने स्थापन केलेल्या मुस्लीम सत्यशोधक मंडळातील तो असावा; त्यामुळेच तो परंपरागत मुस्लीम मानसिकतेपेक्षा वेगळी मानसिकता मांडू शकला.

कथेचा सारांश असा – मुसलमानांचा रोजाचा महिना सुरू असतो. मुसलमानांचा रोजा म्हणजे कमालीचा कडक. दिवसभर काही खावयाचे नाही. थुंकीही गिळावयाची नाही. अशा वेळी एके दिवशी मोहल्ल्यातील म्हातारा मरतो. तोरणादारी की मरणादारी सर्वांनी उपस्थित राहावयाचे ही मुसलमानांची प्रथा. लहान-थोर,गरीब-श्रीमंत हा भेद नाही. जनाजा निघतो. प्रेताला खांदा देण्यासाठी स्पर्धा चाललेली. जनाजा आता कबरस्तानात ठेवलेला. खड्डा खोदण्याचे काम चाललेले. अशा वेळी मशिदीतून रोजा सोडण्याची बांग होते. दिवसभर भूक मारून ते थांबलेले असतात, पण बांग होताच सारे रोजा सोडायला पळतात. प्रेत खासेवार. प्रेताचे नातेवाईकही आता भोवताली नसतात.

मराठीतील प्रसिद्ध समीक्षक प्रा. रा. ग. जाधव म्हणतात – ''दलित हा शब्द गर्भार आहे. त्याच्या भोवताली फिरकू नका.'' मला वाटते, फिरकावयाचे असेल तर कुशल सुईणीच्या रूपाने जायला हवे. असा कुशल लेखकच मायेच्या अंत:करणाने ही शस्त्रक्रिया करू शकतो.

◆

बाई मी धरण बांधिते ।

'बाई मी धरण बांधिते । माझं मरण कांडिते ।।' हे गाणं मी दहा वर्षांपूर्वी बहुधा लिहिलं असावं. आता हे गाणं माझं राहिलं नाही. ते लोकगीत झालं आहे. नर्मदा बचाव आंदोलनात काही हजार स्त्री-पुरुष रस्त्यात हे गाणं गात असतात. मला जेव्हा गाणं सुचलं तेव्हा नर्मदा बचाव आंदोलन नव्हतं. हे गाणं कसं सुचलं असावं असा जेव्हा मी माझ्या अबोध मनाचा शोध घेतो, तेव्हा मला माझं बालपण आठवतं. अहमदनगर जिल्ह्यातील अकोला तालुक्यात माझं बालपण गेलं. अहमदनगर जिल्हा हा दुष्काळी जिल्हा म्हणून प्रसिद्ध. तेथे पाऊस कमी पडतो. अशा जिल्ह्यातील अकोला तालुक्यात भंडारदरा हे उत्तुंग धरण ब्रिटिश शासनाच्या काळात बांधलेलं. शाळेत असताना अनेकदा भंडारदरा येथे सहल निघावयाची. धो-धो मोरीतून वाहणाऱ्या पाण्याचा प्रचंड ओघ. अंगावर तुषार घेत धरणाच्या भिंतीपाशी जेव्हा उभे राहावयाचो तेव्हा ऊर दडपला जायचा. या धरणाच्या कामाला दुष्काळात आजोबा-पणजोबा राबले. डोक्यावरून दगड-धोंडे नेले, असे घरात बोलले जायचे. कळू लागले तेव्हापासून मनात विचार घोंघावयाचे. प्रवरा नदी जी अमृतवाहिनी म्हणून ओळखली जाते, ती आपल्याच तालुक्यात उगम पावते. आपल्याच तालुक्यात तिच्यावर टोलेजंग धरण बांधलेले. मग या धरणाचे पाणी तालुक्यातील गोरगरीब शेतकऱ्याला का नाही? माझ्या लहानपणी पाहिला तसाच तालुका कोरडा आहे. 'सुजलाम्, सुफलाम्' नाही. घोटभर पाण्यासाठी माणसं रानोमाळ हिंडतात, याच जाणिवेतून गाणं सुचलं असावं.

अकोला तालुक्यात बहुसंख्येने आदिवासी आहेत. महादेव कोळी, ठाकर यांची संख्या जास्त आहे. मतदारसंघही 'आदिवासी' याच नावानं ओळखला जातो. पाणी पळविण्याचं सामर्थ्य यांच्यापाशी नसल्यामुळं पाणी दुसरीकडं जात असावं. श्रीरामपूर, कोपरगाव, राहुरी या भागांत पाणी जातं. याच पाण्यावर तेथे ऊस पिकतो. साखर कारखाने उभे राहतात. मळीही तेथे फुकट जात नाही. त्याची दारू होते. यातूनच राजकारण पोसलं जातं. पाणी आठमाही घ्यावं की बारमाही घ्यावं हा परिसंवाद

रंगतो. यावर उतारा म्हणून ठिबक सिंचनाचा फतवा निघतो. अकोला तालुक्यात काहींनी नदीच्या काठी विहिरी खोदल्या आहेत. त्यांना पाणी उपसता येऊ नये म्हणून आठवड्यातील काही दिवस सर्व तालुक्यांत विजेचा प्रवाह बंद केला जातो. या दिवसांत सर्व तालुका अंधारात असतो.

हे आठवण्याचं कारण म्हणजे या सर्वांचा संबंध सरदार सरोवर धरणाशी येतो. मोठमोठी धरणं बांधावीत, देशात कारखान्यांचं रशियासारखं जाळं पसरावं हे पंडित नेहरूंचं स्वप्न होतं. त्याचा एक भाग म्हणून १९८५ सालापासून धरण बांधण्याचा घाट घातला गेला. महाराष्ट्र, गुजरात आणि मध्य प्रदेश येथील जनतेला अंधारात ठेवून या धरणांची उभारणी होत होती. मेधा पाटकर यांच्या नेतृत्वाखाली 'नर्मदा बचाव आंदोलन' उभं राहिलं. आपल्या देशापुरतीच नाही तर जगभर धरणविरोधी मोहीम उभी राहिली. आधी मदत करणाऱ्या विश्व बँकेने काढता पाय घेतला. जपानने मदत बंद केली; तर युरोपीय देश धरणापासून दूर झाले. एवढं होऊनही आपल्या देशातील शासन यंत्रणा काही शिकली नाही. तिनं चांगली मुसंडी मारली. या धरणाच्या भव्यतेची कल्पना त्याच्या खर्चावरूनच येऊ शकेल. वीस हजार कोटी रुपये खर्च होणार आहेत.

काहींचं म्हणणं असं की, धरणाची उंची चांगलीच वाढली आहे. नर्मदा बचाव आंदोलकांचं म्हणणं आहे की, पुढील पावसाळ्यात गुजरातमधील तीन गावं आणि महाराष्ट्रातील किमान १० गावं पाण्याखाली जाणार आहेत. या १३ गावांना सरकारनं दिलेल्या नोटिसा हा त्या गावांचा बुडण्याचा पुरावा आहे. अनेक कुटुंबांना यामुळे जलसमाधी मिळणार आहे. सरकारी यंत्रणेमार्फत काही गावांचं पुनर्वसन चालू आहे; पण त्यांची अवस्था पाण्याबाहेर काढलेल्या माशासारखी झालेली आहे; त्यामुळे काहींना पुनर्वसन नको आहे. जलसमाधी त्यांना जवळची वाटते.

देशाचा विकास व्हायचा असेल तर किंमत मोजावीच लागेल. धरण हवं असेल तर कोणाची तरी गावं बुडणारच. ज्यांची घरं बुडणार त्यांच्यापेक्षा कैकपटीनं तीन राज्यांतील माणसांना पाणी मिळणार आहे. अनेकांचे मळे 'सुजलाम् सुफलाम्' होणार आहेत, असा शहाजोग विचार मांडला जातो. त्यांच्या दृष्टीनं आदिवासी हा पाणलोटात किनाऱ्याला कचरा लोटावा असा, नगण्य; पालापाचोळ्यासारखा. एखाद्या वेळी फेस्टिव्हलमध्ये जगाच्या बाजारात त्यांची कला, त्यांची नृत्यं हे दाखवावं म्हणजे झालं. त्याचं 'वनवासी' या नावानं उदात्तीकरण करण्याची आजकाल तर फॅशन चाललेली. आदिवासी म्हणजे या देशाचा भूमिपुत्र. मग आम्ही कोण? आलो कुठून? हे पुसून काढण्यासाठी तर त्याचं नाव 'वनवासी' ठेवलं जात नसावं ना? समजा, उद्या सरदार सरोवर पूर्ण झालं, तर त्याचं पाणी कोणाला बरं मिळेल? कुणाची शेती 'सुजलाम् सुफलाम्' होणार आहे? याचं उत्तर भंडारदरा धरणच देतं आहे.

धरण आणि माणसाचा जसा संबंध आहे, तसाच यंत्र आणि माणसाचा. यंत्रं चांगली असतात. ती वापरणारी माणसं हैवानासारखी वागू लागतात, तेव्हा जटिल प्रश्न निर्माण होतो. या संदर्भात राजस्थानी लेखक देठा यांची वाचलेली कथा आठवते. पन्नास-साठ वर्षांची, खेड्यात दूरवर डोंगर-कपारीला राहणारी एक आदिवासी म्हातारी असते. कधी ती एस.टी.मध्ये बसली नाही. तिच्या नातवाला जिल्ह्याच्या ठिकाणी अपघात झालेला. नातवाला भेटायला म्हणून ती शहरात येते. तेथे तिला जिल्ह्याच्या ठिकाणी जावयाचे असते. स्टॅन्डवर एस.टी. उभी. माणसांनी खच्चून भरलेली. म्हातारी एस. टी.त चढून सर्वांना ऐकू जाईल अशा आवाजात ठसक्यात विचारते, 'आता मी कुठे बसू?' यावर पब्लिक तिची टवाळी करण्याच्या उद्देशानं तिला ड्रायव्हरच्या जागेवर बसावयास सांगतात. या वेळी ड्रायव्हर, कंडक्टर चहा पिण्यास गेलेले असतात. म्हातारी खूश होते. तिला बहुमान वाटतो. ती ऐटीत त्या सीटवर जाऊन बसते. तेथे बसून ती पब्लिकशी गप्पा मारते. सारे हसतात. ड्रायव्हर म्हातारीला आपल्या जागेवर पाहून भडकतो. तिला त्या जागेवरून खाली फेकून देतो आणि गाडी स्टार्ट करतो. म्हातारी रस्त्यावर पडलेली. याच दरम्यान नातवाचं प्रेत जीपने खेड्याकडे चाललेलं असतं.

◆

तिसऱ्या पिढीची चिंता

कोल्हापूरच्या 'प्रत्यय' या नाट्य संस्थेने सादर केलेले 'राजा लिअर' हे नाटक पाहिले. नाटक जवळजवळ अंगावरच कोसळले. तटस्थतेने पाहताच आले नाही.

सोळाव्या शतकात लिहिलेले हे शेक्सपिअरचे नाटक, त्यातील झोंबणारे प्रश्न आजही कायम आहेत. तुम्ही राजा असा, मंत्री असा अथवा सामान्य माणूस असा, कुणीतरी दगड मारून आग्यामोहोळ उठवावे आणि त्यातील माशांनी घोंघावत जहरी डंख करावेत असे नाटकातील प्रश्न झोंबतात. समाजव्यवस्था, त्यातील कुटुंबसंस्था, त्यातील एकमेकांशी असलेले नातेसंबंध, एकाच आई-बापाच्या पोटी जन्माला आलेल्या संततीच्या स्वभावात जमीन-अस्मानाएवढे अंतर. कधी-कधी तर एखाद्या बापाला वाटावे, 'खरंच का ही आपली मुले? दुश्मनही असे वागणार नाहीत.' मुलांना दोष देण्यापेक्षा तो आपल्या रक्तालाच दोष देतो. मुलीच्या कृतघ्नतेने बधिर झालेला राजा लिअर म्हणतो, "माझ्या पोरी, मी पुन्हा तुझ्या वाटेला जाणार नाही. सुखी राहा. आपण पुन्हा भेटणार नाही. पुन्हा एकमेकांना पाहणार नाही. पण तरीही तू आहेस माझंच मांस, माझंच रक्त. माझीच मुलगी किंवा त्याहूनही मांसातला एक रोग. ज्याला मी माझा असे म्हटलेच पाहिजे. तू आहेस एक गळू, एक प्लेगची गाठ किंवा सुजलेली काळपुळी – माझ्या नासलेल्या रक्तामधली." लिअरचे हे काळीज फुटणारे शब्द पोतराजाने आपल्याच अंगावर ओढलेल्या आसुडाच्या फटक्यासारखे. गंडमाळेसारखी एक गाठ फुटावी. बरी व्हावी आणि लगेच दुसरी फुटावी असे आयुष्यभर वेदनेचे चक्र चाललेले. रंगभूमीवर हे नाटक दोन पातळ्यांवर चालते, असे म्हटले जाते. करुण, भावनोत्कट, भीषण घटनांचे आणि दुसरे लिअरच्या मनोरंगभूमीवरचे. मला तर वाटते प्रेक्षक म्हणून त्याच्याही मनाच्या रंगभूमीवर नाट्य घडत असावे.

१९८५ च्या दरम्यान फ्रँकफर्ट (जर्मनी) येथे जागतिक पुस्तक प्रदर्शनाला गेलो होतो. सोबत भारतातील काही लेखक होते. प्रदर्शनाचे सूप वाजल्यानंतर शेवटच्या दिवशी चर्चासत्र आयोजित केलेले. एका बाजूला भारतीय लेखक तर दुसऱ्या बाजूला

जर्मन लेखक. चर्चासत्र म्हणजे भाषणबाजी नव्हतीच. आधीच अनुवाद केलेल्या कथा-कविता अथवा कादंबरीतला भाग वाचला जायचा. 'बलुतं'मधील बाप-मुलाच्या नातेसंबंधाचा भाग वाचण्यात आला. जर्मन लेखकाच्या कादंबरीतला भागही बाप-मुलाच्या नातेसंबंधातला होता. त्यातून चर्चा सुरू झाली. 'फादर-सन रिलेशनशिप' या संदर्भात. युरोपात बाप-मुलाचे नातेसंबंध कमालीचे बिघडलेले आहेत. तरुणांचे जग आणि म्हाताऱ्यांचे जग वेगळे. डायनिंग टेबलवरही ते एकत्र नसतात. बापाचा व्यवसाय असो अथवा त्याची विचारसरणी असो, मुलांना नकोशी आहे. आधीच्या पिढीची त्यांना घृणा वाटते. एकीकडे भौतिक समृद्धी आणि दुसरीकडे वृद्धाश्रम. नोकरीतच म्हातारपणाची तरतूद हे तेथील शासनापुढील प्रश्न आहेत. भारतातील 'फादर-सन रिलेशनशिप' कशी आहे हे पाश्चिमात्त्य लेखकांना समजून घ्यावेसे वाटते.

राजा लिअरच्या नाटकातील तत्त्वज्ञानाचा शोध घेताना त्याचे आदिबंध बायबलमध्ये शोधण्याचा प्रयत्न होतो. स्वर्ग-नरक, देव-देवता आणि सैतान या कल्पना त्यामुळेच येतात. आंधळे स्वच्छ पाहतात, वेडे सत्य बोलतात. ही नाटकातील पात्रे बायबलमधील रूपके आहेत. आजच्या आधुनिक समाजातही नकळत आदिबंधाचे झिरपणे होते. असा माणसामाणसांतील शोध. त्यांचा एकमेकांशी नातेसंबंध. समाजातील घटनाचक्र हे आपल्यातील मिथ (पुराणकथा) मधून घडत असते, याचा शोध आपल्याकडे घेतला जातो काय? आपल्या बापाने आपणास जन्म दिला म्हणजे बापाने त्याच्या श्राद्धाची सोय केली, ही विचारसरणी खरंच भारतीय आहे का?

आपल्याकडे बाप-मुलगा या संदर्भात कितीतरी मिथ (पुराणकथा) आहेत. बापाच्या सांगण्यावरून राम १४ वर्षे वनवासाला गेला. आंधळ्या आई-बापाला कावडीत घेऊन जाणारा श्रावण. त्यांना तहान लागली म्हणून पाणी आणावयास गेलेला श्रावण बळी पडतो. आई-वडिलांच्या सेवेत मग्न असलेल्या पुंडलिकास प्रत्यक्ष विठ्ठल भेटावयास आला असताना विठ्ठलाला त्याने ताटकळत विटेवर उभे ठेवले. अशा बाप-मुलाच्या प्रेमाच्या उदात्त करणाऱ्या कितीतरी गोष्टी सांगाव्यात. अर्थात ही एकच बाजू झाली. दुसरी दुष्ट बाजू आहे. बापाच्या सांगण्यावरून परशुरामाने आपल्या आईचा परशूने वध केला. पुन्हा वडिलांकडे उःशाप मागून जेव्हा आईला जिवंत करण्याची वेळ येते, तेव्हा रस्त्याने जाणाऱ्या एका अस्पृश्य स्त्रीचे मुंडके उडवून आईच्या धडावर बसवले जाते आणि आईला जिवंत करतात. (आजही केवळ अस्पृश्य मुलीच जोगतीण म्हणून यल्लमाला वाहतात आणि काही भागांतील ब्राह्मण स्त्रिया हंडा किंवा कळशी डोक्यावर न घेता कमरेवर घेतात याचे मूळ पुराणकथेत असावे काय?)

वर नमूद केलेल्या दोन्ही प्रवृत्ती आजच्या समाजव्यवस्थेत दिसतात. मध्यंतरी

'अंगार' नावाचा हिंदी चित्रपट पाहिला. या चित्रपटात बाप-मुलाचे हृद्य चित्रण आहे. कनिष्ठ मध्यमवर्गीयांचे कुटुंब. मुलगा पदवीधर होऊनही त्याला नोकरी मिळत नाही. बापाला मुलाच्या भवितव्याची काळजी. घरात ओढगस्तीचे जीवनमान. बापाच्याच चपला कधी मुलगा वापरतो, तर मुलाचा शर्ट बाप वापरतो असं दृश्य. भोवताली थोडीफार मारामारी. दंगल झाली तरी बाप कासावीस. सारखा जग्गू - जग्गू म्हणून ओरडतो. आपला मुलगा वाईट मार्गाने जाऊ नये म्हणून त्याच्या बापाची तडफड. तो जेथे राहत असतो, त्या वस्तीवरही बिल्डरचा बुलडोझर फिरणार असतो. राजकर्त्यांचे आणि बिल्डरचे साटेलोटे पाहून त्याला या प्रकाराची घृणा येते. तो अराजक बनतो. लोकशाहीच्या मंदिराला सुरुंग लावतो. या चित्रपटात दुसरीही बाजू आहे. प्रचंड पैसा आणि अहंकारापायी एका मातब्बर कुटुंबाची शोकांतिका होते.

बिकट वाट वहिवाट नसावी । धोपट मार्ग सोडू नको ।। या कवितेप्रमाणे बापाने जो रस्ता आखला आहे त्याच रस्त्याने जाण्यात बहुसंख्य बापांची मुले धन्यता मानतात. वेगळी वाट चोखाळण्याची धमक नसते; डॉक्टरचा मुलगा डॉक्टर, वकिलाचा मुलगा वकील तसा राजकारण्याचा मुलगा राजकारणी हे ओघानेच आले. डॉक्टर किंवा वकील यांना परीक्षा तरी पास व्हायला लागते. पण राजकारण्याच्या मुलाला त्याचीही गरज नसते. त्याच्या आयुष्यात मखमली पायघड्या आधीच घातलेल्या असतात. या संदर्भात एक गोष्ट आठवते. आयुष्यभर राजकारण केलेला एक बाप वार्धक्यात शेवटच्या घटका मोजतो आहे. सारे नातेवाईक - जनता जमलेली. पुढाऱ्याला लवकर मरण येत नाही. त्याच्या नाकावर सूत धरूनच विचारले जाते, "साहेब, आपला जीव आता कशात अडकला आहे?" पुढारी उत्तर देतो, "दोन पिढ्यांना पुरेल एवढी संपत्ती मिळवून ठेवली आहे. तिसऱ्या पिढीची चिंता आहे."

◆

भाकरीबरोबर पेंड खा

खेड्यापाड्यांत आजही काही दंतकथा प्रचलित आहेत. त्यातलीच ही एक दंतकथा. पूर्वीचा सरंजामशाहीचा काळ. आजच्यासारखी वाहतुकीची साधने त्या वेळी नव्हती. पायी किंवा घोड्यावरून प्रवास करावा लागायचा. अशा काळात एका तरुण कोवळ्या सेवकाला तातडीच्या कामासाठी दूरच्या मुलखात जाण्याचा आदेश दिला गेला. तरुण सेवकाचे नुकतेच लग्न झालेले. दोघेही विरहाने व्याकूळ. आपला नवरा परमुलखात जाणार. त्याचे पाऊल वाकडे पडले तर? या विवंचनेने तरुणी दुःखी झालेली; पण ती चतुर होती. ती त्याला प्रेमाचा सल्ला देते, 'प्रवासात प्रत्येक मुक्काम चिंचेच्या झाडाखाली करीत जा आणि परतीच्या प्रवासात प्रत्येक मुक्काम लिंबाच्या झाडाखाली करा.' दंतकथेचे तात्पर्य असे की, जाताना तो कमालीचा हल्लक झालेला. विरक्त झालेला आणि येताना ताजातवाना होऊन आलेला.

आजच्या विज्ञानयुगात ही दंतकथा अनेकांना भाकड कथा वाटेल. प्रा. धोंड यांचे 'ज्ञानेश्वरीतील लौकिक सृष्टी' या नावाचे आगळेवेगळे पुस्तक आहे. आजवर ज्ञानेश्वरी आध्यात्मिक दृष्टीने पाहिली गेली; पण प्रा. धोंड ज्ञानेश्वरीतून त्या काळचे समाजजीवन पाहतात. ज्ञानेश्वरीतील ओवी आहे - 'हिवराची दाट सावली । सज्जनी जैसी वाळिली ।। तैसी पुण्ये डावलून गेली । अभक्ताचे ।।' हिवराची दाट सावली असूनही ती वाळिली असे ज्ञानेश्वर का म्हणतात? हा शोध प्रा. धोंड यांनी आरंभला. हिवराच्या झाडाखाली माणसाची बुद्धी भ्रष्ट होत असावी, असे त्यांना वाटत होते. याची प्रचिती त्यांना 'उपरा' या आत्मकथनात मिळाली. गावठी दारू तयार करताना जादा किक यावी म्हणून आजही खेड्यापाड्यांत हिवराची साल घालतात याचे वर्णन 'उपरा'त आलेले.

खेड्यापाड्यांत आपल्या शेताभोवताली शेतकरी कोणती बरे झाडे लावत असावा? चिंच, आंबा, लिंब, शेवगा अथवा निरगुडी, घायपात, बाभळ. आपल्या दैनंदिन आयुष्यात कोणत्या झाडाचा उपयोग आहे हे पाहून झाडे लावण्याचा शेतकऱ्याचा कल दिसतो. फुलांची झाडे तो लावतोच असे नाही. फुलांचा काय

उपयोग, असे त्याला वाटत असावे. भोवताली जी फुलझाडे उगवतात ती बिनवासाची- झेंडू अथवा धोत्रा. एखादा शेतकरी फुलांची मशागत करत असला तरी सारी फुले बाजारात – हिंदी सिनेमात पहिल्या रात्री फुलांनी सजवलेला पलंग दिसतो, तसे चित्र खेड्यात पाहावयास मिळत नाही. संयुक्त कुटुंबात मधुचंद्र तरी कसला? स्वत:च्या बायकोला चोरून, लपून भेटावे लागते.

चिनी भाषेत एक म्हण आहे. एक रुपया मजुरी मिळाली, तर आठ आण्याची भाकरी आणि आठ आण्याचे फूल घ्यावे. यालाच ते संस्कृती म्हणतात; पण आपल्या देशात संस्कृती विभागली आहे काय? ग्रामीण संस्कृती आणि नागर संस्कृती – शेतकरी संघटनेच्या भाषेत सांगायचे, तर देशाचे दोन नकाशे आहेत. एक भारत आणि दुसरा इंडिया. ग्रामीण संस्कृती म्हणजे भारत आणि नागर संस्कृती म्हणजे इंडिया. या दोन्ही जगांत आर्थिक विभाजन दिसते, तसे त्यांना सांस्कृतिक विभाजन दिसते काय? शेतीमालाला रास्त भाव मिळावा ही त्यांची सुरुवातीची मागणी होती. अलीकडे तर काळ्या साहेबांच्या कचाट्यातून सुटण्यासाठी मुक्त बाजारपेठ – डंकेलप्रणीत जागतिकीकरणामुळेच शेतकऱ्यांचे शोषण थांबेल, अशी नवी मांडणी शेतकरी संघटनेने केली आहे.

शेतकऱ्यांचा आर्थिक स्तर उंचावण्याकरिता जशी आंदोलने उभारली, तशी शेतकऱ्यांचे आरोग्य, राहणीमान, अभिरुची बदलण्याचा प्रयत्न होतो आहे, असे काही ऐकिवात नाही. मला माझे खेड्यातील बालपण आठवते. शेतातील गाजरे खाणे म्हणजे जनावरांचे खाद्य खाणे, टोमॅटो खाल्ल्यामुळे खरूज होते. रानोमाळ उगवलेले मशरूम कुणी खात नव्हते. त्याला कुतरमूत समजत होते. आजही या कल्पना खेड्यात दिसतात.

तुम्ही कधी मंत्रालयात गेलात, तर त्या-त्या खात्यात महाराष्ट्राच्या उत्पन्नाचा आलेख दिसेल. ग्रामीण अर्थव्यवस्था, दूध, फळफळावळ, भाजीपाला, कडधान्ये, पशुधन यांचे गेल्या काही वर्षांतील वाढलेले आकडे दिसतील. परदेशातही शेतकऱ्याचा माल निर्यात केला जातो आहे. महाराष्ट्रात दर दिवशी २५ लाख लिटर दूध उत्पन्न होते. हे सर्व दूध शहराकडे येते. शेतकऱ्याच्या मुलाला या दुधाचे ताकही मिळत नाही. आपल्या शेतातल्या पालेभाज्या, फळफळावळ अथवा तूप हे शेतकऱ्याच्या दैनंदिन आहारात नसते. शेतात बन्सी गहू झाला, तर या गव्हाला जादा भाव येतो म्हणून तो विकला जातो.

आजकाल खेड्यापाड्यांत दूरदर्शन दिसते. त्यातील चौरस आहाराच्या जाहिराती पाहून बाया-बापडे, मुले-मुली यांना काहीच वाटत नसेल का? मानवतावादाच्या दृष्टिकोनातून प्राणिमात्रांबद्दल अलीकडे भरभरून लेख येतात. गाई-म्हशीचे दूध काढू नये, वासरांना पिऊ द्यावे किंवा कत्तलखान्यातील जनावरांना कसे हालहाल करून

मारले जाते, याची रंगीत चित्रे पानभर छापली जातात; पण आपल्याच देशातील सुमारे २० कोटी लोक कुपोषणाचे बळी आहेत, याची कुणाला चिंता वाटत नाही. सामान्य शेतकरी काय, पण बागायतदार शेतकऱ्याच्या घरचे जेवणही बघण्यासारखे असते. बाजरीच्या किंवा ज्वारीच्या भाकरी आणि पातेलंभर खळगोट की, ज्यात घराचे आढे दिसावे.

हाच शेतकरी वेगवेगळ्या कारणांसाठी भरमसाट पैसा खर्च करतो. निवडणूक आली – मग ती पंचायतीची असो, साखर कारखान्याची असो अथवा कोणत्या राजकीय पक्षाची असो – अशा वेळी त्याचा 'कसा' मोकळा होतो. लग्नासाठी, जेवणावळीसाठी, हुंड्यासाठी अथवा जत्राखेत्रांसाठी पैसा उधळण्यात त्याची प्रतिष्ठा आणि अहंकार वाढणार असतो.

या संदर्भात तालुक्यात भेटलेल्या एका डॉक्टरचा अनुभव चिंताजनक वाटतो. ते म्हणाले, ''माझ्याकडे येणाऱ्या शेतकऱ्यांना मी सांगतो – बाबा रे, भाकरीबरोबर पेंड खात जा. कारण पेंडेएवढेही जीवनसत्त्व तुमच्या आहारात नसते.'' 'ब्रेड मिळत नसेल, तर केक खा' असे सांगणाऱ्या राणीपेक्षा डॉक्टरांचे सांगणे तळमळीचे वाटते.

◆

कामगार झाला गटई कामगार

कालपरवा बळीच्या घरी गेलो. 'गरिबाच्या घरी पायधूळ झाडा' असे बळीने अनेकदा सांगूनही जमले नव्हते. दुपारची वेळ. रस्त्यावर चिटपाखरूही नव्हते. हाउसिंग बोर्डाने बांधलेली दुतर्फा बैठी घरे. मला आठवते, पंडित नेहरूंनी या बैठ्या घरांचे उद्‌घाटन केलेले. ही घरे पाहून त्यांनी नापसंती व्यक्त केली. पण आजकाल याच घरांचा भाव वधारला आहे. या घरांना आता फ्लॅट म्हणतात.

बळीचे घर सापडण्यास त्रास झाला नाही. 'पांढरा शुभ्र रंग दिलेल्या घरावर डॉक्टरांची पाटी दिसेल. या दवाखान्याच्या आडोशालाच माझे घर असेल', ही माहिती बळीने पुरवली होती. बळीचे घर ते कसले! दवाखान्याच्या चांदईला लागूनच पडवी ओढली होती; आउट हाउससारखी. दहा बाय बाराची असावी. तिथेच बळीचा संसार. मला दारात पाहताच बळीला मनस्वी आनंद झाला. जवळजवळ पाय धरायचा राहिला. मी अवघडलो. बळीचे आपल्याकडे काय काम असावे याचा अंदाज येत नव्हता.

मी चटईवर बसलो. माझ्यासमोर बळी उघडा-बोडका. त्याच्या फासळ्या दिसत असतात. कमरेला टॉवेल गुंडाळलेला. नुकतीच त्याची पूजा संपली असावी. कपाळावर, दंडावर, पोटावर विभूती फासलेली; गळ्यात रुद्राक्षांच्या माळा. मी घराचे निरीक्षण करीत असतो. जवळच फार मोठा देव्हारा. भिंतीला लटकलेली एकतारी. बळी आपल्या मुलांची ओळख करून देतो. मुलगी अकरावीला शिकत असते. मुलगा मात्र अपंग. त्याचे दोन्ही पाय लुळे. कोपऱ्यात निपचित झोपलेला. तो बायकोची ओळख करून देताना मी शहारलो. बाईच्या हाताची बोटे झडलेली; महारोगाने बाई ग्रासलेली.

बळी माझ्यासमोर बॅग उघडी करतो. खूपशी कागदपत्रे असतात. बळीने आत्मचरित्र लिहिले असावे, अशी शंका येते. आजकाल कोण कधी आत्मचरित्र लिहील हे सांगता येत नाही; पण ती सर्वच कागदपत्रे कोर्टाची असतात. त्या कागदपत्रांतून बळीचं आयुष्य उलगडत जातं. कागदपत्रे वाचतावाचता आलेल्या

शंका मी बळीला विचारत असतो. गेल्या वीस-बावीस वर्षांत बळीने एकाकी केलेला संघर्ष आणि आपल्यावर झालेल्या अन्यायाचे परिमार्जन करण्याकरिता हताश न होता दिलेली झुंज याचे अप्रूप वाटते.

१९४७ साली बळी गावाकडून मुंबईत आला. त्याला वाटले, देशाच्या स्वातंत्र्याबरोबर यंत्रयुगातील शहरात आपलाही भाग्योदय होईल. खेड्यातील पिढ्यान्‌पिढ्यांचा घाणीचा धंदा नकोसा होता. त्याने अनेक वर्षे सटरफटर कामे केली. दरम्यान, ओळखीने तो कारखान्यात कामाला लागला. डोंगरावर झोपडं बांधून तो राहू लागला. तेथे त्याने संसारही थाटला. ज्या डोंगरावर त्याचं झोपडं होतं, तेथे हाउसिंग बोर्डाला इमारती बांधायच्या होत्या. झोपडीऐवजी त्याला घर मिळालं; दोन खोल्यांचं. तो जेथे काम करायचा तो कारखाना मध्य रेल्वेवर. ही १९७० सालातली घटना. घरापासून कारखाना लांब पडतो. प्रवासात दोन तास जातात. अशीच अवस्था ओळखीच्या मित्राची होती. या दोघांनी घराची अदलाबदल केली. एकमेकांची घरे बदलून द्यावीत, एक-दुसऱ्याच्या नावे करावीत म्हणून या दोघांनी एकत्र बोर्डाकडे अर्ज केला आणि येथेच बळीची फसगत झाली. त्याच्या आयुष्यात दुष्टचक्र सुरू झाले.

आपल्या ओढगस्तीच्या संसाराला थोडाफार हातभार लागावा म्हणून बळीने आपली पुढची रूम एका डॉक्टरला 'लीव्ह अॅन्ड लायसन्स' या पद्धतीने ११ महिन्यांच्या कराराने भाड्याने दिली. तिथे डॉक्टरांनी दवाखाना उघडला. बळीच्या म्हणण्याप्रमाणे डॉक्टरांकडून चार हजार रुपये अॅडव्हान्स घेतला होता. तशा प्रकारे कागदपत्रेही तयार केलेली. दवाखाना उघडलेले घर हे बळीच्या नावे नाही हे जेव्हा डॉक्टरला समजले तेव्हा डॉक्टरची नीती बिघडली. अनेकदा बळी साक्षीदारासहित पैसे परत करण्यास, लीव्ह लायसन्स रद्द करण्यास जाऊनही काही उपयोग झाला नाही. घरावर पूर्ण कब्जा मिळविण्यासाठी डॉक्टरांनी जे सूडनाट्य रचले त्याला तोड नाही. १९७५ सालापासून तो आजतागायत चॅप्टर, क्रिमिनल अशा अनेक केसेस उभ्या करून बळी आणि त्याच्या कुटुंबाला त्राही भगवान करून सोडले. सर्व बाजूंनी कोंडी करून बळीला आणि त्याच्या कुटुंबाला घराबाहेर हुसकावले. १९८५ साली बळीने तीक्ष्ण हत्याराने डॉक्टरवर हल्ला केला. या संदर्भात बळी आणि त्याच्या बायकोवर ३२४ व ११४ कलमांखाली तथाकथित पोलीस केस नोंदवली होती. तिचा निकाल नुकताच लागला असून, अथक प्रयत्नांमुळे बळी आणि बायको निर्दोष सुटले आहेत. आता ज्या अनधिकृत जागेत बळी पडवी बांधून राहतो आहे, तेथूनही त्याला हुसकावण्याचे कारस्थान शिजते आहे. पोलीस यंत्रणा आणि हाताशी असलेले गुंड यासोबत फाईली कशा रंगवायच्या याचे कसब धनदांडग्यांना माहीतच असते; त्यामुळे हुसकावणे फारसे अवघड नाही. अशीच दोन घरे डॉक्टरांनी बळकावली

आहेत असे भोवताली बोलले जाते. बळीने कोर्टकचेरीकरिता कारखान्यातील नोकरी सोडली. सारा फंड वकिलाकरिता खर्च केला. आज तो कफल्लक आहे.

मी जेव्हा बळीच्या घराचा निरोप घेतो, तेव्हा माझे मन बधिर झालेले. बळी तळतळून बोलत असतो, 'साहेब, तुम्ही काहीतरी करा. तुमची सरकारदरबारी ओळख आहे. नाहीतर हाउसिंग बोर्डाच्या ऑफिससमोर मी आमरण उपोषणाला बसेन.' त्याचा तळतळाट जिव्हारी लागत होता. ब्रिटिश शासन उपोषणामुळे जेथे हालले तेथे आपली शासनयंत्रणा हालेल काय याबद्दल मी साशंक होतो. मी बोलायचो म्हणून बोललो. आता तुमची उपजीविका कशी चालते? यावर बळी म्हणाला, 'चला दावतो.' आम्ही दोन-तीन फूटपाथ सोडून एका झाडाखाली आलो. तेथे गंजलेली पेटी होती. त्यात जुन्या चपला, जोडे सांधण्याची हत्यारे होती. मी मनात चरकलो. एकेकाळचा कामगार गटई कामगार झाला होता. पिढ्यान्‌पिढ्यांचा धंदा त्याच्या वाट्याला आला होता. मला पुराणातली वामन आणि बळीची कथा आठवली. वामन निरुपद्रवी बटूच्या वेषात आला होता. वामनाने कपटाने तीन पावलांएवढी जमीन मागितली. त्याने एक पाऊल पृथ्वीवर, दुसरे आकाशात आणि तिसरे बळीच्या डोक्यावर ठेवून बळीला गाडले. येथेही डॉक्टर पवित्र सेवा करण्याच्या रूपाने आला. त्याने एक पाऊल पहिल्या खोलीत, दुसरे किचनमध्ये आणि तिसरे बळीच्या डोक्यावर ठेवले, त्याला गाडण्यासाठीच. आजही खेड्यापाड्यांत म्हण आहे, "इडा पिडा टळो आणि बळीचे राज्य येवो." आता आपण एवढेच म्हणायचे, "इडा पिडा टळो आणि बळीचे घर त्याला मिळो."

◆

जिहाद म्हणजे धर्मयुद्ध नव्हे

हुसेन जमादार यांचे 'जिहाद' हे आत्मकथन नुकतेच प्रसिद्ध झाले आहे. मानसन्मान प्रकाशन, पुणे यांनी ते प्रसिद्ध केलं आहे. एका मुसलमान तरुणाने आत्मकथन लिहावे आणि त्याचे नाव 'जिहाद' ठेवावे, यातून काहींना जिहादचा प्रचलित अर्थ धर्मयुद्ध असाच जाणवेल; पण लेखकाला हा अर्थ अभिप्रेत नाही. कुराणाचा संदर्भ देऊन पुस्तकाच्या मुखपृष्ठावर म्हटले आहे की, एखाद्या ध्येयाच्या सिद्धीसाठी आपली संपूर्ण शक्ती पणाला लावणे व जिवाच्या आकांताने प्रयत्न करणे म्हणजे जिहाद होय! आपल्या ध्येयाच्या सिद्धीसाठी पानोपानी लेखकाने संघर्ष केला आहे.

हे आत्मकथन वाचताना अनेक दलित आत्मकथनांची आठवण होत होती. मराठी साहित्यात या आत्मकथनांनी नवी वाट चोखाळली. त्याच वाटेने निर्भयपणे 'जिहाद' हे आत्मकथन जाते. धर्माची, सामाजिक-सांस्कृतिक प्रथांची, नातेवाईक, कुटुंबातील माणसे यांच्या 'मानसिक'तेची – अशा अनेक प्रकारच्या दडपणांमुळे लेखक गुदमरून जात असतो. त्याला हवे ते तो लिहू शकत नाही. ही एक प्रकारची दहशत असते. शासकीय सेन्सॉरशिपपेक्षा ही सेन्सॉरशिप भयानक असते. ही सेन्सॉरशिप तोडताना लेखकाला अनेक प्रकारच्या अग्निदिव्यांतून जावे लागते. आयुष्यभर जळवा लागतात. या सर्व गोष्टींची कल्पना असूनही लेखकाने जिहादच्या रूपाने हा क्रूस खांद्यावर घेतला आहे.

गवतावर पाय ठेवावयास जावे आणि गवताच्या खाली इंचू-इंगळ्यांचे पेव निघावे तसे दाहक अनुभव 'जिहाद'मध्ये ठणका देतात. लेखकाचे सर्वच आयुष्य म्हणजे जळता निखारा. आपल्या आयुष्याची पाने उलगडताना त्यांनी हातचे काही राखून ठेवलेले नाही. अर्थात नुसते त्यांचे एकट्याचे वा त्यांच्या कुटुंबाचे आयुष्य जिहादमध्ये येत नाही तर दारिद्र्यरेषेखाली जो तीन चतुर्थांश मुसलमान समाज आहे की, जो दुय्यम नागरिक म्हणूनच वागविला जातो, त्या समाजाचे दर्शन आत्मकथनातून होते. वेगवेगळ्या कारणांमुळे मुसलमान हा लष्कर, पोलीस खाते, शासकीय

नोकऱ्या, उत्पादन साधने यांपासून वंचित ठेवल्यामुळे 'जिहाद'मधील मुसलमान कुटुंबाचे व्यवसाय असेच का, याचा शोध लागेल. स्वत: जमादार, त्यांचे वडील, आई, नातेवाईक यांनी केवळ जगण्यासाठी, पोट भरण्यासाठी जे कष्ट उपसले त्याला तोड नाही. वडील टांगा चालवीत, तर आई श्रीमंत मुसलमानांच्या घरी धुणी-भांडी करी, तर हुसेन यांनी आंबे विकणे, कोंबड्या-अंडी विकणे, हॉटेलात कपबश्या विसळणे अशी कामे केली. या संदर्भात जमादार म्हणतात, मोहल्ल्यातील वातावरण असंच होतं. मीच काय परंतु माझ्यासारखे अनेक तरुण छोट्या-मोठ्या धंद्याला जात होते. कोणी आइस्क्रीम विकायचा, कोणी हॉटेलात लागलेला, तर कुणी टेलर, काही तरुण सिनेमाच्या तिकिटांचा काळाबाजार करून आपला संसार चालवीत. कोणी आकडा घेण्याकरिता वळत, तर काही चक्क हातभट्टीची दारू विकत. पेपरमध्ये स्मगलर, चोर-दरोडेखोर, आकडा घेणारे अशा गुन्हेगारांच्या बातम्या यायच्या; त्यात मुस्लीम नावं बघून मला शरमायला व्हायचं. लेखकाने ही कामे आमच्याच वाट्यालाच का, म्हणून संताप व्यक्त केला नाही. पण मुस्लीम तरुणांतील आजच्या अराजकतेचे मूळ या अवस्थेत आहे, असे कुणालाच वाटत नाही. देशद्रोही म्हणून त्यांना शिवी हासडली की झालं आपलं समाधान, हीच सार्वत्रिक वृत्ती.

हे पुस्तक ३६६ पानांचे. पुस्तकाचा सारांश सांगावयाचा ठरला तर 'बोनसाय' होतो की काय ही भीती. आजच्या भारतीय मुसलमानांचे सर्वच प्रश्न पोटतिडिकीने मांडलेले. धर्मातील कर्मकांड, तेथेही निर्माण झालेल्या जाती, शिया-सुन्नीमधील यादवी, धर्माची अवज्ञा केला तर जीवघेणा सामाजिक बहिष्कार, स्त्रियांचे होणारे शोषण, संततिनियमनाला असलेला विरोध, पडदा पद्धती, तलाकपीडित स्त्रियांचे दु:ख, भारतीय दंडविधान संहिता कलम १२५ यातून मुसलमानांना वगळण्याचे कारस्थान, मुल्ला-मौलवी आणि तबलीग जमातसारखी जातीयवादी संघटना यांचे वाढते आक्रमण अशा कितीतरी घटना 'जिहाद' या आत्मकथनात येतात. या सर्व घटना कुठेही प्रचारी पद्धतीने न सांगता आपल्या अंत:करणाची पकड घेतात. यातच 'जिहादचे' यश वाटते.

हमीद दलवाई यांनी स्थापन केलेल्या मुस्लीम सत्यशोधक मंडळ या संस्थेचे हुसेन जमादार हे क्रियाशील कार्यकर्ते. हमीद दलवाई गेल्यानंतर त्यांनी संस्थेच्या कार्याला वाहून घेतले. सामाजिक बहिष्कार, दगड-धोंड्याचा मारा, अवहेलना या सर्वांना तोंड देत राजीव गांधी पंतप्रधान असताना तलाकपीडित स्त्रियांच्या मुक्ततेकरिता त्यांच्यापर्यंत जाऊन दाद मागितली. सोबत हमीद यांची पत्नी मेहरुन्निसा दलवाई होत्या. समान नागरी कायदा हवा, भारतीय दंडविधान संहिता कलम १२५ यात मुसलमानांचा समावेश करावा म्हणजे मुसलमान अलग पडणार नाहीत ही त्यांची

किमान मागणी होती. राष्ट्रपतींपासून ते पंतप्रधानांपर्यंत आपल्या कार्यकर्त्यांसमवेत ते झुंजले. शेवटी त्यांच्या तोंडाला पाने पुसली गेली. त्या वेळचे राष्ट्रपती म्हणाले, "मुझे आपसे हमदर्दी है; मगर फैसला करना सरकारके हाथ में है." तर सरकार म्हणजे पंतप्रधान म्हणाले, "पर्सनली मुझे आपका कहना ठीक लगता है, लेकिन आपकी ताकद बहुतही कम है, आपके समाजके लोगों की तरफ से बडे पैमानेपर सुधार के लिए मांग आनी चाहिये."

हमीद दलवाई हे विद्रोही होते, नास्तिक होते. मुस्लीम धर्मातील कर्मकांडावर, त्यांच्या अलगतावादी भूमिकेवर ते प्रहार करीत. म्हणून की काय दलवाई हिंदूंमधील क्रांतिकारक तर मुसलमान त्यांना काफर समजत होते. त्यांना शेवटी विद्युत्दाहिनीत जाळले; पण धर्माप्रमाणे त्यांना पुरण्याचे ठरवले असते, तर त्यांना कब्रस्तान मिळाले नसते. त्यांचे प्रेत उखडले गेले असते. या सर्वांची जाणीव असल्यामुळेच की काय हुसेन जमादार यांच्या कार्याची पद्धती संतुलित आहे. ते मुसलमान धर्म मानतात, नमाज पढतात; पण समाजातील घातक रूढी, अज्ञान, अंधश्रद्धा, संततिनियमनाला होत असलेला विरोध, मुल्ला-मौलवी आणि तबलीग जमातीसारख्या पुनरुज्जीवनवादी संघटना याविरुद्ध आक्रमक न होता उपहासाने या सर्व प्रकारांची ते खिल्ली उडवतात.

मुसलमानांचे होत असलेले एकारलेपणा याला तबलीगसारख्या संघटना कारणीभूत आहेत असे लेखकाचे ठाम मत दिसते. ते म्हणतात, 'तबलीग जमात संघटना फार पद्धतशीर आहे. हजला सर्व जगातील मुसलमान एकत्र जमतात, तिथं जगाच्या पातळीवर एक समिती बनविली जाते. मग देशाच्या पातळीवर, मग राज्य, जिल्हा, गाव आणि शेवटी मोहल्ला. मुस्लीम समाजाला गतिहीन बनविण्याचे काम ही मंडळे करतात. यांचा शिक्षणाला विरोध, नव्या विचाराला विरोध आणि त्यातून फिरणारी उत्तर प्रदेश, बिहारातून जी मंडळी येतात ती तर अत्यंत धर्मांध विचाराची असतात. या मंडळींचा महाराष्ट्रात सुळसुळाट झाला आहे. कालचक्र उलटे फिरवणारी ही संघटना; आपली पहचान अलग म्हणून दाढी, टोपी हा मुस्लीम लिबास वापरतात. पैगंबरांच्या काळाचा समाज अस्तित्वात आणण्याचे संघटनेचे ध्येय. 'गर्व से कहो हम हिंदू है' अशा घोषणा करणाऱ्या संघटना म्हणजे तबलीग जमातीच्या कार्बन कॉपीज आहेत, असेच समजायला हवे.

चटका लावणाऱ्या काही घटना सांगाव्याशा वाटतात. आपल्या आईबद्दल लेखक म्हणतो, पूर्वीच्या प्रथेप्रमाणे ती दहा-बारा वर्षांची असताना लग्न झाले. तिच्या अठराव्या वर्षी तिला तीन मुले होती आणि विसाव्या वर्षी ती विधवादेखील झाली. ती माहेरी विधवेचे जीवन जगू लागली. तिचं पाऊल वाकडं पडलं. तिला दिवस गेले. घरची मंडळी जागी झाली. एका पन्नाशी ओलांडणाऱ्या म्हाताऱ्याशी

तिचं लग्न झालं. ज्या म्हाताऱ्यानं तिच्याशी लग्न केलं, त्याला माहीत होतं की, आईच्या पोटात दुसऱ्याचा गर्भ आहे. या म्हाताऱ्यापासून तिला सहा वर्षांत पाच मुलं झाली. या पाच मुलांपैकी एक म्हणजे आत्मकथनाचा नायक – हुसेन जमादार. स्वत:च्या बहिणीचे लग्नही ती सात वर्षांची असताना झाले. तिची अनेक बाळंतपणे, बाहेर जाणे नाही, पांढरीफटक पडलेली, चालणे विसरलेली; घरातल्या घरात खुरडत चाले. आधीच्या नवऱ्यापासून झालेल्या मुलींना जर आई भेटावयास गेली, तर मुलगी आईला सांगायची, 'हमारे यहाँ कडक गोषा है। जमात में हमारा घर बडा है। भार के आदम्याको हमारा बायकाका नखसुद्धा दिसत नाही. मुझे यहाँ जिंदगी काटने की है, तू भार पडू नको माँ।' अशा कितीतरी घटना, काळजावर कोरलेल्या.

◆

ढवळ्याशेजारी पवळा

अनेक वर्षे मी मुस्लीम वस्तीत राहिलो आहे. नागपाडा, भेंडीबाजार, मदनपुरा या मुंबईतील मुस्लीम वस्तीत माझे बालपण गेले आहे. तर मुस्लीम वस्ती असलेल्या शिवडीच्या झोपडपट्टीत मी काही काळ राहिलो आहे. गावी शिकत असताना मोहरमचे ताबूत पाहिले. माणसाचा वाघ करून त्याला नाचवणे, लोखंडी लंगराने छातीवर रक्त फुटेपर्यंत मारणे अशा मिरवणुका पाहिल्या आहेत. काही वेळा मुस्लीम मित्रांबरोबरही वावरलो आहे. कुतूहल म्हणून मशिदीमध्ये गेलो आहे. पण एवढ्या काळात मुस्लीम धर्म, त्याचे वर्म, रीतीरिवाज, त्याचा नेमका अर्थ कळला आहे, असे काही वाटत नाही.

आपल्या देशात अनेक धर्म, जाती, पंथ हे नाही म्हटले तरी वेगवेगळ्या बेटांसारखेच. विविधतेत एकता असे जरी गौरवाने म्हणत असू तरी ते काही खरे नाही. अभ्यासक्रमात ही ओळ ठीक आहे, पण त्यामुळे वास्तव काही बदलत नाही. आपण एक राष्ट्र जरी म्हणत असू तरी एका बेटावरचे सामाजिक, सांस्कृतिक प्रश्न, जगण्याची रीत, कर्मकांड हे दुसऱ्या बेटावरही तेवढेच अज्ञात राहतात. त्यातील थोडी फार माहिती कळली, तरी एखाद्या ग्रहावरची माहिती कळावी, तसे आपण अचंबित होतो.

अलीकडेच एक पुस्तक वाचण्यात आले. पुस्तकाचे नाव आहे, 'इस्लामसंबंधी एक आधुनिक दृष्टिकोन', लेखक आसफ ए. ए. फैजी. मूळ इंग्रजी पुस्तकाचा अनुवाद केला आहे प्रा. भास्कर भोळे यांनी. महाराष्ट्र साहित्य संस्कृती मंडळाने पुस्तक प्रसिद्ध केले आहे. कुठलाही धर्म असू द्या, त्याचे तत्त्वज्ञान जगात किती श्रेष्ठ आहे, आमचा धर्म मानवमुक्तीसाठीच अवतरला आहे, अशी अनादी काळापासून धर्मपंडितांची, विचारवंतांची चढाओढ लागलेली असते. हे पुस्तकही त्याला अपवाद नाही. ठायी-ठायी कुराणाचे आयते दाखले देऊन हे सिद्ध करण्याचा प्रयत्न केला आहे. बहुधा पुस्तकाचे सार म्हणून राष्ट्रवाद आणि इस्लाम या संदर्भातील पै. मौलाना अबुल कलम आझाद यांचे कोटेशन पुस्तकात आले आहे. ते म्हणतात, 'मी

मुसलमान आहे आणि याचा मला अभिमान वाटतो. इस्लामची तेरा शतकांची दीर्घकालीन परंपरा हा माझा वारसा आहे. या माझ्या वाट्यातला एवढासा कणसुद्धा सोडायला मी तयार नाही. इस्लामी शिक्षण, इस्लामी इतिहास, इस्लामी कला, इस्लामी शास्त्र व इस्लामी संस्कृती हे माझ्या मालमत्तेचे भाग होत आणि एक मुसलमान या नात्याने तिचे जतन करणे हे माझे कर्तव्य होय. मी मुसलमान असल्यामुळे सांस्कृतिक आणि धार्मिक क्षेत्रांत माझे खास असे स्थान आहे आणि माझ्या आयुष्याच्या या गाभाऱ्यात मला कोणाचा हस्तक्षेप सहन होणार नाही. पण या भावनांच्या जोडीलाच माझ्या बाह्य जीवनाच्या संपूर्ण वास्तवाने निर्माण केलेली दुसरी भावना माझ्या ठायी आहे. इस्लामचा आत्मा या श्रद्धेच्या आड येत नाही. खरे तर तो मला या वाटेवर मार्गदर्शन करतो. भारतीय असल्याचा मला अभिमान वाटतो.'

महात्मा गांधींसमवेत स्वातंत्र्य चळवळीत ज्यांनी कार्य केले त्या आझादांचे विचार पाहून कुणालाही सहज धक्का बसेल. एकीकडे मुसलमान असल्याचा अभिमान, तर दुसरीकडे भारतीय असल्याचा अभिमान. एकाच म्यानात दोन तलवारी कशा बसतील? हा कुणालाही प्रश्न पडेल. मला तर आपल्या 'बालभारती' या अभ्यासक्रमातील पहिल्याच पानावर छापलेल्या प्रतिज्ञेचा कायापालट झाला की काय, असा भास झाला. 'सारे जहाँ से अच्छा, हिंदोस्ता हमारा' हे प्रभावी गीत लिहिणाऱ्या कवीनेच पुढे पाकिस्तानचा पुरस्कार केला, याची आठवण झाली. या पार्श्वभूमीवर डॉ. बाबासाहेब आंबेडकर यांचे विचार मननीय वाटतात. ते म्हणतात, 'काही लोक म्हणतात की, आम्ही प्रथम भारतीय आहोत आणि नंतर हिंदू किंवा मुसलमान आहोत. मला हे पसंत नाही. हे पुरेसे वाटत नाही. धर्म, संस्कृती आणि भाषा वगैरेंतून निर्माण होणाऱ्या कोणत्याही स्पर्धक निष्ठेमुळे आपली भारतीय म्हणून असलेली निष्ठा धोक्यात येता कामा नये. लोकांनी भारतीय आणि फक्त भारतीयच राहावे. याखेरीज अन्य काही असू नये.' (जातिनिर्मूलन ग्रंथ)

मौलाना अबुल कलम आझाद यांच्यासारख्या मुस्लीम विचारवंताचे हे विचार, तर मग सामान्य मुसलमानाबद्दल काय सांगावे! हिंदू धर्मात लोकहितवादींपासून तर फुले-आंबेडकरांपर्यंत जशी धर्मचिकित्सा झाली, प्रबोधनाच्या चळवळी झाल्या त्याचा मागमूसही मुस्लीम धर्मात आढळत नाही. पराकोटीची अंधश्रद्धा. माझ्या ओळखीचा एक मुसलमान तरुण होता. चांगला वकिलीची परीक्षा पास झालेला. अमेरिकेतला माणूस चंद्रावर गेला, त्या वेळची गोष्ट. त्याच्या आणि माझ्यातील वाद आठवतो. त्याचे म्हणणे असे की, "चाँद हमारा खुदा है । उसपर आदमी जा नही सकता । जिस चाँदपर आदमी गया, वह हमारा चाँद नही हो सकता ।" आता काय म्हणावं या वेडाला. आपल्याकडे जसे वेद, उपनिषदे हे अपौरुषेय आहेत, असे काहींना ठामपणे वाटते तसेच कुराणाबद्दलही मुसलमानांना वाटते. त्याच्या कानामात्रा

बदलण्याचा माणसाला अधिकार नाही. महंमद पैगंबर हा शेवटचा प्रेषित. त्याच्या मुखातून कुराणाचे शब्द आलेले; अल्लाची वाणी म्हणून!

'धर्माचे प्रयोजन माणसामध्ये एकी निर्माण करावी, दुही निर्माण करू नये, ही इस्लामची घोषणा,' असे कुराण सांगते. पण आजचे वास्तव काय आहे? हुसेन जमादार यांच्या 'जिहाद' या आत्मकथनात दुहीचे, कलहाचे, माणूसपण हिरावून घेणारे, माणसाला तुच्छ लेखणारे कितीतरी दाखले येऊन जातात. 'ढवळ्याशेजारी पवळा' बांधल्यावर वाण नाही, पण गुण लागतो,' असे म्हणतात. तसे हिंदू धर्मातील अस्पृश्यता, जातिभेद, कर्मकांडाचे प्रस्थ हे नकळत मुसलमानांत शिरलेले. हिंदू धर्मातील स्त्रिया विटाळात चार दिवस बाहेर बसतात. असाच अनुभव मुस्लीम स्त्रियांच्या बाबतीत 'जिहाद'मध्ये आलेला. 'अरे, उने बम्मननी है, उसे पकडो नको.' यल्लमाला जग घेऊन जाणाऱ्या अथवा हिंदू देवदेवतेला नवस करणाऱ्या मुस्लीम स्त्रियाही दिसतात. पीर किंवा उरूस यांचे स्तोम आहे. गंमत म्हणजे हिंदूही तेवढेच या पीरांना भजतात. हुसेन जमादार हा पठाण, तर त्यांनी ज्या मुलीशी लग्न केले ती अत्तार. जातीबाहेर लग्न केलं आणि तेही रजिस्टर – चोरून, लपून; त्यामुळे स्वतःच्या बहिणीच्या लग्नात आलेल्या अडचणी. रजिस्टर लग्न आईला खरं लग्न वाटत नव्हतं. 'जिहाद'मध्ये जमादार म्हणतात, 'तिनं अंथरूण धरलं. तिच्या डोळ्यांत पाणी ठरेना. तिनं दोन दिवस अन्न घेतलं नाही.' मित्र पण तिच्या बाजूला झाले. म्हणाले, 'कर ना पुन्हा लग्न. तुझं काय जातं?' ज्यांना माझं फक्त रजिस्टर लग्न माहीत होतं ते पण म्हणू लागले, 'तुमच्या पद्धतीने लग्न करायला काही हरकत नाही.' अशा पद्धतीने हुसेनचं एकाच मुलीशी दोनदा लग्न झालं.

हिंदू धर्मात जसे 'न स्त्री स्वातंत्र्यम् अर्हति' असे संबोधून तिला दुय्यम स्थान दिले आहे, तसेच कुराणात तिला गुलामाहून गुलाम केले आहे. कुराण म्हणते, "हे लोकांनो, तुम्हाला तुमच्या स्त्रियांवर म्हणजे बायकांवर हक्क आहेत आणि त्यांनाही तुमच्यावर अन्योन्यश्रयी हक्क आहेत. तुम्हाला त्यांच्याविरुद्ध असा हक्क आहे की, तुम्हाला न आवडणाऱ्या (पुरुषा)शी संबंध ठेवून त्यांना तुमच्याशी अप्रामाणिक होता येणार नाही किंवा राजरोस दुराचार करता येणार नाही; पण त्या जर पापाचरण करू लागल्या, तर त्यांना शहनागारात बंदिस्त ठेवण्याची आणि त्यांना माफक प्रमाणात चोप देण्याची परवानगी ईश्वराने दिली आहे आणि जर ज्यांना पश्चात्ताप झाला, तर त्यांना दयाळूपणे अन्न आणि वस्त्रप्रावरणे द्या." यावरून आजच्या मुस्लीम स्त्रीची अवस्था जनावरांपेक्षा हीन पातळीवर का गेली याचा शोध सहज लागेल.

◆

एकलव्याचा अंगठा

गेल्या सप्ताहात आगळ्यावेगळ्या समारंभास जाण्याचा योग आला. समता विचारक प्रसारक संस्था या संघटनेच्या वतीने ठाणे येथे 'एकलव्य गौरव पुरस्कार – १९९३' हा समारंभ पार पडला. समारंभाचे अध्यक्ष होते गजानन खातू, तर प्रमुख पाहुणे ठाणे जिल्हा अधिकारी मधुकर पाटील हे होते.

आजवर गुणवत्ता यादीत आलेल्या, पहिल्या तिसात आलेल्या विद्यार्थ्यांचा जाहीरपणे सत्कार होई. पण कमीतकमी पस्तीस टक्के मिळवून जो विद्यार्थी पास होतो त्याचा सत्कार कधी पाहिला नव्हता; त्यामुळे या कार्यक्रमाबद्दल उत्सुकता होती.

मागील वर्षीपासून हा पुरस्कार दिला जातो. घरातील अत्यंत प्रतिकूल परिस्थितीशी झगडून मेहनत, जिद्द आणि चिकाटीच्या जोरावर दहावीची परीक्षा पास झालेल्या विद्यार्थ्यांचा हा सत्कार. योग्य शैक्षणिक वातावरणाचा अभाव, घरची हलाखीची परिस्थिती यातून पास होणारे हे विद्यार्थी म्हणजे एक प्रकारे आधुनिक एकलव्यच होत, हे संस्थेचे ध्येयवाक्य खऱ्या अर्थाने सार्थ झाल्यासारखे वाटले.

उत्तीर्ण झालेल्या मुलांपैकी जी मुले दारिद्र्यरेषेखालील आहेत त्यांचीच फक्त पुरस्कारासाठी निवड करावयाची ही संस्थेची प्रमुख अट होती. त्याकरिता ठाणे महानगर क्षेत्रातील एकूण ३३ शाळांना संस्थेने पत्रके पाठविली. त्यात सरकारी अनुदानित मराठी, हिंदी, गुजराती आणि उर्दू शाळांचा अंतर्भाव होता. विद्यार्थ्यांमध्ये आम्ही गरीब, श्रीमंत असा भेद करीत नाही म्हणून तीन शाळांनी संस्थेला प्रतिसाद दिला नाही. केवळ शाळांनी दिलेल्या माहितीवर विश्वास ठेवून हे पुरस्कार दिले नाहीत, तर संस्थेच्या कार्यकर्त्यांनी घरोघर जाऊन या विद्यार्थ्यांच्या घरांची पाहणी केली. त्यात ३२ मुलांची घरे न सापडल्याचाही उल्लेख केला गेला. एकूण २१६ मुलांपैकी १३३ मुलांना नगद रुपये १००/- आणि गौरवपत्र देऊन त्यांचा सत्कार करण्यात आला.

आपली शाळा सांभाळून या मुला-मुलींनी दहावीपर्यंत जे कष्ट उपसले, त्याला तोड नव्हती. पेपर टाकणे, पानपट्टीचे दुकान चालविणे, खोकी तयार

करणे, घरातच लॉंड्री चालविणे, दूध विकणे, स्वयंपाक करणे इत्यादी कामे या मुला-मुलींच्या वाट्याला आलेली. तर त्यांच्या माता धुणी-भांडी करणे, दुकानातील गहू साफ करणे, शिवणकाम, रेतीकाम, भाजीपाला-फुले विकणे ही कामे करताना दिसतात. नवरा व्यसनी असेल अथवा मरण पावला असेल, तर अनेक स्त्रिया मुलांच्या शिक्षणाकरिता काबाडकष्ट उपसणाऱ्या आहेत. माथाडी कामगार, प्यून, हमाली, रिक्षाचालक, टांगा हाकणे, गटई कामगार, वॉचमन, सफाई कामगार ही पुरुषांची कामे. वेगवेगळ्या कारणांमुळे ठाणे परिसरातील कंपन्या, फॅक्टरी बंद पडल्यामुळे आमची हलाखीची परिस्थिती झाली, असे अनेकांनी नमूद केलेले. कॉलेज शिक्षणाकरिता देणगी भरता येत नाही म्हणून पुढे शिक्षण घेता येत नाही, अशी खंतही काहींनी व्यक्त केलेली. आपला बाप दारुड्या आहे. अल्कोहोलिक झाला आहे ही वस्तुस्थितीही पुढे आलेली. गौरव झालेल्या १३३ मुलांपैकी ३५ मुले ही प्रथम श्रेणीत आलेली. एका मुलीचे तर गुण होते ९१.१४ टक्के. तिचे वडील अपंग आहेत. एका मुलाचा गुणवत्ता यादीत क्रमांक एका मार्काने हुकला आहे. कमीतकमी गुण मिळालेला मुलगा आहे ३८ टक्क्यांचा. त्याच्या घरची परिस्थिती नोंदवली आहे. वडील टांगा चालवितात. कुडाचे घर, घरात नळ, लाईट नाही. घरात शेळ्या बांधलेल्या.

आपल्या देशात का कुणास ठाऊक गरिबीची लाज वाटते. घरात जरी ताक-कण्या खाल्ल्या तरी बाहेर मात्र मिशीला तूप लावून फिरावे हा बडेजाव. त्या दृष्टीने समारंभाला आलेली मुले-मुली आणि त्यांचे पालक आपल्या गरिबीची लाज न धरता धाडसाने पुढे आलेले. याचे अप्रूप वाटले. यात सर्व जातीजमातींची आणि धर्मांची मुले-मुली होती. आठ मुसलमान मुला-मुलींपैकी चौदा-पंधरा वर्षांची एक मुसलमान मुलगी बुरख्यात आली होती. मुंबई-पुण्याकडे ज्या कपड्यांच्या फॅशन्स असतात; जीन्स, मिनी स्कर्ट अथवा बॉबकट, केसांची झुल्पे असे दृश्य नव्हते. विद्यार्थी खूपच साध्या पेहरावात आले होते. एक खरे की, परिस्थितीच्या रेट्यामुळे त्यांच्या चेहऱ्यावर काळजी आणि औदासीन्य दिसत होते. भारताचे खरे दर्शन होत होते. आता तर मुक्त अर्थव्यवस्थेमुळे श्रीमंत वर्ग हा आणखी श्रीमंत होणार आणि तळागाळातील वर्ग हा जमिनीवर सरपटणार याचीच तीव्र जाणीव होत होती.

इ. स. १८३३ साली लॉर्ड मेकॉले यांनी आपल्या देशात शिक्षण प्रसाराचा सिद्धांत मांडला. त्याला 'फिल्टर' पद्धती म्हटले गेले. डोंगर माथ्यावरून पाणी जसे खाली झिरपत जाते तसे वरच्या थरात दिलेले शिक्षण आपोआप खालच्या थरात वाहात जाईल, हा तो सिद्धांत. या सिद्धांताला विरोध केला तो महात्मा

फुले यांनी. जाती आणि धर्म असलेल्या देशात हा सिद्धांत योग्य नाही असे त्यांचे मत होते. ज्यांच्याकडे सत्ता, संपत्ती आणि प्रतिष्ठा आहे त्यांच्यासाठीच उच्च शिक्षणाची दारे उघडी आहेत. वरचा वर्ग हा जसजसा जादा श्रीमंत होत जाईल तसतसा त्यांचा पैसा (सरप्लस मनी) खाली झिरपत येईल असे अर्थतज्ज्ञ समजत होते. पण वरच्या वर्गाच्या श्रीमंतीचा पैसा हा चैन-चंगळवाद, पंचतारांकित हॉटेलांतील खर्च, परदेशी वस्तूंचा हव्यास, परदेशी बँकेत गुंतवणूक, शेअर बाजारातील उलाढाली यातच वरच्या वर फिरतो आहे. तो खालच्या वर्गापर्यंत येण्याची चिन्हे दिसत नाहीत.

भारतीय राज्यघटनेत शिक्षणासंबंधी कितीही चांगल्या योजना आखल्या गेल्या तरी त्या शेवटी कागदावरच राहिल्या. स्वातंत्र्यानंतर आजही काय दृश्य दिसते? ५० टक्के लोक अजूनही निरक्षर आहेत. स्त्रियांमध्ये हे प्रमाण ६५ टक्के तर ग्रामीण भागात ७५ टक्के स्त्रिया निरक्षर आहेत. अनुसूचित जाती-जमातींत तर स्त्रियांच्या बाबतीत ते ९० टक्क्यांच्या जवळपास आहे. आता या देशातील युवक-युवतींना १८ वर्षे वयाला मतदानाचा हक्क प्राप्त झाला आहे. तर महिलांना निर्णयप्रक्रियेत सर्व स्तरांवर ३० टक्के जागा रिझर्व्ह ठेवण्यात आल्या आहेत. तेव्हा अशी निरक्षर पिढी लोकशाहीची बूज कशी राखणार? सक्तीचे मोफत शिक्षण या योजनेप्रमाणे ६ ते १४ या वयोगटातील सर्व मुले शाळेत आली आहेत काय? शिक्षणाच्या क्षेत्रात नकळत समाजाचे वर्गीकरण मोठ्या प्रमाणात होत आहे. समाजातील वरच्या थरातील मुले ही इंग्रजी शाळेत, मध्यमवर्गीयांची मुले ही खाजगी शाळेत तर गरिबांची मुले नगरपालिका, जिल्हा परिषद या शाळांत प्रवेश घेतात. अशा प्रकारच्या वर्गीकरणामुळे समाजातील वेगवेगळ्या घटकांतील दरी वाढतच जाणार आहे. मध्येच शाळा सोडणाऱ्या (ड्रॉप-आउट) मुलांची तर वेगळीच समस्या आहे. ही मुले मुख्यत: झोपडपट्टी, दलित, आदिवासी, शेतमजूर, भटक्या आणि विमक्त वर्गातील आहेत. या एकलव्यांचे अंगठे कुणी कापले, हा विचार करण्यासारखा प्रश्न आहे.

एखादा एकलव्य मात्र सर्व संकटे पार करून विद्याविभूषित होतो. या आधुनिक एकलव्याची गोष्ट आठवते. गोष्ट आहे हिंदी लेखक हरि शंकर परसाई यांची. अलीकडचे विद्यापीठ – त्यात अर्जुन आणि एकलव्य एम.ए.चा अभ्यास करीत असतात. त्यांचे प्राध्यापक द्रोणाचार्य. अर्जुन हा श्रीमंत. त्याची स्वत:ची कार. अर्जुन अनेकदा द्रोणाचार्यांना लिफ्ट देत असतो. मेवा-मिठाईची पार्सल्स द्रोणाचार्यांच्या घरी अर्जुनाकडून पोहोचविली जातात; त्यामुळे अर्जुन हा द्रोणाचार्यांचा लाडका. एकलव्य हा गरीब, कष्टाळू व बुद्धिमान. त्याने भिंतीवर आपले प्राध्यापक द्रोणाचार्य यांचा फोटो टांगलेला. द्रोणाचार्यांच्या लक्षात येते. एकलव्य

हा विद्यापीठात पहिला येईल. अर्जुन मात्र मागे राहील. तेव्हा एकलव्याकडे द्रोणाचार्यांनी गुरुदक्षिणा मागितली. उजव्या हाताचा अंगठा मागितला; म्हणजे एकलव्य पेपर लिहू शकणार नाही, असा द्रोणाचार्यांचा कयास असतो. एकलव्य सांगतो, 'सर, मला हे आधीच माहीत होते; त्यामुळे मी डाव्या हातानेच लिहिण्याची सवय केली आहे.' द्रोणाचार्यांना एकलव्याने अंगठा दिला नाही तर अंगठा दाखवला.

◆

बालभारतीचा बीअरचा धडा

हिंदी लेखक हरि शंकर परसाई यांची 'आमदार' नावाची कथा आहे. लेखकास उत्तर भारतातील हिंदी भाषक प्रदेशात जसा आमदारांचा अनुभव आला, त्यावरून बहुधा ही कथा लिहिली असावी. त्यांनी आमदारांचे तीन प्रकारे वर्गीकरण केले आहे. पहिला प्रकार म्हणजे, 'ईट-आउट'. यावरून कुणाला अयोध्येकडे विटा घेऊन जाणाऱ्या आमदारांचा भास होईल; पण तसं काही नाही. त्यांनी 'ईट' हा शब्द खाणे या अर्थाने वापरला आहे. सचिवालयाच्या आवतीभोवती हॉटेलात जाऊन ते सतत खात असतात. अर्थात, दुसऱ्यांच्या पैशाने; ते 'ईट-आउट' आमदार. दुसरा प्रकार म्हणजे 'स्लीप-आउट' विधान भवनाच्या एका हॉलमध्ये गाद्या, लोड टाकलेले. तेथे सत्तेवरील आमदार आणि विरोधी पक्षांतील आमदार यांची झोपण्याची स्पर्धा लागलेली. कोण किती वेळ झोपतो याची नोंद ठेवण्यासाठी तेथे शिपाई ठेवलेला. तिसऱ्या प्रकारचे आमदार म्हणजे 'वॉक-आउट'. आपल्या नेत्याचा आदेश आल्याबरोबर तातडीने घोषणा देत सभागृह सोडणे. त्याआधी चपला, खुर्च्यांची फेकाफेक, दंड पळविणे हा भाग आलाच!

या प्रकारात आपल्याकडील आणखी एका प्रकाराची भर घालावीशी वाटते. तो प्रकार म्हणजे 'क्वेश्चन-आउट', म्हणजे सतत प्रश्न विचारणारे आमदार. त्यातील काहींचे प्रश्न अभ्यासपूर्ण असतात, नाही असं नाही. पण काही प्रश्न केवळ सनसनाटी निर्माण करणारे. वर्तमानपत्र अथवा दूरदर्शनवर आपलं नाव झळकलं. तेवढेच ज्ञान प्रकाशात, असे खुशीत गाजरे खाणारेही आमदार असतात. तर काही सशाच्या काळजाचे. पान पडले तरी आभाळ पडले, म्हणून पळत सुटणारे. बीअरवर प्रश्न विचारणारे आमदार या पठडीतले. या आमदाराने नुकतीच विधानसभेत प्रश्नोत्तराच्या तासात संतप्त प्रतिक्रिया व्यक्त केली. 'बीअरने अंगदुखी थांबते, असा पाठ्यपुस्तकात संदेश', ही ती संतप्त प्रतिक्रिया. आमदाराचे नाव आहे – जयचंद कासलीवाल. ते भाजपचे आमदार आहेत. हा

धडा कुणाचा आहे, असे विचारले असता आमदार म्हणाले, खाडिलकरांचा किंवा खांडेकरांचा आहे. त्यांपैकीच कुणाचा तरी आहे. आमदाराने कथा वाचली नव्हती, हे सहज लक्षात येते. सदर पाठ हा ज्ञानपीठ पारितोषिक विजेते वि. स. खांडेकरांचा पण आमदाराला ते माहीत नाही. धडा नीट वाचलेला नाही आणि ते धडाच रद्द करायला निघालेले.

आमदारांनी इयत्ता ५ वीच्या 'दादू' या धड्यातील मागचा-पुढचा संदर्भ न सांगता जो परिच्छेद वाचून दाखवला तो असा – 'माझ्या बिऱ्हाडापाशी गाडी येताच मी उतरू लागलो. तेव्हा जहागीरदार म्हणाला, 'आमच्या बंगल्यावर चल की, अंग फार दुखतं आहे.' मी म्हटलं, 'माझ्याच खोलीवर आपण चहा घेऊ.' 'चहा?' तो मोठ्याने हसत म्हणाला, 'माझंसुद्धा अंग दुखतं आहे. चहानं नाही बरं वाटणार आता.' 'मग काय मागवू?' 'बीअर' तो शांतपणे म्हणाला. दादू ते ऐकत होता. ते पाहून जहागीरदाराने दादूला बीअर आणायला सांगितली.'

इतिहासात 'ध'चा 'मा' कसा झाला असावा याचे प्रत्यंतर यावरून सहज येऊ शकते. संत तुकारामांच्या अभंगातून शिवी बाजूला काढून तुकाराम हे अश्लील लिहीत होते. यामुळे विद्यार्थ्यांवर कोणते संस्कार होणार? असा बालिश प्रश्न जर कुणी विचारला, तर तो जसा हास्यास्पद होतो तसाच हा प्रकार झाला आहे. मूळ कथेचा सारांश असा – दादू हा गरीब पण स्वाभिमानी नोकर. कुठल्याही आमिषाला बळी न पडणारा. एका मालकाच्या घरी कामाला. पडेल ते काम सचोटीने करणारा. 'मी सांगेन ते काम करायला हवं,' असं मालकाने दादूला बजावलेलं. मालकाच्याच वयाचा मुलगा दादूला असतो. सोलापूरला तो गिरणीत असतो. खेड्याकडे दादूच्या जमिनीचा तुकडा सावकाराकडे गहाण पडलेला. तुम्ही आई-बाप सोलापूरला मुलाकडे का राहत नाही, असे जेव्हा मालक दादूला विचारतो तेव्हा दादू सांगतो, 'आम्ही दोघे सोलापूरला गेलो की, तिथे पोरांचा खर्च वाढणार. मग तो सावकाराकडील जमीन कशी सोडवून घेणार? बायको इथं कडधान्याची मोड विकून चार पैसे मिळवते. सोलापुरात ती काय करणार? अशा कठीण परिस्थितीशी झुंजणारा दादू. याला जेव्हा मालक बीअर आणायला सांगतो तेव्हा दादू बीअर आणावयाचे नाकारतो. मालक पगार वाढविण्याचे आमिष दाखवतो. पण दादू नोट फेकून देतो आणि म्हणतो, 'नमस्कार साहेब, असली कामं करून जगण्यापेक्षा पोटात काटे भरीन.' पण... दादूचा आवाज घोगरा झालेला. डोळे भरून आले होते. पुढे एकही शब्द न बोलता तो चालू लागला. मालक यावर विचारतो, 'दादू कुठे चाललास?' दादू उत्तर देतो, 'तुमच्या आईकडे. त्यांच्या झाडाला कीड लागली हे सांगायला.' मला वाटते, हा प्रसंग या कथेचा क्लायमॅक्स आहे. ज्याचे मन

संवेदनशील असेल, तो गलबलून गेल्याशिवाय राहणार नाही. आजची तरुण पिढी, नेते मंडळी, राजकारण, देश या कितीतरी प्रश्नांना ही कथा भिडते आहे याची कितीजणांना जाणीव होईल? दादूला नोकरीची फिकीर नाही. दादू म्हणतो, 'नोकरीकरता मी रडत नाही साहेब. तुमच्याऐवजी माझा मुलगा दारूच्या गुत्त्यात दिसला असता, तर मला जेवढं दु:ख झालं असतं तेवढं तुम्ही दुकानावर जायला सांगितलं तेव्हा झालं.' हा धडा वाचून कोण म्हणेल बरं, हा धडा विद्यार्थ्यांवर आणि त्यांच्या पालकांवर संस्कार करणारा नाही.

बीअरविरुद्ध रोष व्यक्त करणारे हे आमदार वर्ध्याचे असतील, असं सुरुवातीला वाटलं होतं. वर्धा हा महात्मा गांधींच्या सेवाग्रामचा जिल्हा. तिथं हा पूर्ण जिल्हा 'ड्राय' म्हणजे संपूर्ण दारूबंदीचा जिल्हा म्हणून ओळखला जातो. (आमचे काही मित्र म्हणतात – तिथे चोरून, लपून हवी तेवढी दारू किंवा बीअर मिळू शकते.) पण तपासाअंती कळले की, सदर आमदार हे चांदवड येथील नाशिक जिल्ह्यातील आहेत. नाशिक जिल्ह्यात अलीकडे व्होडकाचा कारखाना निघतो आहे. त्याकरिता आपल्या काही उद्योगपतींनी रशियालाही भेट दिली म्हणतात. व्होडका तयार करण्यासाठी रशिया आपला फॉर्म्युला द्यायला एका पायावर तयार आहे. काय गंमत आहे पाहा. अंतराळात उपग्रह सोडण्यासाठी जी क्रायोजेनिक इंजिने लागतात, त्यांचा फॉर्म्युला देण्याकरिता रशियाने नकार दिला आणि माणसं व्होडका पिऊन अंतराळात उड्डाण करावीत म्हणून व्होडका तयार करण्याचा फॉर्म्युला देतात. याचं इंगित भारतीयांना कळायला हवं. या व्होडकाच्या कारखान्याविरुद्ध कुणी आमदारांनी प्रश्न उपस्थित केल्याचे ऐकिवात नाही. महाराष्ट्रात ठायीठायी साखर कारखाने आहेत. साखरेबरोबर मळीही तयार होते. एक मैलावरूनही या मळीचा सुगंध येतो. शाळेतील मुले आपल्या पालकांना कधी विचारत नसतील का? 'बाबा, मळी म्हणजे काय? त्या मळीचा काय उपयोग होतो?' दूरदर्शनच्या माध्यमातून, चित्रपटांतून दिलेल्या जाहिराती, उत्तान चित्रपट, स्टार टिव्ही आणि आजची तरुण पिढी – त्यांच्यावर होत असलेले संस्कार याचा कधी आपल्या राजकारण्यांनी फारसा विचार केला आहे, असे दिसत नाही.

ते एकेक गड चढण्यात मश्गूल. आता तर भाजप केंद्राची स्वप्ने पाहतो आहे. त्यांचं राज्य आलं तर यज्ञ आणि सोमरस संस्कृतीचा उदय होणार नाही कशावरून? पाठ्यपुस्तकांतून आताच ते इतिहास बदलण्यास निघाले आहेत; त्यामुळे भोवतालचं वास्तव बदलत नाही. या संदर्भात कवी नारायण सुर्वे यांची कविता आठवते. त्यातील काही ओळी –

"एस. टी स्टॅन्डजवळ

दुधाचं दुकान इच्यारलं,
तर आ वासून बघत्यात
आणि देशीचं विचारलं तर
अलगद दारावर नेऊन सोडत्यात
अरे बाबा,
दुधात अंघोळ करणारा देवसुद्धा
देशीतच अंघोळ करतो''

◆

तुंबडीभर दाना बाजीराव नाना

पहिल्यांदा 'रॅप' ऐकले ते एम टीव्हीवर. निग्रो गायकाने गायलेले. गाण्याचा अर्थ कळत नव्हता, पण त्यातील स्वर मला ओळखीचे वाटत होते. त्यानंतर रॅपची लाटच आली. अलीकडे अपाचे इंडियन भारतात आलेला. मूळचा भारतीय पण यूकेमध्ये स्थायिक झालेला. आपल्या पेहरावाने आणि चित्रविचित्र केशरचनेने त्याने सर्वांचे लक्ष वेधून घेतले. काहींना तर तो येडपटच वाटला, पण असे म्हणतात की, त्याच्या रॅपने युरोप पादाक्रांत केला. अर्थात तो आपल्या गाण्याला रॅप न म्हणता 'भांगरामर्फान' म्हणतो. त्याच्या गाण्यातही रॅपसारखाच धसमुसळेपणा – निरर्थक बडबड, गद्य आणि पद्याचा मिलाफ. भारतातही या गाण्याची लागण झालेली. ऐकताना राहून-राहून वाटत होते असे स्वर आणि गाणे म्हणण्याची लकब आपण कुठे बरे ऐकली असावी. स्वर सारखा पिच्छा पुरवीत होते.

मला माझे बालपण आठवते. ४०-४५ वर्षांपूर्वीच्या घटना. तेव्हा मी माझ्या जन्मगावी खेड्यात होतो. रॅपसारखाच गाणारा मला रायरंद आठवला. नाव झुंबर. रायरंद वर्षातून एकदा आमच्या गावी येत आणि तेही उंटावरून. ते गावात उतरत नसत अगर गावकऱ्यांचं मनोरंजनही करीत नसत. ते केवळ महारवाड्यातच उतरत आणि महारांचं मनोरंजन करीत. भारतीय समाजव्यवस्थेची वीण मोठी विलक्षण आहे. ही वीण उकलताना मती कुंठित होते. महार मंडळी गावच्या तालेवाराचं मनोरंजन करीत, तर त्यांचंही मनोरंजन करणारं कुणीतरी असावं ना? जाती-जातींतील साऱ्यांचा अहंकार हा असा नकळत पोसलेला. गावाकडून महार सणासुदीला पोस्त मागत, तर त्याच महारांकडे रायरंद उकळपट्टी मागत. अर्थात कुणीही ही भीक समजत नव्हते, तर तो हक्कच समजत होते.

रायरंदांचा सारा संसार हा उंटावर. लेकरंबाळं, झोपायची खाट, गुडगुडी-ढोलकी, तुणतुणं शिवाय त्यांचे खास वाद्य तुंबडी. त्यात बहुधा कवड्या असाव्यात. चावडीवर त्यांचा खास खेळ. झुंबरच्या डोक्याला रंगीबेरंगी फेटा. त्याचा घोळ पाठीवर सोडलेला. चांदीचं मेडल लटकावलेलं जाकीट, पीळदार शरीर, मिश्यांचे

आकडे, बोलतानाही त्याच्या आवाजात महारी डकार. खास खर्जातला. अनेक गावांचे तो पाणी प्यालेला; त्यामुळे त्याच्या भाषेला विलक्षण गती. अनेक गावे, तेथील मेहतर, प्रत्येक कुटुंबाच्या पिढ्यान्‌पिढ्यांची माहिती हे सारं त्याच्या जिभेवर. बोलायला लागला, तर साऱ्यांना गुंगवायचा. अशीच रॅपची गती. तुंबडीच्या तालात तो नाचायचा आणि गायचा. 'तुंबडीभर दाना, बाजीराव नाना, मजेना खाना, साधू बरमे का ग्याना.' रात्रीच्या वेळी त्यांचा खास खेळ. एखादं प्रहसन पाहताना हसता-हसता मुरकुंडी वळायची. गाव सोडताना त्याला घरोघर शिधा, उकळपट्टी मिळायची. सन्मानाने फेटा बांधायचे. कोरी कापडे मिळायची.

१९५६ साली महारांनी बौद्ध धर्म घेतला. सारे जुने रीतीरिवाज, कर्मकांड त्यांनी सोडले. आता खेड्यापाड्यांत रायरंद येत नाहीत. सारखा प्रश्न सतावायचा. खरंच, आता ते कुठे बरे गेले असतील? जातींच्या उतरंडीत त्यांचे नेमके स्थान कोणते? रायरंदांची उत्पत्ती कशी झाली? त्यांनी फक्त महारांचेच मनोरंजन का करायचे? अशा अनेक प्रश्नांचे मोहोळ उठत होते. डॉ. प्रभाकर मांडे यांनी 'गावगाड्याबाहेर' या पुस्तकात अशा अनेक फिरस्त्यांचा शोध घेतला आहे. महार समाज जसा स्वत:ला सोमवंशी समजतो, तसे रायरंद स्वत:ला सोमवंशी समजतात. रायरंदांची उत्पत्ती कशी झाली, या संदर्भात दंतकथा अशी – 'सिद्धनाक, मायनाक हा रायरंदांचा मूळ पुरुष. हा परळीचा राहणारा असून, एक लढाऊ महार होता. या सत्यवचनी पुरुषाच्या मुलाने सोंग आणून आपल्या जातिबांधवांची करमणूक केली. त्याला सिद्धनाकाने सोमवंशीचे बिरुद बाळगायचे असा आदेश दिला. तेव्हापासून हे निरनिराळी सोंगे आणून करमणूक करण्याचे काम करतात आणि सोमवंशी महारांकडून हक्काने भिक्षा मागून उदरनिर्वाह करतात.'

रायरंदांच्या गाण्यामधून अथवा ते सादर करीत असलेल्या प्रहसनामधून परंपरेच्या आध्यात्मिक विचाराचा जसा धागा दिसतो तसेच ऐहिक विचारांचे सूत्र दिसते. 'लगनाला चला', असे विनोदाच्या अंगाने ते एखादे प्रहसन उभे करतात तर भारतीय प्रचलित परंपरेपेक्षा भिन्न विचारही मांडतात. त्यांच्या एका प्रहसनाचे कथानक असे – एकाच माणसाच्या तोंडाला दोन मुखवटे लावलेले. त्यात एका बाजूला स्त्रीचा मुखवटा, तर दुसऱ्या बाजूला पुरुषाचा मुखवटा. कुणाला हे अर्धनारीनटेश्वराचे सोंग वाटेल, पण कथानक तसे नाही. गोष्ट आहे, शमामर्द आणि शमादायी यांची. शमामर्द हा एका राजाच्या पदरी हत्तीच्या तोफखान्यावर राखणदार. एकदा हत्तिणीचे बाळंतपण अडलेले. सुईण शमादायी हत्तिणीची सुटका करते. राजा उदार होऊन 'काय मागायचे ते माग' असे शमादायीला सांगतो. ती राखणदार शमामर्दची मागणी करते. शेवट असा की, शमामर्दच्या पाठीवर बसून शमादायी प्रवास करते. मातृसत्ताक पद्धतीचा गौरव या प्रहसनामागे नसेल काय?

असा हा मनात दडलेला रायरंद कधीकाळी भेटेल असे वाटले नव्हते. मध्यंतरी बहिणीच्या गावी गेलो होतो. तेथे अचानक झुंबर रायरंद भेटला. विश्वासच बसेना. त्याच्या आवाजावरून ओळखले. खूपच थकला होता. म्हातारा झाला होता. त्याचा उंटावर तसा पाहिला थाट नव्हता. पायी चालतच मळ्यात आला होता. मी माझी, माझ्या गावाची माहिती सांगताच त्याला मनस्वी आनंद झाला. त्याला आमचे वडील, तात्या हे सर्व आठवत होते. त्यांची नावे त्याला माहीत होती. आमचा महारवाडा ओस पडला. घरन्‌घर खिंडार झालं, तर जुन्या माणसांच्या, त्यांच्या दातृत्वाच्या आठवणींत तो रंगला होता. त्यानं पिशवीतून तुंबडी काढली. तुंबडीच्या तालावर तो गाऊ लागला. 'तुंबडीभर दाना बाजीराव नाना.' मी त्याला त्याची खुशाली विचारली. खिन्नपणे तो सांगू लागला –

'सारी मुले तमाशात गेली. एका खेड्यात खोपट बांधून राहातो. आता भटकंती सोडली. सारीच आमची माय-बाप बुद्ध झाली आहेत. पूर्वीसारखं कुणी जवळ करीत नाहीत. मी मात्र माय पांढरीला विसरलो नाही. जुनी मंडळी वळखतात. थोडं फार दान देतात. चाळीस गावांत फिरतो.

निघताना झुंबरने मेव्हण्याच्या अंगावरील नवी कोरी कापडे - धोतर व पैरण हक्काने मागून घेतली. मी पाच-दहा रुपये देऊ लागलो तर घेतले नाहीत; म्हणाला, 'साहेब, ममईत येईल, तुमच्या घरला – लेकरां-बाळाला आशीर्वाद देईल. एकाचे एकवीस, पाचाचे पंचवीस – येल मांडवास जाईल तवा हक्कानं मागून घेईल.'

गावगाड्यातील हा फिरस्ता – माझा सोयरा पुन्हा कधी भेटेल याची वाट पाहतो आहे.

◆

ताम्रपट

नऊ ऑगस्टला देशभर अचानक सुट्टी जाहीर झाली. आधी काहीच कळेना, कशाबद्दल सुट्टी जाहीर झाली ती. नंतर कळले, 'भारत छोडो' आंदोलनाला पन्नास वर्षे पूर्ण झाली आणि त्याचा सांगता समारंभ देशभर साजरा करण्याचे ठरले. एखादं कर्मकांड उरकावं तसा हा समारंभ पार पडला. या समारंभात देशवासीयांचा जीव गुंतला होता असे काही दिसले नाही. देशाला स्वातंत्र्य मिळण्यासाठी ज्यांनी हालअपेष्टा भोगल्या, घरावर तुळशीपत्र ठेवले, काही हसत फासावर चढले, तुरुंगवास भोगला त्यांच्यासंबंधी 'मोले घातले रडाया' अशीच सार्वत्रिक कोरडी भावना दिसून येते.

दरवर्षी उंडाळे (जि. सांगली) येथे स्वातंत्र्यसैनिकांचा मेळावा भरत असतो. महाराष्ट्रातील झाडून सारे स्वातंत्र्यसैनिक तेथे एकत्र होतात. एकदा तर राष्ट्रपती हजर असताना या मेळाव्यास मी गेलो होतो. ४२ च्या आंदोलनात सामील झालेल्या, गलितगात्र झालेल्या स्वातंत्र्यसैनिकांपासून, तर हैदराबाद संग्राम, गोवा मुक्ती आंदोलनातले स्वातंत्र्यसैनिक तेथे हजर होते. मला तर पुढे अशी भीती वाटली की, उद्या जर भाजपचे राज्य आले, तर आताचे कारसेवकही स्वातंत्र्यसैनिक होतील. अर्थात त्यांना धर्मसैनिक म्हणून ओळखतील. उंडाळे येथील मेळाव्यात देशाच्या मूलभूत प्रश्नांसंबंधी व्यापक चर्चा होईल, असे वाटत होते; पण तेथे स्वातंत्र्यसैनिकांच्या गाऱ्हाण्यांचीच कैफियत मांडली गेली. पेन्शन वाढवून द्यावे. मुलांना नोकऱ्या द्याव्यात, घरे मिळावीत. राजधानीसारख्या आलिशान गाड्यांत प्रवासाच्या सवलती मिळाव्यात... असेच प्रश्न होते. सर्वच स्वातंत्र्यसैनिक हे खरेखुरे सैनिक नसावेत असेही वाटत होते. यात्रेला जसे हौसे-नवसे-गवसे यावेत, तसे मेळाव्याचे स्वरूप होते.

अशाच 'एका गवश्या' स्वातंत्र्यसैनिकाच्या आयुष्यावर लिहिलेले बंगाली नाटक आठवते.

नाटकाचे नाव 'ताम्रपट'. दहा-पंधरा वर्षांपूर्वीचे तरी ते असावे. पण त्यात उपस्थित केलेले प्रश्न आजही भिडतात. लेखकाचे सामर्थ्य असे की, हा विषय

चेष्टेचा न वाटता कारुण्याचा वाटू लागतो. स्वातंत्र्यसैनिकाचा बनावट रोल करत असताना आयुष्यात प्रथमच तो स्वातंत्र्य चळवळीचा इतिहास वाचू लागतो. आणि बघता-बघता त्याच्या मनातील स्वाभिमानाचे आणि देशभक्तीचे स्फुल्लिंग कण पेटू लागतात. भित्रेपणाची राख झडून जाते. नाटकाच्या शेवटी तो आकाशाएवढा होतो.

नाटकाचा गोषवारा असा – एक कनिष्ठ मध्यमवर्गीयाचे घर. घरात दुबळवाडी. घरात साठ-सत्तर वर्षांचा म्हातारा, त्याची बायको, १२-१३ वर्षांची मुलगी आणि वयात आलेला मुलगा. पदवीधर असूनही नोकरीसाठी वणवण भटकत असतो. यावर बापाचे भाष्य. आजचे शिक्षण म्हणजे गायीच्या शेपटासारखे. अंगावरच्या माश्या उडविण्याकरिता फक्त शिक्षणाचा उपयोग. मुलाचे वडील पूर्वी बड्या असामीकडे मुनीम म्हणून नोकरीला. आता वार्धक्यात घरप्रपंच चालविण्याकरिता घरातल्या घरात बाइंडिंगचा व्यवसाय. एक दिवस बायको सांगते, 'हे पाहा, तुमचे बालमित्र आता खासदार झाले आहेत. त्यांच्याकडे जाऊन मुलाच्या नोकरीचं बघा.' आपला स्वाभिमान गुंडाळून म्हातारा मुलासोबत खासदाराकडे जातो. खासदार मुलाला नोकरी न देता म्हाताऱ्यालाच स्वातंत्र्यसैनिक बनवतो. म्हातारा पुन:पुन्हा काकुळतीने सांगत असतो की, मी कधीच राजकारणात नव्हतो. तुरुंगात गेलो नाही. यावर खासदार म्हणतो की, घाबरू नको. पाच वर्षे ब्रिटिशांच्या काळात तुरुंगात होतास असा दाखला मिळवून देतो. दर महिन्याला पेन्शन मिळेल. नावलौकिक होईल. ताम्रपट मिळेल.

बाप आणि मुलगा आनंदात घरी येतात. सोबत त्यांनी स्वातंत्र्य चळवळीची पुस्तके आणलेली. आता बाप-लेकांचा खोटी जन्मतारीख शोधण्याचा प्रयास चाललेला. स्वातंत्र्य चळवळीची सुरुवात केव्हा झाली, त्या हिशेबात एखादी चळवळ शोधून काढायची असे सुरू झालेले. बाप मात्र एक गोष्ट मुलाला कटाक्षाने सांगतो की, मला महात्मा गांधींच्या चळवळीबरोबर जोडू नको तर सुभाषबाबूंच्या चळवळीबरोबर जोड. आपला बाप हा क्रांतिकारक होता. सोळा-सतरा वर्षांचा असताना त्यांनी स्वातंत्र्यलढ्यात उडी घेतली. बापाचं जलमाचं वय १९१९ साल ठरलं. १९३७ च्या जेल मुक्ती आंदोलनाशी बापाला जोडलं गेलं. अनेक क्रांतिकारकांच्या नावाबरोबरच वगैरे वगैरेंमध्ये आपल्या बापाचं नाव होतं, असं समर्थनही केलं गेलं. अशा वेळी बाहेरचे कुणी आले, तर पुस्तके लपविण्यासाठी धावपळ व्हायची. पूर्वीचे क्रांतिकारक किती निर्भयपणे वावरत होते आणि आपण एवढे भित्रे कसे, असा म्हाताऱ्याला प्रश्न पडायचा.

स्वातंत्र्यसैनिकाचे पेन्शन सुरू झालेले. आर्थिक स्थिती थोडीफार सुधारली. म्हाताऱ्याचा आता खादीचा पेहराव, ठायी-ठायी सत्कार; उद्या काय बोलायचे म्हणून म्हातारा चळवळीची पुस्तके वाचू लागला. आजचे वास्तव स्वातंत्र्य नेमके कुणाला

मिळाले. ज्यांच्या समवेत व्यासपीठावर आपला सत्कार होतो आहे हे लोक कोण आहेत! स्मगलर, गुंड आणि भ्रष्टाचारी लोक. राजकारणाच्या नावाने समाजाच्या डोळ्यांत धूळफेक चालली आहे. म्हातारा आता सत्काराच्या सभेत त्यांचे वाभाडे काढतो. ज्यांनी त्याला स्वातंत्र्यसैनिक केले तेच अडचणीत येतात. म्हाताऱ्याला कसे आवरावे हाच त्यांच्यापुढे प्रश्न पडतो.

याच नाटकात एक उपकथानक आहे. शेजारी राहणारी एक म्हातारी या कुटुंबाच्या घरी सतत येत असते; तेल-मीठ उसने मागायला. तिच्या नातवाची हत्या झालेली असते. तो गरिबीची बाजू घेऊन व्यवस्थेशी लढत असतो. ती एकदा म्हणते, माझा नातू गरिबांसाठी मेला. त्याला नाही का स्वातंत्र्यसैनिक करणार? यावर तिला उत्तर मिळते, सध्याच्या सरकारबरोबर जे लढतात ते स्वातंत्र्यसैनिक नाही होऊ शकत.

नाटकाच्या शेवटी म्हाताऱ्याला उपरती होते. त्याला कारणही तसेच घडते. गल्लीतले गुंड पार्टीचे कार्यकर्ते म्हणून घरात येतात. म्हातारा घरी नसतो. पक्षाचा आदेश म्हणून निधी गोळा करण्याचे काम म्हाताऱ्याकडे सोपवतात. मुलाला हे आवडत नाही. तो त्यांना विरोध करतो. बाचाबाची होते. जाताना ते म्हाताऱ्याच्या तरुण मुलीची छेड काढतात. गलिच्छ भाषा वापरतात. घरी आल्यावर हे जेव्हा म्हाताऱ्याला कळते तेव्हा त्याला धक्का बसतो. तो ताम्रपट परत करतो आणि पुन्हा बाइंडिंगचा व्यवसाय सुरू करतो.

आपल्याकडे याच नाटकाचा मराठीत प्रयोग झालेला. पण दुधात पाणी मिसळावं, तसा तो प्रयोग वाटला. मूळच्या बंगाली नाटकात बंगालच्या क्रांतिकारकांचा संदर्भ आहे. मराठी नाटकात टिळकांच्या काळचा संदर्भ दिलेला. मूळच्या नाटकात दुर्गापूजेकरिता पैसा गोळा करण्याचा पार्टीचा आदेश असतो, तर मराठी नाटकात ऑर्केस्ट्रॉसाठी वर्गणी जमवतात. महाराष्ट्रातील राजकारणाची डूब द्यावयाची होती तर शिवजयंती असा बदल केला असता, तर आजच्या राजकारणाचे हिडीस चित्र उभे राहिले असते. पण संस्थेला हा बदल पेलवला नाही हेच खरे.

◆

राघववेळ

देशमुख आणि कंपनीने १९५० साली विभावरी शिरूरकर यांची 'बळी' कादंबरी प्रकाशित केली. दलित जीवनाचे चित्रण करणारी मराठीमधील ही पहिली कादंबरी. त्यानंतरच्या काळात दलित साहित्याची चळवळ उभी राहिली. शतकानुशतके दबून राहिलेला आवाज, दलितांवर होणारे अन्याय-अत्याचार, भोगाव्या लागणाऱ्या यातना, त्यांचा विद्रोह, नकार यामुळे मराठी वाचक आणि समीक्षक हादरून गेले. पांढरपेशी लेखकांनी दलितांच्या जीवनाकडे दुरून पाहणे आणि स्वत: दलितांनी आपल्या अनुभवाच्या मुशीतून जीवनाला भिडणे यात मोठे अंतर होते. दाई आणि आई यांच्या ममत्वात जेवढे अंतर असते तेवढे अंतर या दृष्टिकोनात असते. याच आईपणाच्या जाणिवेतून नामदेव चं. कांबळे यांनी 'राघववेळ' या नावाची कादंबरी लिहिली आहे. देशमुख आणि कंपनीने नुकतीच ती प्रसिद्ध केली.

या कादंबरीकडे अनेक अंगांनी बघता येते. मांग वेटाळाची ही कहाणी. गावकुसाबाहेरील 'मांग' ही उपेक्षित जात. शिक्षणापासून वंचित, उत्पादन साधनांपासून दूर. वाट्याला परंपरागत धंदे. त्यांच्यात अज्ञान-अंधश्रद्धेचे थैमान, दारिद्र्य, उपासमार, परावलंबित्व यांच्याशी मुकाबला करणारे मांग पारतंत्र्यात जेवढे झगडत होते तेवढेच स्वातंत्र्यातही झगडत आहेत. तळहातावर पोट भरणाऱ्या मांगांच्या वाट्याला तीच भूक, तेच शोषण, तीच मुस्कटदाबी आणि मारहाण त्यांच्या वाट्याला आलेली. हे जसे या कादंबरीला परिमाण आहे तसेच यातून बाहेर पडायचे असेल तर शिक्षणाशिवाय तरणोपाय नाही, हेही महत्त्वाचे सूत्र आहे. मराठी कादंबरीत असलेला वर्णनाचा फापटपसारा टाळून केवळ संवादांतून त्यातील व्यक्तिरेखा, भोवतालचा निसर्ग ठसठशीतपणे उभा राहतो. हे लेखकाचे सामर्थ्य सांगावे लागेल. वैदर्भीय भाषेतील गोडवा, मराठी शब्दकोशात नसणाऱ्या म्हणी, वाक्प्रचार आणि शब्दसंपत्ती यांचे मनोहारी दर्शन पानोपान होत असते.

'रघुनाथ कळणू जाधव' याच्या मॅट्रिकपर्यंतच्या आयुष्याचा कालखंड कादंबरीत आलेला. या अर्थाने 'राघववेळ.' रघूपेक्षा त्याची आई वालंबी हिच्याच जीवनसंघर्षाची

ही कहाणी समजायला हवी. अनेकांना हे आत्मकथन वाटण्याचा संभव, पण लेखकाला हा दावा मान्य नाही. कादंबरीतला मला जादा स्पर्शून गेलेला भाग म्हणजे त्यात आलेले मिथ (पुराणकथा). 'गर्वसे कहो हम हिंदू है' असे कितीही कंठरवाने म्हटले तरी हिंदू एक नाहीत. त्यांचे आचार-विचार, उपासना पद्धती, देव-दैवते, त्यांच्यातील चालत आलेल्या रूढी, कल्पना, कर्मकांड हे जातिनिहाय, वेगवेगळ्या सांस्कृतिक बेटांत विभागलेले. कुणाला कुणाचा ताळमेळ नाही. दलितांचे देव म्हणजे मरीआई, म्हसोबा, खंडोबा, जानाई, जोखाई, खोकल्या आई, यल्लमा, लंक्कमा, इनाई असे कितीतरी सांगता येतील. यांची देवळे सवर्णांच्या देवांशी फटकून वागतात. माणसामाणसांतला भेदभाव देवांच्याहीमध्ये. सवर्णांच्या देवाला शाकाहारी नैवेद्य, तर दलितांच्या देवांपुढे बकरी, कोंबडी किंवा रेड्याचा नैवेद्य. हिंदू धर्म जर एक आहे; तर मग असा देवांतही पंक्तिप्रपंच का? उच्चवर्णीयांत असलेल्या मिथ (पुराणकथा) तळाच्या वर्गात सरकताना एक तर त्यांची मोडतोड होते किंवा त्या कथांना वेगळाच दृष्टिकोन लाभतो. महाराष्ट्रातील 'वडार' ही एक जात. त्यांच्या स्त्रिया चोळी घालत नाहीत. त्यांना जर विचारले, 'असे का?' तर सांगतात, 'रामायणातील सीतेला हरणाच्या कातड्याची चोळी मिळाली नाही म्हणून आम्ही चोळी घालत नाही.' राम जेव्हा वनवासाला निघाले, तेव्हा अयोध्यावासियांबरोबर तृतीयपंथी (आजच्या भाषेत हिजडे) निरोप देण्याकरिता नगरीबाहेर निघालेले. रामाने सर्वांचा निरोप घेतला, पण तृतीयपंथीयांचा घेतला नाही. पुढे चौदा वर्षे ते नगराबाहेरच रामाची वाट पाहत बसले. राम जेव्हा परत आले, तेव्हा त्यांची निष्ठा पाहून रामाने त्यांना वर दिला की, 'कलियुगात तुमचे राज्य येईल.' अशा कितीतरी दंतकथा.

'राघववेळ' या कादंबरीत अशा काही दंतकथा आलेल्या आहेत. या कथा केवळ कपोलकल्पित म्हणून सोडून देण्याच्या नसतात, तर समाजाच्या हाडीमासी भिनलेल्या या कथा त्यांचे समाजमन सांगते. श्रीकृष्णाचे गुरू सांदिपनी हे मांग होते, अशी कथा कादंबरीत आलेली आहे. ही कथा अनेक भाविकांना आवडणार नाही. त्यातील संवाद असा, 'सांदिपनी मांग कसा काय? त्ये बी सांगा ना.' उत्तर मिळाले, 'त्याचं काय ह्ये लेकहो, शिंदीच्या झाडाचं माहीतपण कोणाले? मांगालेच कानी? भागते का मांगाचं शिंदीच्या झाडाबिगर? करता येतात फडे टोपले, डाले, कणगे? सांदिपनी ऋषीलाच शिंदीचं माहीतपण उमगलं व्हतं. म्हणून मांगाले उमगलं ते. म्हणून म्हणतो मी, त्यो मांगच व्हता म्हून.'

अशीच एक कथा 'इनाई'ची. इनाई म्हणजे मांगांची गौरी! महालक्ष्मीच्या मुखवट्याची. नवरात्रात मांगाची इनाई होते. इनाईसोबत तिचा नवरा शंकरदेव, काटक्या बांधून हत्तीचा साचा तयार करतात. त्याला चिखल लावला, बेगड चिकटवले की, इनाईचे वाहन तयार होते. त्यावर पुढे इनाई, तिच्या मागे शंकरदेव

अशी मांडणी होते. उसाचे नवराग मांडून त्यांत मखरात हत्तीवर स्वार होऊन इनामाय बसते. परंपरेतून आलेल्या गाण्यातून इनाईची काळीज गोठविणारी कथा स्त्रिया गातात. ही कथा नुस्ती कथा राहत नाही, तर शोषणाचे प्रतीक होते. भोगलेल्या वेदनांचा तो हुंकार असतो. यातून त्यांचे मन मोकळे होत असावे. इनाईची कथा थोडक्यात अशी – इनाईचे माहेर दारागिरी. तिथला राजा तिचे वडील. शंकरदेवाबरोबर तिचे लग्न ठरले. गावोगाव आवतने केली. लग्नात अपशकुन झाला. नवरदेव पारावर जायला निघाला आणि त्याच्या पायातील जोडा गळून पडला आणि तिथूनच सासूच्या मनात इनाई अपशकुनी ठरली.

इनाई सासरला निघाली. नदीच्या पात्रात वऱ्हाड विसाव्याला उतरले. नवरा शंकरदेवाला चेंडू खेळण्याची लहर आली. नवरा-नवरीचे वय तरी केवढे? शंकर सात-आठ वर्षांचा आणि इनाई दोन वर्षांची. चेंडू खेळताना त्याचा चेंडू उडाला, तो एका बाईच्या घागरीत पडला. तो परत मिळावा म्हणून शंकर तिच्या मागोमाग निघालेला. ती बाई पुढे आणि तो मागे. शेवटी शंकर बेपत्ता होतो. इनाईमुळेच हा अनर्थ घडला म्हणून सारे तिला बोल लावतात. येथून पुढे इनाईचा छळ सुरू होतो. नेसत्या पदराने झाडून केर काढणे, कच्च्या मातीच्या घागरीने पाणी भरणे, अशी अमानुष कामे तिला सांगितली जातात. तिला चेटकीण ठरवले जाते. इनाईचा नवरा शंकर तिला परत मिळतो, पण तो आईच्या आज्ञेत, आई मुलावर चिडते आणि सांगते, 'माझ्या शंकर पुता रे बाईलच्या गोता तुले इनाई आसाव – सोनाई नसाव.' गाण्यातली सोनाई म्हणजेच शंकरची बहीण असते. तो इनाईला मारतो, पण 'घरे फोकाच्या कवळगा होणे दंडावरी, असा कसा रे मारत लेण घडवत.' माराचेच इनाईच्या अंगावर दागिने होतात. आईला संतुष्ट करण्यासाठी शंकरदेव इनाईला कापतो. रक्त व डोके घरी घेऊन जातो. त्याची आई डोक्यावर बसून आंघोळ करते. रक्त भांगात भरते. डोके मोरीत ओतून देते. अशी इनाईची कथा. दर वर्षीचे मांग वेटाळ्यात गायली जाते. आपल्याच भोवतालच्या जीवनाचा त्यांना पुन्हा प्रत्यय येत असावा. या समाजाच्या सोशिकतेचा, समजूतदारपणाचा दरवळ, तर गाण्यात गायला नसावा ना? 'या माय हात्तीच्या सोंडेवर पेरला मोगरा, या माय उलीसा खुडला नगरी वास गेला.'

◆

जात नाही ती 'जात'

आपल्या देशाचे पंतप्रधान नरसिंह राव यांनी सफाई कामगारांचा उल्लेख 'भंगी' असा केल्यामुळे कमालीचा गहजब झाला. त्यांना बहुधा 'हरिजन' म्हणावे, असे अनेकांना वाटत असावे. आपल्याकडे एक बरे आहे. वस्तुस्थिती लपविण्यासाठी आपण वेगवेगळे मुखवटे घेत असतो. नाव सोनुबाई हाती कथलाचा वाळा, तसाच हा प्रकार. अलीकडेच भंगी समाजाच्या कल्याणासाठी विधेयक पास झाले. डोक्यावर मैला वाहण्याची कायद्याने बंदी केली. या संदर्भात उत्क्रांती एवढी की, डोक्यावरून मैला न वाहता हाताने वाहण्यास हरकत नाही.

हे सर्व आठवण्याचे कारण म्हणजे सुप्रसिद्ध लेखक मुल्कराज आनंद यांच्या 'अनटचेबल' या कादंबरीवर लंडनमध्ये नाटक बेतलेले. १९३० साली मुल्कराज यांनी 'अनटचेबल' ही कादंबरी लिहिली. जगभर ती प्रसिद्ध आहे. मुल्कराज त्या काळी गांधीवादाने भारलेले. आपल्या देशात जेव्हा फ्लश संडास येतील तेव्हा आपोआप भंगी समाजाच्या हातातील झाडू जाईल, अशी मुल्कराज यांची भावना होती. त्या काळी महात्मा गांधी यांनी स्वत: हाती झाडू घेतला. सवर्ण समाजाने त्यांचे अनुकरण केले नाही. त्यांना महात्मा ही पदवी देऊन भारतीय कृतार्थ झाले. स्वातंत्र्यानंतर ४५ वर्षे झाली, तरी भंगी समाजाच्या हातातील झाडू गेला नाही. भंगी समाजाबरोबरच सफाई कामगार म्हणून दलितांतील काही जाती आहेत, हे विसरता येत नाही.

स्वातंत्र्यानंतर या समाजाची आजची स्थिती काय आहे, हे कॅमेऱ्यात टिपता येईल का, या उद्देशाने लंडनहून मिरा हॅमरीश नावाच्या चित्रपट दिग्दर्शिका मध्यंतरी भारतात आल्या. त्यांनी 'कास्ट ॲट बर्थ' नावाची फिल्म तयार केली. लंडनच्या फोर चॅनलवर ती प्रदर्शित केली गेली. या फिल्ममुळे परदेशात खूपच खळबळ निर्माण झाली. तेथील सवर्ण भारतीयांना हे सारं खोटं वाटलं, तर फ्रान्स आणि लंडन येथील लोकसंख्येएवढी माणसे भारतात अजूनही अस्पृश्यांचे जीवन जगतात हे पाहून अनेकांना शॉक बसला. तेथील प्रेसचा रिपोर्ट जवळजवळ १५० मिलियन होता.

मिरा हॅमरीश जेव्हा मुंबईत आल्या, तेव्हा त्यांच्याबरोबर काम करण्याची संधी मला मिळाली. गटारात उतरणारे सफाई कामगार, रस्त्यावर झाडलोट करणाऱ्या स्त्रिया, सुलभ शौचालयातील कर्मचारी, फाइव्ह स्टारमधील टॉयलेट साफ करणारे कामगार, झोपडपट्ट्या, भंगीवाडे, सोफिया कॉलेज, मेडिकल कॉलेज येथील सवर्ण विद्यार्थ्यांचे झालेले वादविवाद अशा सर्व दृश्यांचे चित्रीकरण करताना मी त्यांच्या बरोबर होतो. काही खेड्यांतही त्यांच्या टीमसमवेत मी गेलो. 'कास्ट ॲट बर्थ'मध्ये प्रकाश आंबेडकर, नीलम गोऱ्हे, स्वामी अग्निवेश यांच्या जशा मुलाखती आहेत तशीच माझीही मुलाखत आली. एका दृश्यात तर 'बाई मी धरण बांधिते' हे गाणं मी गातो आहे, खेड्यातील जनसमुदायापुढे.

मिरा हॅमरीश या पोलिश ज्यू. आजवर त्यांनी अशाच सामाजिक प्रश्नांवर चित्रपट काढले. त्यांना अनेक सामाजिक पुरस्कार मिळाले. आफ्रिकेतील निग्रो आणि गोरे किंवा इस्राईल आणि पॅलेस्टाईन यांच्यातील संघर्ष यावर त्यांचे चित्रपट प्रसिद्ध. जेथे-जेथे अमानुषता असेल, वंशवाद असेल, जातिवाद असेल असे विषय बाईंना जवळचे वाटतात. मिरा हॅमरीश या स्वत: वंशवादाने पोळलेल्या. लहानपणीच त्यांचे सर्व कुटुंब हिटलरच्या नाझी वंशवादात बेचिराख झाले; या एकट्याच कशाबशा वाचल्या. मनात वंशभेदाची जखम घेऊनच जेव्हा त्या 'कास्ट ॲट बर्थ' चितारतात आणि त्यांनी तयार केलेली फिल्म जेव्हा व्हिडिओ कॅसेटवर पाहायला मिळते तेव्हा अंगावर काटा उभा राहतो. महाराष्ट्रातून पुढे त्या बिहारपर्यंत गेल्या. बिहारमधील 'नोन्ही' या गावातील दलित वस्तीतील १९ माणसे एकाच दिवशी बळी पडली. जमीनदारांनी मारली. दलित मजूर जादा मजुरी मागतात, एवढेच निमित्त झाले. त्या वस्तीतला एक मात्र पुरुष वाचला. तो त्या दिवशी परगावी गेला होता. एक स्त्री कॅमेऱ्यापुढे कळवळीने सांगत होती. 'माझी तरुण मुले मारली, नवरा मारला. फक्त एक मुलगी वाचली.' मारेकऱ्यांनी खात्री करून घेतली की, बाईच्या कुशीत असलेले अपत्य हे मुलगा आहे की किंवा मुलगी. मुलगा असता तर तोही शिकार झाला असता. हे दृश्य चितारताना बाईंना आपला भूतकाळ आठवला. एका मुलाखतीत त्यांनी ही व्यथा मांडली आहे.

भारतीयांच्या मनात 'कर्म विकासा'चा सिद्धांत खोलवर ठसलेला. मागील जन्माच्या पापांमुळे आपण अस्पृश्य जातीत जन्माला आलो. हा आपल्या नशीबाचा भोग आहे, हे जसे एखाद्या दृश्यात एखादा सफाई कामगार म्हणून जातो, तर एखादा यज्ञोपवीत घालणारा सवर्ण आपण श्रेष्ठ जातीत जन्माला आलो याचे कारण मागील जन्मात पुण्य केलं, असेच तो गर्वाने सांगतो. 'कुठलंही काम वाईट नाही. कर्म करीत राहा. फळाची अपेक्षा धरू नका', हा वेदातील संदेश सांगण्यास तो विसरत नाही. मुंबईसारख्या शहरातील सोफिया कॉलेजमधील विद्यार्थ्यांची झालेली

खडाजंगी बघण्यासारखी. रिझर्वेशन अथवा मंडल आयोग त्यांना मान्य नाही. सरकार दलितांचे लाड करते, ही सवर्ण विद्यार्थ्यांची तक्रार. आर्थिक मोजमाप करून सवलती द्याव्यात, असे त्यांचे म्हणणे. आम्ही जातबीत काही मानत नाही, असेही काही सांगतात. पण जेव्हा त्यांना प्रश्न विचारला जातो की, तुम्ही ज्या लोकवस्तीत राहता तेथील रस्ते कोण झाडतो, कचरा कोण घेऊन जातो, टॉयलेट कोण साफ करतो; यावर मात्र त्यांचे मौन असते.

आपल्याकडे सर्व कॉलेजांत समाजशास्त्र, इतिहास हे विषय शिकवतात. अस्पृश्यता कशामुळे निर्माण झाली या संदर्भात पाश्चिमात्यांनी कधीकाळी जी मते मांडली त्यांचीच घोकंपट्टी प्राध्यापक करताना दिसतात. मी मध्यंतरी एका कॉलेजात या विषयावर बोलण्यास गेलो होतो. हॉल विद्यार्थ्यांनी तुडुंब भरला होता. सभेच्या शेवटी एका विदुषीने प्रश्न विचारला. अस्पृश्य हे स्वच्छ राहत नाहीत आणि अस्पृश्यांना चांगले संस्कार नसतात. त्यावर मी म्हणालो, 'आपण कधी भंगीवाड्यात गेला आहात का? आणि त्यांच्या घराची स्वच्छता पाहिली आहे काय? मग बोला आणि संस्कारांच्या संदर्भात सांगायचे तर हर्षद मेहता हे सवर्ण असूनही त्यांच्यावर कोणते बरे संस्कार झाले?' विद्यार्थ्यांनी टाळ्या वाजवून दाद दिली हे सांगायला नको.

'कास्ट अॅट बर्थ' या चित्रपटाच्या अनेक दृश्यांत प्रथम पाय दिसतात. पाय हे चित्रपटाचे प्रतीक होते. बहुधा पायापासून शूद्रांची उत्पत्ती झाली हे पुरुषसूक्त बाईंना माहीत असावे. ही दृश्ये पाहताना मला माझ्याच कवितेच्या ओळी आठवत होत्या.

ज्या पायातून जन्म झाला ते कळ्यासारखे
खुडलेले पाय; सारेच म्हणतात, पिरॅमिड्स
सलामत तर पाय पचास
अरे अजून थोडी कळ काढ, कळसाला गिलावा देतात.
तुझ्या नावाचा मागमूस नाही
कुणीतरी फीत कापतात
गंगेच्या कावडी आल्या तर त्या रिचवल्या.
गाढवाच्या तोंडात. पखाल भरभरून
ज्ञानेशाचा रेडा येईल म्हणतात.

◆

कुल्हड संस्कृती

'झुक झुक आगीनगाडी – धुरांच्या रेषा हवेत सोडी' अशी कविता अभ्यासक्रमात होती. हवेत धुरांच्या रेषा सोडणाऱ्या आगीनगाडीत आता आमूलाग्र बदल झाला आहे. तिला आता ट्रेन म्हटले जाते. कोळशाची जागा आता विद्युत इंजिनाने घेतली आहे. १८५३ साली अठरा डब्यांची गाडी बोरीबंदरहून प्रथम ठाण्यापर्यंत गेली म्हणतात. पुढे देशभर आगगाडी धावू लागली. तेव्हापासून आजवर आगगाडीत अनेक बदल झाले. तिसऱ्या वर्गाचा डबा नाहीसा झाला. काही 'क्लास' नसलेल्या जनता गाड्याही आल्या. पण बहुतांश आगगाड्यांत गरीब-श्रीमंतांच्या सीमारेषा स्पष्ट दाखवणारा सेकंड क्लास आणि फर्स्ट क्लास काही गेला नाही. अनेकदा ट्रेन म्हणजे भारतीय संस्कृतीचे प्रतीक वाटते. एकीकडे आधुनिक यंत्रयुग आणि दुसरीकडे परंपरागत मानसिकता याचेच दर्शन अनेकदा होते.

फर्स्ट क्लासमधील प्रवासाचा प्रसंग बलुत्यात आलेला, "एकदा सुक्या बोंबलाचं पुडकं घेऊन फर्स्ट क्लासच्या डब्यात चुकून चढलो होतो. फर्स्ट क्लासचे सारे प्रवासी वास कोठून येतो म्हणून नाकांनी शोधत होते. वरमून लगेच पुढच्या स्टेशनवर उतरलो. दुसऱ्या वर्गाच्या प्रवाशांना मात्र हा वास आला नाही." फर्स्ट क्लासची सारी तऱ्हाच न्यारी असते. गोऱ्या साहेबांनी हे मॅनर्स ठेवून दिलेले. दुसऱ्या वर्गात हमखास चौथ्या सीटवर बसू देतील. येथे हा प्रकार नाही. मधल्या गॅलरीत थोडासा जरी धक्का लागला, तर लगेच इंग्रजीत भांडणे. दुसऱ्या वर्गात माणसांचे लोंढे एकमेकांवर आदळत असतात. श्वास गुदमरलेला, मुंगी शिरायला जागा नाही. उराउरी भेट. स्वत:चा पाय खाजवायला जावे, तर दुसऱ्याचा पाय खाजवला जातो- असे मन बधिर झालेले. आपले स्टेशन आले म्हणजे बाहेर पडणे दिव्य. अंगाचा चोळामोळा होऊनच तुम्ही एखाद्या सामानासारखं फलाटावर पडता. माणसाचं एवढं अवमूल्यन होत असताना त्याचं कुणाला काहीच वाटत नाही.

दोन्ही वर्गांत एक कमालीचे साम्य मात्र आहे. कधी काळी माणूस टोळ्यांनी राहत होता. आपल्या टोळीत दुसऱ्या टोळीचा माणूस शिरू नये म्हणून नाकेबंदी

केली जायची. त्याला शत्रूच समजत. हे टोळ्यांचं राजकारण प्रत्येक डब्यात पाहायला मिळतं. जागा अडविणे हे जसे टोळ्यांच्या म्होरक्याचे काम. त्यात पत्ते खेळणारे आघाडीवर. तसे चुकून तुम्ही लांब पल्ल्याच्या गाडीत बसलात आणि तुम्हाला मध्येच जवळच्या स्टेशनात उतरायचे असेल, तर टोळीवाले लगेच आक्रमक रूप घेतात. 'साले, तुम आया किव इस डब्बेमें' दुसरा आवाज 'धरा रे त्याला. वसईच्या खाडीत बुडवा' तो जर चुकून म्हणाला 'तुम्हारे बाप की ट्रेन है क्या?' मग तर त्याला कुचललाच म्हणून समजा. त्या बिचाऱ्याला वाटेल – खरंच का आपण भारतीय आहोत? कोणत्या आदिम युगात आपण वावरतो आहोत? (तशी माणसे मुळात भित्रीच असतात. अलीकडेच फर्स्ट क्लासमध्ये कुणा एकाची प्लॅस्टिकची बॅग विसरली. स्फोट होईल म्हणून एका क्षणात डबा रिकामा झाला. तपासाअंती कळले की, कागदात गुंडाळलेल्या चपात्या होत्या त्या.)

तुम्ही कधी मथुरेच्या पुढे दिल्लीच्या दिशेने गेलात तर प्रत्येक स्टेशनात 'कुल्हड' दिसेल. कुल्हड हे मातीचे भांडे. यातून चहा दिला जातो, चहाला लागलेल्या मातीचा करपट वास येत असतो. चहा पिऊन झाल्यावर हे खापराचे भांडे फेकून द्यावयाचे असते. कुल्हड तयार करणाऱ्या कामगारांना रोजीरोटी मिळत असेल म्हणून कुणी या कुल्हड संस्कृतीचं उदात्तीकरण करेल. पण मला मात्र वेगळ्या प्रश्नाने सतावले आहे. यात जातीचे सोवळे टिकविण्याची तर करामत नसेल? कपातून चहा प्यायचा म्हणजे कोणत्याही जातिधर्माच्या माणसाने उष्टा केलेला कप तोंडायला लावायचा. ही कल्पना तर कुल्हड संस्कृती टिकवण्यामागे नसेल?

या 'कुल्हड' संस्कृतीवर आघात करणारी एक कथा आठवते. विद्रोह कितीही दाबला, तरी तो उफाळून येत असतो. हिंदी लेखक सुदीप यांची ती कथा असून, कथेचे नाव आहे 'अंतहीन – दो.' दिल्लीहून मुंबईच्या दिशेने ट्रेन सुटणार असते. मित्रांना निरोप देऊन जेव्हा लेखक डब्यात चढतो, तेव्हा त्याला दिसते की, रिझर्व्ह केलेल्या सीटवर कुणीतरी धटिंगण बसला आहे. पंधरा-सोळा वर्षांचा काळासावळा पोरगा. शरीराने धष्टपुष्ट, चमकदार नजर. लेखक त्याला तेथून उठण्यास सांगतो. पोरगा नकार देतो. लेखक विचारतो, 'तुझ्याकडे तिकीट तरी आहे काय?' यावर पोरगा उर्मटपणे म्हणतो. 'माझे तिकीट पंतप्रधानांकडे आहे.' आता डब्यातील सर्वांचे लक्ष पोराकडे. सारे हसतात. अनेकांना तो चक्रम वाटतो. लेखक जेव्हा त्याला बखोटीला धरून उठविण्याचा प्रयत्न करतो, तेव्हा तो हसत म्हणतो, 'बाबूजी, मी तर सहज बसलो होतो तुमच्या जागेवर, आरामात बसा.' असे म्हणून लेखकासमोरच बेसीनपाशी खेटून तो उभा राहतो.

येणाऱ्या-जाणाऱ्यांची त्याची टक्कर होत असते. मध्येच लोक बडबडतात. एक जाडजूड माणूस बेसीनजवळ येऊन तोंड-हात धूत असतो. जाडजूड माणसाला

त्याचा धक्का लागतो. यावर तो ओरडतो, ‘एका बाजूला का बसून घेत नाहीस?’ पोरगा उत्तर देतो, ‘माझी मर्जी – गाडी काही तुमची नाही, माझी आहे.’ जाड माणूस उखडतो, ‘एक तर विदाऊट तिकीट प्रवास करतोस आणि वर हा रुबाब. थांब, पुढल्या स्टेशनात तुला पोलिसांच्या ताब्यात देतो.’ पोराच्या डोक्यात चमक – म्हणतो, ‘पोलिसांची ऐसीतैसी. माहीत आहे मी कोण आहे? मी क्रांतिकारक आहे.’ असे म्हणून रिव्होल्यूशनरी या शब्दाचे स्पेलिंग सांगू लागतो.

आता लेखकाला त्याच्याबद्दल कुतूहल वाटू लागते. लेखकाकडे तो सिगारेट मागतो. सिगारेट पितापिता तो आपली माहिती सांगत असतो, त्याचे नाव कलवा. आठवीपर्यंत शिकलेला. गावाकडे बापाने जादा मजुरी मागितली, म्हणून ठाकुराने त्याचे घरदार जाळून टाकलेले! बाप आगीत मेलेला. लेखक जेव्हा विचारतो, ‘काय करतोस?’, यावर कलवा उत्तर देतो, ‘क्रांती करतो आहे. रिव्होल्यूशन.’ त्यावर लेखक म्हणतो, ‘असे भटकून क्रांती होते काय?’ यावर कलवा म्हणतो, ‘मी एकटा नाही, लाखो-करोडो आहेत माझ्यासारखे.’ असे तो बोलत असताना त्याचा आवाज चढलेला. सारे प्रवासी त्याचे भाषण ऐकत असतात. आजचा भ्रष्टाचार, राजकारण, धर्मांधता – वर्ग-वर्ण संघर्ष यांवरचे त्याचे भाष्य त्याच्या गावरानी ढंगात असूनही साऱ्यांना मंत्रमुग्ध करते. आता तो डब्यातला हीरो झालेला असतो.

गाडी कुठल्या तरी स्टेशनवर थांबलेली. प्रवाशांना जेवणाची ताटे सर्व्ह केली जातात. कलवाशी बोलण्याच्या नादात लेखक जेवणाची ऑर्डर देण्यास विसरलेला. सर्वांची जेवणे संपलेली. आता कलवाने काय करावे, संडासाजवळच्या उष्ट्या ताटातील अन्न तो गबागबा खाऊ लागलेला. मध्येच वेटर येतो. दोघांची मारामारी होते. वेटरच्या मदतीला आणखी एक-दोन वेटर येतात आणि कलवाला स्टेशनाबाहेरच्या खडीवर फेकतात. कलवाला मारत असताना कुणी प्रवासी मध्ये पडत नाही.

गाडी पुढे खंडाळा स्टेशनपाशी थांबलेली. बाहेर उजाडलेले. लेखक खाली उतरून चहाची ऑर्डर देत असतो. पाठीमागून आवाज येतो, ‘एक चाय हमारे लिये भी – भाईसाहेब’ लेखक वळून बघतो. तो कलवा असतो, त्याचे डोळे हसत असतात.

◆

नामांतर : येरे माझ्या मागल्या

श्री. खैरमोडे लिखित 'डॉ. बाबासाहेब आंबेडकर चरित्र' (खंड दहावा) यात खालील प्रकारची माहिती वाचण्यात आली.

गिरगावातील एक मध्यमवर्गीय सुशिक्षित रहिवासी असलेल्या चाळीच्या सार्वजनिक गणेशोत्सवातील एक सत्यकथा... चाळीच्या या वर्षाच्या गणेशोत्सवात मुंबई सर्वोदय कलापथकाचा दारूबंदी तमाशाचा कार्यक्रम ठेवण्यात आला होता. तमाशा सुरू होऊन अर्धा तास झाला, तोच चाळीतील विद्वानांनी चिटणिसाला दम दिला की, १० मिनिटांत हा तमाशा बंद झाला पाहिजे. नाहीतर आम्ही शिमगा करू. एवढ्यावरच हा वाद मिटला असता, तर हा प्रश्न नव्हता. पण दुसऱ्या दिवशी एक नवीनच वादळ निर्माण झाले. सकाळी गणपतीची पूजा करणाऱ्या उपाध्यायांनी पूजा केली, पण साशंक मन:स्थितीत. त्यांनी माहिती मिळवली आणि चिटणिसाला पत्र लिहिले की, 'तमाशात महार आहेत, ही गोष्ट तुम्हाला माहीत असूनही केवळ आम्हाला खिजवण्यासाठी तमाशाचा कार्यक्रम ठेवला की, ते तुम्हाला माहीत नव्हते, याचा खुलासा होईपर्यंत मी गणपतीची पूजा करणार नाही.' कार्यकारी मंडळ या पत्राने बावरून गेले. उघड दोन गट तयार झाले. 'नवशक्ती'त बातमी आली, (दिनांक ६ एप्रिल १९४९) 'कलापथकात महार होते, म्हणून गणरायाचे शुद्धीकरण!'

आता तुम्ही म्हणाल, आजच्या युगात ही बातमी सांगण्यासारखी आहे काय? भूतकाळाचे कोळसे किती उगाळता? झाले गेले विसरून जा. आमच्या पूर्वजांनी दलितांवर जे अन्याय, अत्याचार केले त्याचा दोष आम्हाला का? आता आम्ही तर केवढे सुधारलो! प्रश्न केवळ बातमीपुरता मर्यादित नाही. एकूणच मानसिकता बदलली का? हा महत्त्वाचा प्रश्न भेडसावतो आहे. बातमीत जेथे-जेथे 'गणपती' असा उल्लेख आहे तेथे-तेथे आपण 'मराठवाडा विद्यापीठ' हे शब्द ठेवून बघा, आपणास कळून चुकेल की, तेथेही 'आंबेडकर' या नावाचा विटाळ होत आहे. पुरोहिताचे काम शिवसेना करते आहे. स्वातंत्र्याच्या आधी आणि नंतर पुरातनवादी आणि पुरोगामी असे दोन गट पडले, तसेच नामांतराच्या प्रश्नावरही दोन गट पडले

आहेत. पुरातनवादी मंडळाच्या लोंढ्यापुढे मूठभर पुरोगामी गटांगळ्या खात आहेत. स्वातंत्र्यानंतर एवढ्या वर्षांतही भारतीयांची मानसिकता आपण बदलू शकलो नाही तर 'येरे माझ्या मागल्या – ताककण्या चांगल्या' अशीच स्थिती झाली आहे.

एक हजार वर्षांचा इस्त्राईल – पॅलेस्टाइनचा वाद मिटू शकतो. जर्मनीचे विभाजन करणारी भिंत पडू शकते, तर नामांतराचा वाद का मिटू शकत नाही? असा प्रश्न कुणाही सुज्ञ माणसाला पडेल. मराठवाड्यातील जनतेने 'मराठवाडा' हा शब्द अस्मितेचे प्रतीक केलेला, त्यात मधल्या काळात तडजोड म्हणून 'डॉ. बाबासाहेब आंबेडकर मराठवाडा विद्यापीठ' हा शब्दप्रयोगही मान्य झाला होता. पण कुठे माशी शिंकली कुणास ठाऊक. राज्यकर्त्यांना आणि विरोधी पक्षातील मंडळींना हा प्रश्न सतत भिजत पडावा, मार्ग निघू नये; भावनात्मक प्रश्नावर लोकांना झुंजत ठेवले म्हणजे त्यांना भडकलेली महागाई, रोजीरोटीचे प्रश्न आठवणार नाहीत, असे बहुधा वाटत असावे. या बाबतीत सर्व राजकीय पक्षांचा लपंडाव पाहावयास मिळतो. मराठवाडा सोडून सर्व राजकीय पक्षांचा नामांतराला पाठिंबा असतो. (शिवसेनेचा एकीकडे नामांतराला विरोध आणि दुसरीकडे शिवसेनेच्या एका आमदाराची मुंबईत आंबेडकरांच्या पुतळ्याची घोषणा ही पूतना मावशीची माया समजायची का?) मराठवाड्यातील सर्व पक्ष, त्यात पुरोगामी पक्षही आले; यांचा सतत विरोध असतो. तेथील बहुसंख्य मतदारांच्या मतांवर डोळा ठेवून त्यांना वजाबाकीचे राजकारण करावयाचे नसते. नुकत्याच स्थापन झालेल्या काळदाते समितीपुढे हे एक मोठे आव्हान आहे.

डॉ. बाबासाहेब आंबेडकर हे मूर्तिभंजक होते. त्यांना व्यक्तिमाहात्म्य मान्य नव्हते. विभूतिपूजेमुळेच या देशाचा नाश झाला, देश रसातळाला गेला, असे त्यांचे ठाम मत होते. असे असताना नामांतराचा मुद्दा का ताणून धरायचा असा प्रश्न नेहमीच उपस्थित केला जातो. या प्रश्नाला अनेकदा उत्तरे दिली आहेत. दलित आणि दलितेतर यांत अभिसरणाची एक प्रक्रिया म्हणून पहिले जाते. मीठ हे तसे नगण्यच होते. पण महात्मा गांधी यांनी मिठाची चळवळ उभारली, त्या वेळी कुठेही मीठ हे सामान्य, त्यात लढण्यासारखे काय आहे असे प्रश्न उपस्थित केले गेले नाहीत. डॉ. बाबासाहेब यांनी तर देशाला घटना दिलेली, लोकशाही विचार, स्वातंत्र्य, राष्ट्रप्रेम दिलेले. ज्या-ज्या वेळी देश संकटात असतो, त्या-त्या वेळी बाबासाहेबांचे विचार वारंवार वापरले जातात. आणीबाणीचा कालखंड असो, अलीकडची दंगल असो; बाबासाहेबांचे विचार सातत्याने मनावर बिंबवले जातात. डॉ. बाबासाहेबांच्या नावाला जो विरोध होत आहे, त्याचा बोलविता धनी हा 'मनुस्मृती'तच शोधायला हवा.

मला या प्रकरणी सर्वांत गंभीर वाटणारी बाब म्हणजे या प्रश्नात, आंदोलनात दलितांमध्येच पुरेशी एकवाक्यता नाही. आता तर मंडल आयोगाचा फायदा पदरात

पाडून घेणाऱ्या मागासलेल्या जाती या प्रश्नाबाबत उदासीन दिसतात. 'सवलती या भीक नसून तो हक्क आहे' अशी स्वाभिमानाची प्रेरणा देणारी बाबासाहेबांची शिकवण. मंडल आयोगासाठी हिरिरीने भांडणारे नेते कसे बरे यांना विसरतात? आंबेडकरी चळवळीत तर विचारायलाच नको. त्यांच्या दुहीची विषारी वेल मांडवाला गेली आहे. प्रत्येक वेळी जो तो गट, एकीचं गाजर टांग्याच्या घोड्यापुढे धरतात, तसे अनुयायांपुढे धरतात. यातील सर्व नेते लोकशाही, प्रज्ञा, करुणा, भारतीय घटना इत्यादी विषयांवर तावातावाने भाषणे करतात. ते सारेच स्वत:ला प्रज्ञावान समजतात. पण दुसऱ्या गटाबद्दल करुणा नसते. अंतर्गत लोकशाही असते याचे यांना कधीच भान नसते. 'ज्याच्या हाती ससा, तो पारधी' अशी अवकळा आलेली. एकाच कारणासाठी ही मंडळी वेगवेगळ्या पद्धतीने लढतात. नामांतर हा विषयही त्याला अपवाद नाही. नामांतरविरोधी मंडळींपेक्षा हा अंतर्विरोध मला जादा धोकादायक वाटतो. सत्ता कोणत्याही देशाची असो, अशा फाटाफुटीचा सत्ता नेहमी फायदा घेत असते. या संदर्भात तरुण निग्रो लेखक बेन कोल्डवेल याची एकांकिका आठवते.

निग्रोचा पंधरा वर्षांचा मुलगा गोऱ्याच्या अत्याचाराला बळी पडलेला. समुदायाने सारे निग्रो मोर्च्याने निषेध करायला निघालेले. डोक्याला कफन बांधून ते चालत असतात. तोंडात जहाल घोषणा. खूनखराबा होऊ नये, म्हणून गोरे पोलीस त्यांना अडवतात. निग्रोंचा संतप्त जमाव ऐकत नाही. पोलीस सांगतात, तुम्ही मागे सरा नाहीतर तोफेच्या गोळ्यांच्या वर्षावात तुम्ही बेचिराख व्हाल. निग्रो मागे हटत नाहीत. चौरस्त्यावर एक पोलीस व्हॅन येते. तिच्या टपावर तोफेच्या नळकांड्या बसवलेल्या. एकाएकी दिव्यांचा उजेड होतो. कानठळ्या बसविणारा आवाज, दिव्याच्या उजेडात काय दिसते? तोफेच्या नळकांड्यातून नोटांचा पाऊस पडू लागतो. आता लढणारे निग्रो एकमेकांना तुडवत बेभान होत नोटा गोळा करू लागतात. हे 'स्वातंत्र्य' घेऊन ते जिवाची चैन करण्यास पांगतात.

आजच्या दलित चळवळीच्या संदर्भात वेगळे भाष्य करण्याची आणखी काय गरज आहे.

◆

दहशतवादाचा राक्षस

रक्षा करो रक्षा करो
गणपती गणराया
चंदा भी धूसर है
सूरज है काला
फूलों पर तना हुआ
प्रेतों को भाला
घर घर है कांप रही
जीवन की काया
रक्षा करो रक्षा करो
गणपती गणराया

शंकर शेष यांच्या 'राक्षस' या हिंदी नाटकातील ही नांदी. माणसाच्या मनात लपलेले प्रेम आणि द्वेष यांतील संघर्षावर बेतलेले हे नाटक. परंपरागत पुराणातील बकासुराच्या कथानकावर फॅन्टसीच्या रूपाने आजच्या दहशतवादाच्या संदर्भात लेखकाने कठोर भाष्य केले आहे.

सूत्रधार गोष्ट सांगतो आहे. कोरस गातात. पण ती गोष्ट पुराणातली नाही. आजच्या भोवतालच्या वास्तवतेची. राक्षस मातला आहे. अनेक गावे बेचिराख करीत चालला आहे. मुडदे पाडले जात आहेत. खूनखराबा होतो आहे. रक्ताचे पाट वाहत आहेत. अडीच हजार लोकवस्ती असलेले 'दर्शन' गाव मात्र शहामृगासारखे वाळूत तोंड खुपसून बसले आहे. गावात एकटा कवी लोकांना राक्षसाची जाणीव देतो आहे. आज ना उद्या राक्षस तुमच्याही गावात येईल. तुमच्या दारावर त्याची थाप पडेल. त्याच्याशी मुकाबला करू या. पण गावातले लोक त्याला वेडा समजतात. कवितेने कुठे राक्षस मरणार आहे का? कवितेला मध लावून चाट, अशी कवीची चेष्टा केली जाते. गावाची अवस्था दगडाच्या नावेसारखी झालेली की, जी गाळात रुतलेली.

गावात वर्तमानपत्रवाले येतात. दुनियेची ताजी खबर सांगतात. भोवतालची

अनेक गावे राक्षसांनी उद्ध्वस्त केली. तुमच्या वेशीपाशी राक्षस आला आहे. या बातमीने गावात पळापळ सुरू झाली. कवी त्यांना सांगतो, 'अरे असे चोरासारखे का पळता, तुम्ही जेथे जाल तेथे राक्षस आहे. जितके पळाल तितके राक्षसापाशी जाऊन पोहोचाल. तुम्ही निर्भयपणे राक्षसाशी संघर्ष करा.' कवीचे कुणी ऐकत नाही. गाववाले ऐकतात ते गावच्या प्रमुखाचे. त्याचे नाव रणछोड. सर्व रंगाच्या तुकड्यांपासून त्याने पेहराव केलेला. 'पानी तेरा रंग कैसा, जिसमें मिलाये वैसा' ही त्याची वृत्ती. राक्षसाबरोबर त्याने समझेता केला. गावकरी रणछोडचा जयजयकार करतात. कवी पुन:पुन्हा सांगतो की, समझोता केला तर तुम्ही कमजोर ठराल. राक्षसाशी फक्त एकदाच लढा. आता लढला नाहीत तर एक शतकभर लढण्याची शक्ती गमावून बसाल. राक्षसाचे बळ वाढेल. गावकऱ्यांना ही फालतू बडबड वाटते. गावकरी कवीवर दगड फेकतात. रक्तबंबाळ झालेल्या कवीला ते वेशीबाहेर फेकून देतात.

सर्व गावाला आपल्या पंज्यात ठेवण्यासाठी रणछोड षड्यंत्र रचतो. गावात तीन माणसे शहाणी समजली जातात. एक सुधारक, दुसरा धर्मपंडित आणि तिसरा विचारवंत. हे वेगवेगळ्या दिशेने आपसांत भांडत असतात. रणछोड त्यांना एकत्र करतो आणि त्यांच्यावर संमोहन मंत्र टाकतो.

ओम स्वार्थाय नम: ।
ओम स्वहिताय नम: ।
ओम स्वसुखाय नम: ।
ओम मतलबे नम: ।
ओम सेल्फिशाय नम: ।

या मंत्राचा चमत्कार होतो. तिघेही रणछोडदाससमोर गुडघे टेकतात. कुत्र्यासारखे शेपट्या हलवीत हे त्याचे गुलाम होतात. गावकऱ्यांची सभा भरते. व्यासपीठावर रणछोड ईश्वरीय मुद्रेत उभा. नवीन झालेले तीन चेले गुडघे टेकून त्याच्या पायापाशी बसलेले. रणछोडने राक्षसाबरोबर जो समझोता केला आहे, त्याच्या अटी एक-एक चेला सभेपुढे सांगतो आहे. सर्व गावाची राक्षसापासून सुटका करायची असेल, तर अट क्र. १: प्रत्येक दिवशी एका माणसाला राक्षसाकडे पाठवले जाईल. राक्षसाचा माणूस शिवेवर येऊन त्याला घेऊन जाईल. अट क्र. २ : माणसाऐवजी लहान मुले पाठवायची ठरली तर दोन मुले पाठवावी लागतील. अट क्र. ३ : राक्षसाचे लोक माणसाला कुठे नेतात याचा जर तपास कुणी केला तर करार संपुष्टात येईल. राक्षस सर्वांना ठार मारील. सभेत भाषणे होतात. आकडेवारी मांडली जाते. दररोज गावात किती मुले जन्माला येतात याचा शोध घेतला जातो. दहा वर्षे काहीही भीती नाही. नंतर आपण राक्षसाशी मुकाबला करू. सारे रणछोडचा जयजयकार करतात. फक्त एक स्त्री विरोध करते. बहुमताने ठराव पास होतो. लोकशाहीचा विजय होतो.

स्त्रीचा आक्रोश कुणी ऐकत नाही. जेव्हा स्त्री सभेपुढे सांगते की, गावाचे होणारे हाल मला पाहवत नाहीत. मला प्रथम राक्षसाकडे पाठवा. रणछोडची मुत्सद्देगिरी अशी की, रणछोड तिलाच पंचायतची अध्यक्ष करतो. निर्भयतेने शहीद होण्यास पुढे जाणारी स्त्री म्हणून लोक तिचा जयजयकार करतात. तीन चेलेही तिच्यासारखेच शहीद होण्यास तयार होतात. या चौघांची पंचायत स्थापन केली जाते. रणछोड मात्र पंचायतमध्ये सामील न होता यांना कठपुतलीसारखा वापरतो. आता सभेत जो तो अहमहमिकेने नाव नोंदवायला पुढे येतो. राक्षसाकडे पाठवण्याची क्रमवार लिस्ट तयार होते.

रक्तबंबाळ झालेला कवी पुन:पुन्हा गावात येऊन चौकाचौकांत कविता तार-सुरात गात असतो. हा कवी आज ना उद्या लोकांना भडकावील आणि आपले षड्‌यंत्र मातीमोल करील, या भीतीने पहिला बळी म्हणून कवीलाच राक्षसाकडे पाठविण्याचे आदेश दिले जातात. कवीला राक्षसाकडे पाठविण्यापूर्वी त्याची जीभ कापली जावी, असेही फरमान सोडले जाते. कुणी सांगावे, तो राक्षसाचे बहुधा मतपरिवर्तन करील असे वाटत असावे. कवी जगला पाहिजे अशी अध्यक्ष झालेल्या स्त्रीची अपेक्षा असते. कवी तिला सांगतो, मी जगण्यापेक्षा लहान मुलांना जगव. शाळेच्या भिंतीवर मी माझ्या कविता लिहून ठेवल्या आहेत. माझी जीभ कापण्याकरिता सर्वांसमोर तूच पुढे हो. म्हणजे रणछोडचा तुझ्यावर विश्वास बसेल आणि तसेच होते. शेवटपर्यंत लहान मुले वाचविण्याकरिता ती स्त्री जिवाचे रान करते.

शेवटी गावात सन्नाटा पसरतो. साऱ्या स्त्री-पुरुषांची रवानगी राक्षसाकडे झालेली. वाचतात फक्त पंचायतचे सभासद आणि रणछोड. रणछोडला गाफील ठेवून आता पंचायत राक्षसाच्या शोधात निघाली. त्यांना वाटते, माणसांच्या हाडांचे डोंगराएवढे ढीग दिसतील. पण राक्षस कुठेच नसतो. अचानक तिथे रणछोड येतो आणि त्यांना तो सांगतो, 'हा राक्षस प्राण घेत नाही. फक्त तुमचे आत्मे गारद करतो बर्फासारखे. तो माणसाला यंत्रवत करतो. संमोहन मंत्र म्हणताच, तो अमूर्त रूपात येऊन दुसऱ्याच्या शरीरात प्रवेश करतो. तो पुढे केव्हाच येत नाही. आपल्या सैन्यामार्फत तो आपले साम्राज्य प्रस्थापित करतो. रणछोडचा मंत्र आता आकाशवाणीसारखा ऐकू येतो.

ओम स्वार्थाय नम:
ओम स्वहिताय नम:
ओम स्वसुखाय नम:
ओम मतलबे नम: ।
ओम सेल्फिशाय नम:

◆

मिटल्यानंतर

'आज माझे मन तीव्र वेदना, व्यथा आणि तळमळींना बळी पडले आहे. एक-दोन अनपेक्षित समाधानाचे प्रसंगही या वेळी आले आहेत. पण त्यांना बुडविण्याइतक्या व्यथा मला भेडसावीत आहेत. त्यांना हाणून पाडण्यासाठीच एका नवीन कादंबरीची सृष्टी रचण्याच्या प्रयत्नात मी गुंतलो आहे. तसा संतोष तरी माझ्या वाट्याला आला आहे.'

वरील उतारा हा कन्नड लेखक शिवराम कारंत यांच्या 'मिटल्यानंतर' या कादंबरीला लिहिलेल्या भूमिकेतील आहे. कादंबरी लिहीत असताना आपल्या जवळच्या मित्राला पाठविलेल्या पत्रातील हा भाग. कादंबरी प्रसिद्ध होण्यापूर्वी या मित्राचे निधन झाले. मित्राचे नाव तुंग. हे ख्यातनाम पत्रकार होते. आपल्या मित्राबाबत लेखक लिहितो, 'अतिशय दारिद्र्यात तुंग यांचा जन्म झाला. बालपणातच ते अनाथ झाले. शिक्षण झाले ते फक्त एस.एस.सी.पर्यंत. जीवनाला चालवणारी धैर्य हीच एक महान शक्ती. धन आणि मान याची त्यांनी कधी पर्वा केली नाही. मानवी जीवनाच्या गंभीर अशा खोलात उतरून तळाचा अंदाज घेणारे साहस करणे हेच त्यांच्या जीवनाचे ध्येय होते.'

आपल्या निधनानंतर आपल्या जीवनाचे उद्या इतर लोक याचप्रमाणे निरीक्षण करतील. असेच समजतील. हे समजोत की, न समजोत. आपल्या जीवनात उमटलेले ठसे सभोवारच्या जीवनावर परिणाम करतीलच. अन्य हजारो प्रभावांबरोबरच आपलाही प्रभाव पडेल. मृत्युमुखी पडलेले कुठलेही जीवन व्यर्थ जात नाही. ते शक्यतो सार्थक होईल असे माणसाने जगावे असे वाटते आणि असेच जगणाऱ्या एका कादंबरी नायकाच्या आयुष्याचा शोध लेखकाने 'मिटल्यानंतर' या कादंबरीत घेतला आहे. मित्राची स्मृती म्हणून लेखकाने मित्राला कादंबरी अर्पण केली आहे.

'अलिदा मेले' या कन्नड कादंबरीचा 'मिटल्यानंतर' या नावाने मराठीत केशव महागावकर यांनी सुरस अनुवाद केला आहे. नॅशनल बुक ट्रस्टने पुस्तक छापले आहे. आपले राष्ट्र हे बहुभाषी आहे. परंतु खेदाची गोष्ट अशी की, निरनिराळ्या

प्रदेशांतील जनतेला आपल्या शेजारच्या भाषेतील विचारप्रवाहांची, सांस्कृतिक-सामाजिक चळवळींची फारच थोडी माहिती असते. आपले डोळे लागलेले इंग्रजी वाङ्मयावर. त्यावरच आपले वाङ्मय परपुष्ट. काही वर्षांपूर्वी 'मिटल्यानंतर' ही कादंबरी मी वाचलेली. विसरता विसरली जात नाही. आजही ती मनात रुतून बसलेली. जीव गलबलून गेला की, ती मी पुन:पुन्हा वाचतो. आयुष्यात अनेकदा जटिल प्रश्न निर्माण होतात. माणूस हा प्राणी गूढ वाटू लागतो. घटनेचा कार्यकारणभाव समजू शकत नाही. देवावर किंवा प्रारब्धावर हवाला ठेवणाऱ्यांचे सोपे असते. पण जे कुणी बुद्धिवादावर जगू बघतात त्यांची कोंडी होते. जीवनाचा अर्थ कळत नाही; अशा भांबावलेल्या मनाला ही कादंबरी धीर देते. काही समस्यांची उकल करण्यास मदत करते. ती केवळ स्वांत:सुखाय राहत नाहीतर ती दीपस्तंभ होते, असे म्हटले तर अतिशयोक्ती वाटू नये.

या १७७ पानांच्या कादंबरीत ६० वर्षांच्या म्हाताऱ्याच्या आयुष्याचा तो मेल्यानंतर रहस्यकथेसारखा लेखकाने शोध घेतला आहे. लेखकाच्या हाती विशेष काही नाही. यशवंत हा कादंबरीचा नायक. प्रवासात लेखकाशी जुजबी ओळख होते. यशवंत मलबार हिल या भागात आउट हाउससारख्या जुन्या इमारतीत राहत असतो. यशवंतची देखभाल करायला घरात एक नोकर आहे. यशवंताचे आयुष्य हे वानप्रस्थासारखे एकाकी असते. लेखक अनेकदा यशवंतच्या घरी भेट देत असतो. लेखकास जेव्हा समजते की, घरातला नोकर हा उर्मटपणे वागतो, मालकापेक्षा त्याचाच घरात रुबाब आहे. तेव्हा लेखक सांगतो की, 'असला नोकर कशाला ठेवता? हुसकावून द्या.' त्यावर हा नोकर कसा मिळाला ते सांगतो. 'पाच-सहा वर्षांपूर्वी हा फूटपाथवर तापाने फणफणत पडलेला. अंगाला दुर्गंधी येत होती. मी त्याला उचलून घरी आणले. डॉक्टरकडून इलाज केला. चांगला धडधाकट केला. माणसाला खोड्या या असतातच. याला हुसकावले तर दुसऱ्या येणाऱ्याला दुसऱ्या खोड्या असतील.' पुढे हा नोकर यशवंताच्या घरी चोरी करून पसार होतो.

कादंबरीतील खरे नाट्य पुढेच आहे. यशवंतचे दवाखान्यात निधन होते. शेजारी लेखकाला तारेने बोलावतात. यशवंतच्या देहाचे शेवटचे क्रियाकर्म लेखकालाच करावे लागते. यशवंतने आपले मृत्युपत्र लेखकाच्या नावे केलेले. घरातील चीजवस्तू, प्रॉपर्टी, १५ हजारांचा डिमांड ड्राफ्ट, कागदपत्रे, रोजनिशी, काही चित्रे ताब्यात मिळतात. या तुटपुंज्या सामग्रीवर लेखक यशवंतच्या आयुष्याचा छडा लावतो. एखादं महाकाव्य उलगडत जावं आणि मनुष्य स्वभावाचं, सामाजिक परिस्थितीचं, विकृतीचं, समर्पणाचं एखादं विश्वदर्शन पाहावं तसं वाचकाला होतं. यशवंतचे आयुष्याचे तत्त्वज्ञान तसे न्यारे असते. आपण प्रेम करतो ते परोपकारासाठी नव्हे, औदार्य म्हणूनही नव्हे; बहुतेक स्वत:साठी, आपल्या स्वार्थासाठी असते. माणसाचा

सहवास नको असे आपण किती जरी म्हटले, तरी माणसावाचून आपण जगू शकणार नाही हेच त्यांना सांगावयाचे असते.

१५ हजार रुपयांचा जो डिमांड ड्राफ्ट असतो, त्यातून कुणाकुणाला दर महिन्याला पैसे पाठवावेत असा मृत्युपत्रात उल्लेख असतो. यापूर्वी दर महिन्याला पैसे पाठविलेल्या पावत्या कागदपत्रांत असतात. त्यात दरमहा १५ रुपये गावाकडे असलेल्या पारूअम्मा नावाच्या बाईला पाठविल्याच्या पावत्या असतात. पारूअम्माबद्दल लेखकाला कुतूहल वाटते. लेखक कर्नाटकातील पारूअम्माच्या गावाचा शोध घेतो. लेखक तेथे जातात. पारूअम्माला १५ रुपयांपैकी फक्त ५ रुपये दिले जातात आणि पारूअम्माचे बाकीचे पैसे लुबाडले जातात हे दृश्य पाहावयाला मिळते. पारूअम्मा ही ७०-८० वर्षांची विधवा म्हातारी. तिने लहानपणी यशवंतचा सांभाळ केलेला. लेखक गावी गेल्यावर यशवंतच्या आयुष्यावर प्रकाश पडतो. वडिलोपार्जित प्रॉपर्टीवरून भांडणे होतात. लग्न झाल्यावर यशवंत सासुरवाडीला राहावयास येतो. सुपारीचा व्यापार करून गडगंज संपत्ती मिळवतो. बायकोचा व्यभिचार समजताच सर्व संसार बायको व मुलाबाळांच्या हवाली करून कफल्लक अवस्थेत तो मुंबईला येतो. यशवंत वानप्रस्थात राहत असला, तरी शरीरधर्म म्हणून त्याचे काही स्त्रियांशी संबंध आलेले. यशवंतने काढलेल्या चित्रांतून लेखक या स्त्रियांचा शोध घेतो. उदा. गुराच्या पाठीवर बसलेली मैना. तिने चोचीने रक्तबंबाळ केलेली पाठ असे चित्र.

मरणापूर्वी यशवंतने लिहिलेल्या पत्रातील काही भाग कादंबरीचे सूत्र म्हणून सांगता येईल. 'या दोन दिवसांपासून निजून डोळे मिटल्याक्षणी माझे पालनपोषण केलेल्या आईचे विस्मृत चित्र डोळ्यांपुढे येऊन उभं राहते, 'इथलं नाटक संपलं ना? तुझं काम तू केलंस' असं सांगितल्यासारखं वाटतं. नाटकात पात्र झालं म्हणून काय झालं. एकदा तरी चेहऱ्यावरचा रंग पुसावा लागतोच. हे रंग साहित्य उद्या दुसऱ्याला उपयोगी पडेल.'

◆

माणसा, कधी होशील माणूस?

गेल्या काही वर्षांपासून मुंबई शहरात एक गृहस्थ मी पाहतो आहे. त्याच्या अंगावर विटकरी रंगाची सफारी असते. छातीवर गुलाबाचे फूल आणि डोळ्यांवर काळा चष्मा हे त्याचे वैशिष्ट्य. हा गृहस्थ अनेकदा समारंभात दिसतो. तो समारंभ आनंदाचा असू द्या अथवा दु:खाचा असू द्या. तेथे तो हजर. त्याचे उपजीविकेचे साधन कोणते आहे हे कळत नाही. ओळखीच्या माणसाकडे हा हक्काने पाच-दहा रुपये मागतो. याला कुणी समारंभाचे निमंत्रण पाठवत नाही. दररोजच्या वर्तमानपत्रातील स्थानिक कार्यक्रमांची यादी हा वाचत असावा. नेमक्या कोणत्या कार्यक्रमाला उपस्थित राहायचे याची त्याला चांगली जाण असावी. जेथे सरकारदरबारी असलेले मंत्री, नटनट्या, प्रसिद्ध लेखक, कवी, पत्रकार इत्यादी उपस्थित राहणार असतील, तेथे तर हा नेमका उगवतो. नुसता सभेला हजर राहत नाही, तर सरकत-सरकत व्यासपीठापर्यंत पोहोचतो आणि मोठमोठ्या मंडळींच्या मांडीला मांडी लावून आरामात खुर्चीवर विराजमान होतो. लग्नात कोण कोणत्या पार्टीचा माणूस हे जसे ओळखायला येत नाही, त्यांचा आदर-सत्कार होतो, तसे अनेकदा त्याच्या बाबतीतही होते. मागे एकदा चित्रपट महामंडळाच्या कार्यक्रमात तो चक्क अश्विनी भावे यांच्या बाजूला जाऊन व्यासपीठावर बसला होता. तर मध्यंतरी दंगलीच्या काळात के. सी. कॉलेजमध्ये झालेल्या एका सेमिनारमध्ये वक्त्यांच्या यादीत कैफी आजमी यांच्या बाजूला बसला होता. 'इंडिया टुडे' यांनी मध्यंतरी दंगलीच्या संदर्भात जो विशेषांक काढला होता त्या अंकाच्या मुखपृष्ठावर प्रेताच्या शेजारी याचे चित्र झळकले होते. दूरदर्शनचा कॅमेरा असो किंवा छायाचित्रकार असो, त्यांच्या नजरेच्या टप्प्यात येण्यासाठी याच्या जिवाची घालमेल चाललेली असते.

ही एका माणसाच्या वागणुकीतली दाखवेगिरी अथवा विकृती म्हणून सोडून देण्याचा प्रश्न नाही. संहारक भूकंपाचा तडाखा बसलेल्या लातूर, उस्मानाबाद येथे हजारो माणसे जमिनीखाली गाडली गेली. हा भूकंप बघण्यासाठी या परिसरात हौसे, नवसे, गवसे यांची जत्रा भरली आहे. मदतकार्यात अडथळे निर्माण केले जात

आहेत. गर्दीमुळे, अपघातातील माणसांना दवाखान्यात वेळेवर पोहोचवता न आल्यामुळे त्यांतील काही माणसे रस्त्यातच दगावली. ही सारीच कृत्ये मन विषण्ण करणारी आहेत. बघ्यांचे एकवेळ समजू शकते. झुंडीचे तर्कशास्त्र वेगळे असते, पण जे राजकीय पक्ष आहेत, सामाजिक संघटना आहेत – त्यांचे नेते, त्यांच्या पक्षाचे कार्यकर्ते आपापले झेंडे, मोठाले फलक, स्वयंसेवकांनी छातीवर लावलेले बिल्ले यांचा नेमका अर्थ काय समजायचा? 'महाराष्ट्र टाइम्स'चे वार्ताहर श्री. गोपाळ साक्रीकर दिनांक ८ ऑक्टोबर, १९९३च्या अंकात 'आँखो देखा हाल' कळवितात. आपापल्या पक्षांची, संघटनांची 'शिरस्त्राणे' बाहेर ठेवून निखळ माणुसकीच्या भावनेने या मदतकार्यात साऱ्यांनीच उतरावे ही सामान्यतः अपेक्षा. पण जवळपास सर्व गावांमध्ये आधी पोहोचलेल्या 'जनकल्याण समिती'च्या अर्थात रा. स्व. संघाच्या कार्यकर्त्यांनी आपला 'गणवेश' घालून आणि फलक वगैरे लावून मदतकार्यही सुरू केले. या मंडळींनी एकूणच आघाडी घेतलेली पाहून 'काळ्या टोपी'ची ॲलर्जी असलेल्या समाजवादी मंडळींचे पित्त खवळले. त्यांनी तातडीने पत्रक काढून जातीयवाद्यांनी ठिकठिकाणी मदतीच्या नावाखाली घातलेली दुकाने बंद करावी, अशी आरोळी ठोकली. भूकंपाबाबत सर्वस्वी उदासीन आणि सरकारवर अवलंबून असलेल्या काँग्रेस पक्षाला उशिरा का होईना पण संघाचे अस्तित्व जाणवले. संघ आणि भारतीय जनता पक्षावर जणू गावबंदीच घातली. पंतप्रधानांच्या भेटीच्या निमित्ताने आणि लष्कराच्या कामात अडथळा नको म्हणून या स्वयंसेवकांना गावाबाहेर काढणे चालले आहे. पत्रकाराच्या या बातमीवरून सहज लक्षात येते की, मानवतावादापेक्षा जो तो पक्ष किंवा संघटना 'वोट बँक' म्हणूनच या घटनेकडे पाहतो आहे, असे विपरीत दृश्य दिसते. येशू ख्रिस्त म्हणाले होते की, 'एका हाताने दान केले, तर ते दुसऱ्या हाताला कळता कामा नये.' अहंकार आणि प्रतिष्ठेपायी जो तो आपापला डांगोरा पिटतो आहे.

आपल्या देशात एक चित्र हमखास पाहावयास मिळते. महाराष्ट्रही त्याला अपवाद नाही. युद्ध असेल, प्रलय असेल किंवा भूकंपासारखी नैसर्गिक आपत्ती असेल, तेव्हा सारा देश खडबडून जागा होतो. जात, धर्म, प्रांत, भाषा यांच्या भिंती आपोआप गळून पडतात. जो तो दुःखितांना मदतीचा हात देतो. अन्न-वस्त्र-निवारा यांकरिता अखंड मदतीचा ओघ वाहू लागतो. हिंदू असो, मुसलमान असो अथवा दलित असो त्याच्या प्रेताच्या विल्हेवाटीला जात, धर्म विसरून ते एकमेकांना मदत करतात. जी माणसे आपत्तीत सापडली ती एका छताखाली गुण्यागोविंदाने राहू लागतात. एकाच पंगतीत जेवतात, मदतफेरीत सर्व जातिधर्मांची माणसे एकदिलाने काम करतात. पण एकदा का युद्ध संपले अथवा नैसर्गिक आपत्ती टळली की, मग हीच माणसे, त्यांच्या संघटना, त्यांचे पक्ष, आपापल्या जातीच्या, धर्माच्या, प्रांताच्या,

भाषेच्या बिळात घुसतात. अलीकडे हिंदू धर्माचे बीळ फारच मोठे झालेले आहे. त्यातील मोठ्या बिळात आणखी छोटी-छोटी बिळे, ज्याने त्याने आपापल्या बिळातच जगावे किंवा मरावे, दुसऱ्या बिळात जाण्यासाठी शिडी नाही. मराठवाड्यात भूकंप झाला. याच मराठवाड्यात नामांतराच्या प्रश्नावरून दलितांची घरेदारे जाळणारी प्रवृत्ती आणि आता माणुसकीचा गहिवर म्हणून गळ्यात गळा घालणारी प्रवृत्ती कशी? याने कुठलाही सूज्ञ माणूस चक्रावून जाईल. अलीकडे ६ डिसेंबर, १९९२ रोजी अयोध्येतील बाबरी मशीद पाडली. त्यानंतरचे देशातील धर्मांधतेचे अराजक, महाराष्ट्रातील जानेवारी-फेब्रुवारी ९३च्या दरम्यान झालेली दंगल, माणुसकीला काळिमा लावणारी कृत्ये, याच माणसांनी केलेली जातीयवादाला खतपाणी घालणारी भाषणे, आपल्या धर्माचा माणूस नाही म्हणून त्याच्या संसाराची, घराची केलेली राखरांगोळी हे विसरता विसरले जात नाही.

असे सांगितले जाते की, देशात ५५ टक्के भूभाग हा भूकंपाचा उद्रेक होणारा प्रदेश येतो. यातील घरांची रचना बदलली, तर फार मोठ्या प्रमाणात मनुष्यहानी होणार नाही. लातूर-उस्मानाबाद येथे ज्या-ज्या गावांना भूकंपाने वेढले आहे त्या त्या गावांचे पुनर्वसन करण्याकरिता भूकंपाला तोंड देता येईल असे नवे घर बांधण्याकरिता शासनाने ९० कोटींची तरतूद केल्याचे समजते. आपल्या कोणत्याही गावगाड्याची प्राचीन काळापासून रचना जातिनिहाय अशी होत आली आहे. कौटिल्य अर्थशास्त्रात तर उच्चवर्णीयांची घरे गावाच्या मध्यभागी असावी आणि जातीच्या उतरंडीप्रमाणे गावची रचना करावी असे सांगितले आहे. चांडाळ, वेश्या आणि म्लेंच्छ यांच्या जागा निश्चित केल्या होत्या. येणारी शुद्ध हवा अथवा शुद्ध पाणी हे प्रथम सवर्णांना मिळावे अशीच गावाची रचना असायची. पाणवठे, तसेच दलितांची वस्ती आजही गावकुसाबाहेर का याचा शोध कौटिल्य अर्थशास्त्रात लागतो. तेव्हा ही परंपरागत कुटिल नीती सोडून गावची रचना ही वेगवेगळ्या सांस्कृतिक, सामाजिक, धार्मिक बेटांची न करता समाजाचे अभिसरण व्हावे अशा प्रकारे एकत्रित करण्यात यावी. आजच्या भूकंपापासून किमान भावी पिढ्यांनी हा धडा गिरवावा, असे मनोमन वाटते.

◆

लहानपण नको देवा!

मुलाच्या शाळेतील प्रवेशासाठी
आईने सोळा सोमवार केले
बापाने सोळा शनिवार केले
चिरंजीवाला घेऊन दोघे शाळेत गेले
बापाच्या खिशाकडे पाहून
प्रिन्सिपाल हासला
नोटा देताच पोरगा वर्गात बसला!

रामदास फुटाणे यांची ही उपहासिका. आजच्या शिक्षणक्षेत्रातील भ्रष्टाचारावर नेमके बोट ठेवणारी. मूल आईच्या पोटात असल्यापासून आई-बापाला मुलाच्या शाळेची फिकीर. तेव्हापासूनच शाळेचा अर्ज भरला जातो. या भ्रष्टाचाराविरुद्ध संघटितपणे फारसा प्रयत्न होतो असे दिसत नाही. संत तुकाराम म्हणून गेले 'लहानपण देगा देवा – मुंगी साखरेचा रवा', पण येथे तर लहानपणातच भ्रष्टाचाराची पट्टी मुलांच्या तोंडावर अडकवलेली. त्यांचा आवाज बंद. अष्टभुजा देवी जशी आपल्या आठही हातांतील आयुधांनी सज्ज असते. तशी राजकारणी मंडळींनाही साखर कारखाने, झेड. पी, पंचायत इ. आयुधे हाती असावीत असे वाटते. तसे शिक्षण संस्था हे त्यांना हुकमी हत्यार वाटते. ते मिळविण्यासाठी आटोकाट प्रयत्न होतो. शिक्षण संस्था म्हणजे भरपूर दूध देणारी गाय. शासकीय नियम कितीही काटेकोर असले, तरी कायद्यातून पळवाटा कशा काढायच्या याचे ज्ञान शिक्षणमहर्षींना असते.

या सर्व पार्श्वभूमीवर दिनांक १२ ऑक्टोबर, १९९३च्या लोकसत्तेत आलेल्या एका बातमीनं लक्ष वेधलं. इयत्ता पहिलीची मुले कोर्टाची पायरी चढतात तेव्हा... ही ती बातमी. बातमीत म्हटले होते, 'मोठ्या रकमेचे 'डोनेशन' न दिल्याने शाळेने प्रवेश बंदी केलेले ३९ चिमुरडे विद्यार्थी आज सकाळी शाळेच्या गणवेशात आणि शिस्तीने एका रांगेत न्याय मागण्यासाठी मुंबई उच्च न्यायालयात आले, तेव्हा

सर्वांचेच लक्ष त्यांच्याकडे वेधले गेले. आदर्श विद्यामंदिर या शाळेचे हे सर्व विद्यार्थी पाच ते सात वयोगटातील आणि समाजाच्या दुर्बल घटकांतील होते. आपापल्या पालकांबरोबर ही मुले विशेष बसने मालाडहून आली व त्यांनी न्या. श्रीमती सुजाता मनोहर यांच्यापुढे आपली फिर्याद सामूहिकपणे मांडली. कोर्ट-कचेरीत या घटनेचे पुढे काय होईल हे आजच सांगता येत नाही. पण ही घटना आशेचा किरण वाटते आहे. सामाजिक प्रबोधन आणि जन-जागरण या अर्थाने या घटनेला महत्त्व आहे.'

शाळाचालकांच्या जशा विद्यार्थ्यांकडून अथवा पालकांकडून काही अपेक्षा असतात, तशा विद्यार्थ्यांच्या किंवा पालकांच्या शाळेकडून काही अपेक्षा असतात, याचे फारसे भान शाळाचालकांना नसते. आपल्या मुलांना प्रवेश दिला या उपकाराच्या भावनेने पालक वाकलेला. आता हेच पाहा ना - जाता-येता एक कॉन्व्हेंट हायस्कूल मी पाहत असतो. येथे दरवाजावर प्रवेशासाठी दरवर्षी प्रचंड गर्दी होत असते. शाळेबाहेर गाड्या पार्क केलेल्या या शाळेत प्रवेश मिळणे ही बाब पालकांना प्रतिष्ठेची वाटते. शाळाचालक सारी मिशनरी मंडळी. शाळेशेजारीच ऐसपैस देखणे चर्च आहे. जाता-येता एक गोष्ट मात्र सतत डाचत आली की, शाळेची एवढी मोठी देखणी इमारत, पण मुलांना मधल्या सुटीत डबा खाण्यासाठी जेवणाकरिता हॉल नसावा ना! दुपारच्या सुट्टीत विद्यार्थी रस्त्यावर हातात डबे घेऊन खात असतात. शाळेत घाण होऊ नये म्हणून लंचच्या वेळात सर्व मुलांना बाहेर हुसकावले जाते. (संचालकांना रस्त्यावर घाण केली तरी चालते.) मिशनरी मंडळी 'अन्न हे पूर्णब्रह्म' जरी मानत नसली, तरी येशू ख्रिस्त लहान बालकांना कसे बरे दूर लोटील? प्रभू येशूच्या या अनुयायांना चर्चमध्ये डबे खाऊ दिले तर देव विटाळणार आहे काय? खेद वाटतो की, आपली मुले रस्त्यावर डबे खातात तेही भिकाऱ्यासारखी, याचे पालकांनाही वाईट वाटत नाही.

मध्यंतरी पाठ्यपुस्तक मंडळ - पुणे यांच्या संशोधन विभागाने महाराष्ट्रातील सर्व शाळांतून चित्रकला, निबंध लेखन यांची स्पर्धा आयोजित केली होती. या स्पर्धेचा अहवाल नुकताच वाचण्यात आला. जाने-फेब्रु. ९३च्या मुंबईतील दंगलीचा परिणाम या स्पर्धेवरही झालेला दिसतो. मुंबईतील सर्वांत कमी मुलांनी या स्पर्धेत भाग घेतला हे नमूद केले आहे. इयत्ता ५वी ते ८वी या विद्यार्थ्यांसाठी जी निबंध लेखन स्पर्धा होती त्यातील एक विषय होता 'शाळेकडून माझ्या अपेक्षा' या निबंधांपैकी कुमार अनिरुद्ध वाळवेकर याच्या निबंधाने चटका लावला. मॉडर्न हायस्कूल, पुणे येथे इयत्ता ७वीत हा विद्यार्थी शिकत असून, या निबंधाला प्रथम पारितोषिक मिळाले आहे. या निबंधात तो एका ठिकाणी म्हणतो, ''मुलांची शाळा १२ ला भरते. सर्वजण पोटभर जेवूनच शाळेत येतात. तेव्हा काहींना शौचास लागू शकते. अशा वेळी स्वच्छ, नळाला पाणी असणारा संडास शाळेत असेल, तर

मुलांना पोटभर जेवताना भीती वाटणार नाही, पण शाळेत याच गोष्टीची कमतरता आहे. दोन संडास आहेत, पण ते नेहमी घाणच असतात. तिथे पाण्याची सोय नाही. शाळेत शौचास लागू नये, म्हणून मी तर घरी जेवतच नाही. सकाळी आठ वाजता थोडं खातो त्यावर अडीच वाजता डबा खातो. माझी आई मला खूप आग्रह करते. पण शौचास लागली तर काय करा? म्हणून भीतीने मी जेवतच नाही.''

अशा वेळी एखादा मुलगा 'मज आवडते मनापासुनी शाळा । लाविते लळा जशी माऊली बाळा ।' हे गाणं न म्हणता जर तो म्हणाला, 'लहानपण नको देवा' तर ती चूक ठरू नये.

◆

आमचा बाप आन् आम्ही

एखादं पुस्तक प्रसिद्ध न होता केवळ पुस्तकाच्या हस्तलिखिताची चर्चा व्हावी, संहितेचा गाजावाजा व्हावा आणि तोही मराठीत लिहिलेल्या मजकुराचा; हा मराठी भाषेतील एकमेव अनुभव, असे जर 'आमचा बाप आन् आम्ही' या आगामी प्रसिद्ध होणाऱ्या पुस्तकाबद्दल सांगितलं, तर ती अतिशयोक्ती होऊ नये. याचे सर्व श्रेय जाते ते मुंबई आकाशवाणीकडे. आकाशवाणीचे संचालक मधुकर गायकवाड यांनी अशा अनेक कल्पना मूर्त स्वरूपात आणल्या आहेत. 'आमचा बाप आन् आम्ही' याचं क्रमशः वाचन गेले सुमारे दोन महिने आकाशवाणीवरून होत होते. अलीकडेच या कार्यक्रमाची सांगता झाली. नाशिकवरील गावरान ढंगातील अस्सल बोलीभाषेतील (महारी बोली) काही भाग या संहितेत असलेल्या पात्रांनी आकाशवाणीवर वाचला; त्यामुळे गावाकडील सारा परिसर, सारे कुटुंब, माणसांचे रंगरूप, तिथला निसर्ग त्यांनी मूर्तिमंत उभे केलेले. आकाशवाणीकडे पत्रांचा खच पडलेला. कार्यक्रमाचा बोलबाला एवढा की, टाइम्स ऑफ इंडियाच्या एका अंकात विद्याधर दाते यांनी टिपण प्रसिद्ध केलेले. कविवर्य कुसुमाग्रज यांची प्रस्तावना या संहितेला लाभली आहे. ग्रंथालीच्या वतीने लवकरच पुस्तक वाचकांच्या हाती पडणार आहे.

ग्रामीण भागात तुम्ही एक खेळ पाहिला असेल. खेळात भाग घेणाऱ्या खेळाडूंनी रंगीबेरंगी दोर हाती घेतलेले. या दोरांचे टोक वरच्या बाजूला एका खांबाला बांधलेले. चक्राकार गतीने प्रत्येक खेळाडू असे काही पदन्यास टाकतो की, वरच्या बाजूला नयनमनोहर गोफ विणला जातो. या संहितेतही असेच घडले आहे. आपल्या चार पुत्रांनी मध्यभागी असलेल्या, कातळासारखा पाय रोवून बसलेल्या आपल्या बापाभोवती आठवणींचा गोफ विणला आहे. या गोफाला विविध रंगी इंद्रधनुष्यासारख्या छटा आहेत.

ही कथा आहे एका सामान्यातील असामान्यांची, असे जे कुसुमाग्रज म्हणतात, त्याची साक्ष संहितेच्या पानापानांतून वाचावयास मिळते. चरित्रनायक आहेत दामूअण्णा जाधव. ते आता या जगात नाहीत. मरणापूर्वी संहितेतील काही भाग आपल्या

गावरान भाषेच्या ढंगात त्यांनी स्वत: लिहून ठेवलेला. फारसे शिक्षण झाले नाही. जेमतेम लिहिण्या-वाचण्याएवढी प्रगती. पुढे पोरसवदा वयात एका गोऱ्या साहेबाच्या लहान मुलीला सांभाळता-सांभाळता बटलरी इंग्लिशचे झालेले ज्ञान; एवढ्या तुटपुंज्या भांडवलावर त्यांनी अनुभवाचे शिखर गाठले, आपल्या मुलांना कर्तबगार केले त्याला तोड नाही. पुनर्जन्म म्हणजे दुसरे तिसरे काही नसून त्यांच्या आठवणींचा हा पुनर्जन्मच झालेला. अनेक पिढ्यांना प्रेरणा देणारा. या आठवणींचे एकत्रित संपादन केले, त्यांच्या डॉ. नरेंद्र जाधव या मुलाने. आपल्या वडिलांना यापेक्षा आगळीवेगळी श्रद्धांजली कोणती बरे असेल?

चरित्रनायक दामूअण्णा जाधव हे मूळचे नाशिक जिल्ह्यातील ओझर गावचे. पूर्वाश्रमीच्या महार जातीत जन्मलेले. लहानपणापासूनच आंबेडकरी चळवळीचे बाळकडू प्यालेले. दलित समाजात जन्माला येऊनही त्यांचा आत्मविश्वास कधी ढळला नाही. ते आयुष्यभर स्वाभिमानाने आणि सचोटीने जगले. आपल्या चारही मुलांना त्यांनी आयुष्यात मंत्र दिला, 'किसीको डरना मत' आणि हाच त्यांचा जीवनधर्म होता. दैन्य-दारिद्र्याला ते भ्याले नाहीत. पेटत्या टेंभ्यासारखे फुरफुरले. डोंगराएवढे कष्ट उपसले. गावाकडे असताना येसकरपाळी केली. मुंबईत आल्यावर मातीकाम केले, वर्तमानपत्रे विकली. घाटकोपर रेल्वे स्टेशनात कुटुंबासहित पथाऱ्या टाकल्या. पुढे चतुर्थश्रेणीत वडाळा येथे बीपीटी रेल्वेत केबिनमन म्हणून नोकरी केली. तुटपुंज्या पगारात भागत नाही, म्हणून पत्नीने रस्त्यावर भाजीपाला विकला. नाशिकच्या काळाराम सत्याग्रहात भाग घेतला. आंबेडकरी चळवळीचे मोजमाप करावयाचे असेल, तर चरित्रनायकाचे आयुष्य हे थर्मामीटर समजायला हवे. एका सामान्य माणसाने आंबेडकरी चळवळीचा वसा घेऊन आपल्या चार मुलांना विद्याभूषित केले. मोठ्या जलाशयाच्या काठाकाठाने जिवंत झरे लागावेत तसे अनेकांना शिक्षणाचा ध्यास लागला. शिक्षणाशिवाय तरणोपाय नाही या ध्येयाने प्रेरित होऊन चरित्रनायकाने मुलांना शिक्षण दिले. त्यात कुणी आय.ए.एस. झाला, तर कुणी अमेरिकेतील विद्यापीठात अर्थशास्त्रावर पीएच. डी. मिळवून 'सर्वोत्कृष्ट आंतरराष्ट्रीय विद्यार्थी' म्हणून सन्माननीय पदवी घेऊन देशात परतला. हे पाहून कोणत्याही बापाचे काळीज सुपाएवढे होईल. 'आयुष्यात सचोटीने वागा' हे चरित्रनायकाचे वाक्य आजच्या भ्रष्टाचारी युगात बेगडी वाटेल. पण हीच सचोटी त्यांनी प्राणापलीकडे जपली. आपला मुलगा लोकलमधून विनातिकीट प्रवास करतो हे समजताच आपल्या मुलावर पाळत ठेवून त्यांनी त्याला पकडले आणि तिकीट काढायला लावले. आजच्या जगात असे बाप दुर्मीळ होत चालले आहेत. आपल्या विद्वत्तेचा आणि अधिकाराचा वापर रस्त्यावरच्या सामान्य माणसासाठी झाला पाहिजे, हीच शिकवण त्यांनी मुलांना दिली.

या संहितेतील कमालीचा हृद्य आणि रोमांचकारी भाग असेल, तर तो बाप-मुलांचे नातेसंबंध. पितृसत्ताक भारतीय कुटुंबसंस्थेत वडील या संस्थेचा केवढा दरारा. अनेक हुकूमशहा पालक पाहिलेले. मोठ्या झाडाखाली लहान झाडे खुरटतात म्हणतात. तसे पालकांच्या धाकामुळे, शिस्तीच्या बडग्यामुळे लहान वयातच मुले करपतात. पण येथे लहान मुलांचे संबंध जवळच्या मित्रासारखे. बाप-मुलात खाजगी काही नाही. डॉ. नरेंद्र जाधव यांच्या लेखात बाप-मुलाच्या संबंधांबद्दल अनोखे आणि दुर्मीळ असे चित्र आलेले. स्वत:ची ओळख वडील म्हणून करून दिलेली दामूअण्णांना आवडत नसे. त्यांना तो शिष्टपणा वाटे. भाषेसंबंधी त्यांच्या स्वत:च्या काही ठाम कल्पना होत्या. ते म्हणत, 'अरे, भाश्या म्हंजे कशी पायजे? झनझनीत. एकदम बोंबलाच्या चटनीवानी – हे काय तुमी वडील-वडील म्हंता ते भेंडीच्या भाजीवानी बुळबुळीत लागतं.' आपल्या वडिलांचे वर्णन करताना नरेंद्र लिहितात, 'आम्ही सर्व भावंडे त्यांना 'दादा' म्हणत असू. मध्यम उंची, काळा, ओबडधोबड चेहरा, एरवी मुद्रा करारी. पण लहान मुलांशी बोलताना डोळ्यांमध्ये एक खट्याळ छटा. धोतर, पांढरा सदरा, खाकी कोट आणि काळी टोपी हाच त्यांचा नित्याचा पेहराव. हातात काठी; मात्र त्या काठीचा उपयोग आधारापेक्षा इतरांना दमबाजी करण्यासाठी जास्त.' त्यांच्या दमबाजीत एक गमतीदार गोडवा होता. रागावले की, ते शिव्याही द्यायचे. 'डॅमलाडी बिस्किट' नावाची त्यांची पेटंट शिवी होती. बराच काळ या शिवीचा अर्थ नरेंद्रला कळला नाही. पुढे कळला तो असा : डॅम ब्लडी बास्टर्ड याचं ते एकत्रित रूप होतं. इरोपेन सायबाबरोबर काम केल्यामुळे त्या शिव्या त्यांच्या तोंडात बसल्या होत्या. ते सांगत, 'मी इंग्लिश शिकलो ते काय तुमच्यासारखे फादर-मदर आणि चादर एकत्रित गुंडाळणाऱ्या एखाद्या देशी मास्तरकडून नाही, तर डायरेक्ट इरोपेन सायबाकडून.' हे सांगताना अभिमानाने त्यांचे डोळे लकाकत.

शेवटच्या प्रकरणात डॉ. नरेंद्र जाधव यांनी या संहितेमागील भूमिका स्पष्ट केली आहे. अमेरिकेतील कृष्णवर्णीय नेते रेव्ह. जेसी जॅक्सन यांचे वाक्य नोंदवले आहे, ''मी जिथे जाऊन पोहोचलो आहे, त्यावरून माझी परीक्षा करू नका. मी कुठून आलो आहे हे लक्षात घ्या.'' आणि म्हणून की काय, ते आपल्या लहान मुलाला जेथे स्वत:चे बालपण गेले, आजोबांनी जेथे-जेथे नोकरी केली, कष्ट उपसले त्या सर्व जागा दाखवितात. मध्यमवर्गीयांमुळे आपले हरवलेले 'रूट' शोधतात. आपला भूतकाळ विसरू नये. ज्यांना आपला भूतकाळ माहीत असतो, त्यांनाच पुढे कुठे जायचे हे कळते याची जाणीव डॉ. नरेंद्र जाधव यांना असावी. भूतकाळाचे उकिरडे काय उपसता? असे म्हणणाऱ्या तथाकथित सुशिक्षित दलितांना हा घरचा आहेर पुरेसा बोलका आहे.

◆

मातीचा संसार

डॉ. कोटणीस हे चीनला गेले, तेव्हा त्यांची एक गोष्ट सांगतात. सुरुवातीला त्यांना चिनी भाषेचा गंध नव्हता. एकदा त्यांना भूक लागली असताना चीन देशातील एका हॉटेलमध्ये ते गेले. त्यांच्यासमोर वेटर उभा. दोघांना एकमेकांची भाषा कळत नसल्यामुळे कोणता पदार्थ मागवावा हे कोटणीसांना कळत नव्हते. ते एका कागदावर कोंबडीचे चित्र काढतात आणि तो कागद वेटरला देतात. वेटर डिशमध्ये घेऊन येतो तो बेडूक. हे सारे आठवण्याचे कारण म्हणजे माझ्यासमोर पुस्तक आहे ते भारतातील चित्रकला आणि शिल्पकला यावर आधारलेले, 'विश्रब्ध शारदा' (खंड तिसरा) या नावाचे. चित्रकला असो अथवा शिल्पकला, या संदर्भात मीही तेवढाच अनभिज्ञ. कला, समीक्षेविषयी काहीबाही लिहावे हा हेतू मनात नाही. 'विश्रब्ध शारदा' या पुस्तकात भारतातील मान्यवर चित्रकार, शिल्पकार यांनी वेळोवेळी लिहिलेली पत्रे प्रसिद्ध झाली आहेत. त्यात महाराष्ट्रातील कलाप्रवाहाचेही दर्शन होते. रवींद्रनाथ टागोर, राजा रवि वर्मापासून ते अमृता शेरगील, बाबूराव पेंटर आदींची पत्रे आहेत. जवळपास १९२४ ते १९८० सालातील ही पत्रे आहेत. या पत्रांतून कलाप्रवाहाची नुसती मीमांसा पाहावयास मिळत नाही, तर त्या काळातील आगळेवेगळे समाजदर्शनही होत असते. एखादी कादंबरी वाचावी तसा अनुभव पानापानांतून येतो.

मुंबईत चौपाटीवर लोकमान्य टिळकांचा भव्य असा पुतळा आहे. 'हिंदवी असंतोषाचे जनक' अशी ज्यांची ख्याती आहे, त्या लोकमान्य टिळकांचे पूर्ण व्यक्तिमत्त्व पुतळ्यात उतरले आहे. जाता-येता अनेकदा आपण हा पुतळा पाहत असतो. पण या पुतळ्याचा जनक कोण, याची आपणास माहिती नसते. शिल्पकाराचे कोरलेले नाव वाचले, तरी त्याच्या आयुष्याबद्दल काहीच कल्पना येत नाही. त्याची कला बघून आपण नतमस्तक होतो. पण हा कलाकार कसा जगला, येथपर्यंत येण्यासाठी त्याने कोणते कष्ट उपसले याची फारशी माहिती नसते. चौपाटीवरील लोकमान्यांचा पुतळा घडविणाऱ्या शिल्पकाराचे नाव आहे - रघुनाथ कृ. फडके. 'विश्रब्ध शारदा' या पुस्तकात त्यांनी १९४० ते १९५० सालापर्यंत एका दशकात

लिहिलेली काही पत्रे वाचावयास मिळतात. ही पत्रे वाचताना का कुणास ठाऊक मला विनोदसम्राट दादू मारुती इंदुरीकर यांची आठवण झाली. एखादा माणूस आत्महत्येसाठी प्रवृत्त व्हावा आणि त्याने इंदुरीकरांचा खळखळता विनोद ऐकून त्याला पुन्हा जगण्याची उभारी यावी, असे होते इंदुरीकर. फडके हे शिल्पकार आणि इंदुरीकर हे तमासगीर. यांची एकत्रित केलेली तुलना कुणाला आवडणार नाही. पण इंदुरीकर जेव्हा फडात उभा राही आणि आपल्या भूमिकेत जाताना भ्रष्टाचारी राजाला हंटरचे फटके मारी आणि हाच इंदुरीकर जेव्हा स्टेजच्या खाली उतरे तेव्हा त्याचा दीनवाणा चेहरा, कमरेत वाकलेला, मायबाप म्हणून संबोधणारा वेगळाच भासे. हंटरचे फटके मारणारा इंदुरीकर वास्तवात दिसत नसे. परिस्थितीच्या चक्रात फसलेल्या अनेक कलावंतांची अशी शोकांतिका सांगता येईल. फडके यांच्या पत्रांत हीच व्यथा मला जाणवली. मातीचा संसार करता-करता आपल्या कलाक्षेत्रात फडके आभाळाला भिडले मात्र, खाजगी जीवनात दारिद्र्याशी झुंज देत राहिले. त्यांच्या पत्रांतील तिरकस आशय झोंबल्याशिवाय राहणार नाही. स्वत:विषयी लिहिताना कडवटपणे ते लिहितात, ''मी अद्याप अविश्रांत काम करीत आहे. उद्याची चिंता साध्वी स्त्रीप्रमाणे मला सोडून जाण्यास तयार होत नाही. दुसऱ्यांच्या हेव्याचा कलंक कुलांगार पुत्राप्रमाणे मला छळत आहे. येथील कामे पुरी होऊन रोज मजुरीच्या दरानेच करावी लागल्यामुळे पुढे काय करायचे ते सुचेनासे झाले आहे.'' दुसऱ्या एका पत्रात ही व्यथा जादा बोलकी होते. 'दारिद्र्य!' हा शब्दही भयाण वाटतो! बिचाऱ्या शब्दात निर्जीव वर्णांवाचून काय आहे? पण ते तीन निर्जीव वर्णही अनेकांचे जीव घेण्यास पुरेसे वाटतात. बहुमोल गुण नेस्तनाबूत करण्याचे सामर्थ्य या दारिद्र्यातच असते आणि ज्याला व्यवहारी जग म्हणतात त्या जगाचा तर दारिद्र्यासारखा दुसरा बलाढ्य शत्रू नाही.

आपण ज्या शिष्यांना भरभरून कलाज्ञान दिले, ते आपले शिष्य वार्धक्यात आपणाशी कसे वागतात, त्याविषयी फडके तळमळून लिहितात, ''गुरुवर्यांची गरज होती, तोवर शिष्यवरांच्या झुंडी अंबासदनाला अहर्निश प्रदक्षिणा घालत होत्या. आता या गरजेवर संक्रांत बसल्यामुळे तिळाएवढा गुरुभक्तीचा गूळही दुर्मीळ झाला आहे.'' त्यांच्या अनेक पत्रांतील ही तिरकस वाक्यरचना त्यांच्या मनातील खदखदणारा असंतोष व्यक्त करते.

रघुनाथ फडके यांच्या संदर्भात माहिती मिळते ती अशी : जुन्या पिढीतील एक नावाजलेले शिल्पकार. यांनी मूर्तिकलेचे किंवा चित्रकलेचे शिक्षण कुठल्याही संस्थेत विधिवत घेतले नव्हते; घेण्याची संधी त्यांना मिळाली नव्हती. त्यांचे कलेचे ज्ञान व कौशल्य स्वकष्टार्जित, स्वशिक्षित असे असल्यामुळे त्यांचा स्वत:वरील आत्मविश्वास अढळ होता. पण तेवढ्याच शंकित दृष्टीने त्यांच्या सहकारी शिल्पकारांनी त्यांच्याकडे

पाहिले. पण आयुष्यभर याची खंत न बाळगता त्यांनी आयुष्यात कला साधनेकरिता दोन मंत्र जपले. ते म्हणजे निसर्गच एकमात्र गुरू. निसर्गाशिवाय, त्याला वगळून काम करण्याची ऐट दाखविणे निरर्थक आहे आणि दुसरा मंत्र खरा शिक्षक शिकविण्याच्या भानगडीत पडत नसतो. तो स्वत: शिकत असतो आणि यातूनच आपोआप शिकवणे होत असते.

फडके यांना एरवी मूर्तींची कामे मिळत नसत. कधी काळी एखादे स्मारकाचे काम मिळाले तर त्यासाठी स्पर्धा, मत्सर, हेवा, वशिला, लाच, वर्तमानपत्रांतील आक्रमणे या सर्व गोष्टी कराव्या लागत. आजकालच्या बाजारू नियमाप्रमाणे त्यांनी सौदेबाजी केली नाही. मुंबईचे महागडे जीवन परवडत नाही म्हणून ते धारला राहावयास गेले.

त्यांच्या वयाला जेव्हा साठ वर्षे पूर्ण झाली तेव्हा त्यांच्या हितचिंतकांनी त्यांची साठी साजरी करण्याचे ठरविले. त्या वेळी त्यांनी नकार दिला आणि लिहिले, ''वयाची साठी होऊ न देणं माझ्या हातचं नसलं, तरी बुद्धीवर साठीचा परिणाम होऊ नये. याचा अर्थ असा नाही की, स्तुतीविषयी मी बेफिकीर राहू शकतो. घोड्यालाही मालकाने पाठ थोपटल्यावर आनंद वाटतो. परंतु स्तुती आणि आत्मस्तुती यातील फरक लक्षात घेतला पाहिजे. दुसरीला माळ घालणे शोभादायक नाही.''

◆

नमाज आणि महाआरती

"मुंबईतील एकूण परिस्थिती लक्षात घेऊन विशेषतः शुक्रवार, दि. ३१ डिसेंबरला मध्यरात्री आपल्या शेजारच्या वस्तीत घडलेल्या निंदनीय घटनेमुळे आपल्या भागातील प्रत्येक रहिवाशाने काही बाबतींत गंभीरपणे विचार करणे अत्यंत गरजेचे झाले आहे. स्टेशन ते आपली वस्ती या दरम्यान धावणाऱ्या तमाम रिक्षांमधून प्रवास करण्याचे थांबवून आपल्या वस्तीतील रहिवाशांनी त्यावर बहिष्कार टाकावा. सदर रिक्षांचा वापर टाळल्यास ते हिताचे ठरेल. लक्षात ठेवा. हा बहिष्कार कायमचाच. जयहिंद - जय महाराष्ट्र."

मुंबईतील जानेवारी-फेब्रुवारीच्या दंगलीत एका उपनगरामध्ये घरोघर वाटलेले हे पत्रक. पत्रकावर कोणाचेही नाव नाही. ६ डिसेंबर रोजी अयोध्येतील बाबरी मशीद तोडल्यानंतर देशभर जशा दंगली उसळल्या तशा मुंबईतही. भारतीय घटनेचा – कायदा, स्वातंत्र्य, समता, बंधुभाव आणि धर्मनिरपेक्षतेचा झालेला चोळामोळा. जंगलचा कायदा अमलात आलेला. हे पत्रक म्हणजे त्याचीच प्रतिक्रिया. या पत्रकाचा रोख मुसलमानांवर आहे हे सहजच कळून येते. आजकाल हिंदूंची मानसिकता तपासली, तर जवळपास हीच विचारसरणी दिसून येते. हिंदुत्ववादी नेते, विचारवंत असोत अथवा त्यांचे अनुयायी असोत त्यांचे ठाम म्हणणे आहे की, भारतातील सर्व मुसलमानांची मनोवृत्ती ही धर्मांध आहे. राष्ट्रद्रोही आहे. हिंदू समाज हा पुरातन काळापासून सहिष्णू आहे, त्यांनी कधीही मुसलमानांना डिवचले नाही. भारत हा हिंदूंचा देश आहे. त्यावर मुसलमानांतील एखाद्या पुरोगामी विचारवंताचे म्हणणे असे की, पाकिस्तानातील मुसलमानांनी किंवा भारतातील त्यांच्या काही हस्तकांनी काही केले, तरी त्याचा जाब ऊठसूट इथल्या सामान्य मुसलमानांना विचारणे आणि त्यांना त्यासाठी नाहक वेठीस धरणे अत्यंत चुकीचे आहे. हिंदूंसारखेच, तेवढेच आम्ही भारतीय नागरिक आहोत. मुल्ला-मौलवींपेक्षा ही विचारसरणी अल्प असली तरी, दारिद्र्यरेषेखालील सर्वच मुसलमानांची ही विचारसरणी आहे, हे तपासांती कळून येईल.

गलोलीसारख्या ताणलेल्या या दोन्ही धर्मप्रवृत्तींवर, अलीकडे समाजविज्ञान ग्रंथालय प्रकाशन, पुणे यांनी 'हिंदू-मुस्लीम तणाव' या नावाची पुस्तिका प्रसिद्ध केली आहे. त्यात ऐतिहासिक आढावा घेताना एके ठिकाणी म्हटले आहे की, मुळात 'हिंदू' हा शब्द निर्माण झाला तो धार्मिक अर्थाने नव्हे, तर भौगोलिक अर्थाने. सिंधू नदीच्या पलीकडे राहणारे ते 'सिंधू' अशा अर्थाने प्रथम हा शब्द इराणी लोकांनी वापरला. त्यांच्या 'जुन्या फारसी भाषेत 'स' हा उच्चार नसल्याने ते तो 'ह' करीत असत; त्यामुळे त्या जुन्या फारसी भाषेत सिंधूचे हिंदू झाले.' आज ज्या धार्मिक ग्रंथांना हिंदू धर्मग्रंथ मानले जाते, उदा. वेद, उपनिषदे, श्रुती, पुराणे, रामायण, महाभारत या ग्रंथांमध्ये कुठेही 'हिंदू' किंवा 'हिंदू धर्म' हा शब्द नाही. त्याचप्रमाणे 'मुस्लीम' अथवा 'मुसलमान' हा शब्द मध्ययुगात वापरात नव्हता. भारतात आक्रमण करून आलेल्या वेगवेगळ्या समूहांना त्या वेळी तुर्क, इराणी, अरब, अफगाण, मोगल, पठाण अशा नावानेच ओळखले जात असे. उदा. अहमदशहा अब्दालीला अफगाण म्हटले जात असे. बाबरला मोगल म्हणत. याउलट मराठे, जाट, शीख, राजपूत, यादव, पांडय, चोल अशा शब्दांनी तथाकथित हिंदू राजे ओळखले जात. आजकाल मात्र या दोन्ही धर्मांध प्रवृत्ती एखाद्या रानरेड्यासारख्या आपसात टकरा घेत आहेत; त्यामुळे सामान्य माणूस भयभीत झाला आहे. प्रवासात जाता-येता जो तो माणूस एकमेकाकडे संशयाने पाहतो आहे. यातून विचारवंत, बुद्धिवादी वर्गही सुटलेला नाही. जानेवारी-फेब्रुवारी महिन्यातील मुंबईतील दंगलीचा काळ आठवतो. सर्वत्र दहशतीचे वातावरण. काही भागांत रात्री कर्फ्यू लागलेला, जाळपोळ, लुटालूट चाललेली; अशा वेळी एका संस्थेने मुंबईत परिसंवादाकरिता काही वैज्ञानिकांना पाचारण केले. संध्याकाळी जिवाची हमी नाही म्हणून की काय दुपारीच परिसंवाद ठेवलेला. त्यातील एक वैज्ञानिक आठवतो, आकाशात सुटणाऱ्या स्पुटनिकासंबंधी त्याने सखोल ज्ञान मिळविलेले. ते रंगाने गोरे, त्यांचे घारे डोळे, पांढरीशुभ्र दाढी, आधुनिक पेहरावात ते होते. मात्र त्यांनी सर्वांच्या लक्षात येईल असा उभा लाल भडक गंध लावलेले. वातावरणात कुजबूज. तसे ते आधुनिक विचारांचे होते. त्यांनी सभेतच आपण आज का गंध लावले याचा खुलासा केला. ते म्हणाले, "दाढीमुळे मी अनेकांना मुसलमानासारखा दिसतो. पण मला येथे येताना हिंदूंच्या वसाहतीतून यावयाचे होते. काय सांगावे मला मुसलमान समजून गारद करायचे. सुरक्षितता म्हणून मी हे गंध लावले आहे." हे सर्व ऐकताना मला मात्र दुसराच प्रश्न सतावत होता. आता जाताना हे मुसलमानांच्या मोहल्ल्यातून गेले तर त्यांचे कसे होणार?

या संदर्भातच 'नमाज आणि महाआरती' नावाची कथा मी वाचली. लेखक आहेत सोलापूरचे मुबारक शेख. (याच कथेच्या नावाने प्रचार प्रकाशन, कोल्हापूर यांनी त्यांचा कथासंग्रह प्रसिद्ध केला आहे.) कथा वाचून मी तर हादरून गेलो. धर्मांध

झुंडीचे मानसशास्त्र अनाकलनीय वाटले. कथानक थोडक्यात असे, "एका कार्यालयात काम करणारा एक मुसलमान कारकून, घरात मुलगा तापाने फणफणतो आहे. आज कामावरून लवकर परत या, मुलाला दवाखान्यात न्यायचे आहे, अशी कार्यालयाकडे निघताना बायकोची नवऱ्याला सूचना. तो कार्यालयात गेला, कार्यालयात त्याच्या शेजारी कुलकर्णी. दोघांचे चांगले मैत्रीचे संबंध. कुलकर्णीला जेव्हा कळते की, मुसलमान मित्राचा मुलगा तापाने आजारी आहे, तेव्हा त्याला कुलकर्णीने धीर दिला आणि सांगितले, तुझे काम मी सांभाळून घेतो. तू लवकर घरी जा.

मुसलमान तरुण आता आपल्या घराच्या दिशेने निघालेला. तेवढ्यात रस्त्यात दंगल. माणसांचा आरडाओरडा, जमावाच्या हातात तलवारी, पेट्रोलमध्ये बुडविलेले बोळे. तो मुस्लीम वस्तीत येतो. मशिदीसमोर रस्त्यावर चिक्कार गर्दी. काही लोक त्याला काफर समजतात. एक-दोघे सुरा बाहेर काढतात. तो जेव्हा त्याचे नाव सांगतो, मी मुबारक शेख आहे म्हणून, त्यांचा विश्वास बसत नाही. शेवटी तो कुराणातील कलमा पढतो. वजू करतो तेव्हा कुठे त्यांची खात्री पटते; ते त्याला सोडतात.

आता तो पुढे घराकडे चाललेला असतो. दंगलीने उग्र रूप धारण केलेले. तो हिंदूंच्या वस्तीत आलेला. शंकराच्या देवळासमोर महाआरती चाललेली. चिक्कार गर्दी, कोणीतरी त्याला पाहून ओरडते, 'धरा रे लांड्याला, झोडपा.' काही तुटून पडतात. तो खोटेच सांगतो की, मी हिंदू आहे म्हणून, खात्री पटविण्यासाठी तो त्यांच्याबरोबर आरती म्हणू लागतो, 'लवथवती विक्राळा ब्रह्मांडी माळा, विषे कंठ काळा त्रिनेत्री ज्वाळा...' आक्रमक जमावापासून त्याची सुटका होते. पण तो जेव्हा घराजवळ येतो तेव्हा त्याच्या घरादाराची, बायको-मुलांची होळी झालेली. तो स्वत: आगीकडे झेपावताना पुन्हा त्याला एक हिंदू मित्रच वाचवतो." ही कथा वाचताना मला माझीच कविता आठवते.

'इतिहासाकडे तोंड करून
भुतासारखी माणसे जेव्हा चालू लागतात
तेव्हा आदिमानवासारखे पाषाणयुद्ध होते
महानगरातील यंत्रयुगाच्या चाळी
कबुतरांची खुराडे राहात नाहीत
शेवाळलेले अजस्त्र भुईकोट किल्ले होतात
"आपली माणसे पारखून घ्या रे
एखादी फितुराची औलाद घुसायची"
मनातल्या तटबंदी वरवर सरकत जातात
काळोखात लोखंडी दरवाजे करकरतात.

◆

कथनी आणि करणी एकच!

गजानन रामचंद्र पाध्ये हे तसे प्रसिद्ध व्यक्ती नाहीत. अशा सामान्य माणसाच्या जीवनात सांगण्यासारखे काय असेल, असा अनेकांना प्रश्न पडेल. आयुष्यातील त्यांचे उपद्व्याप पाहून तर काहींना ते विक्षिप्त वाटतील. लष्कराच्या भाकऱ्या भाजणे हा वाक्प्रचार मराठीत केव्हापासून रूढ झाला हे सांगता येत नाही, पण हा वाक्प्रचार सांगून जातो की, माणूस कामातून गेला आहे.

पाध्ये हे ७३ वर्षांचे. सरकारी नोकरीची पेन्शन घेतात. मुंबईच्या उपनगरात राहतात. एक-दीड वर्षापासून त्यांची ओळख. त्यांची पहिली भेट आठवते. पेहराव थोडाफार गबाळाच. इस्त्री न केलेले शर्ट-पँट. उन्हापासून बचाव व्हावा म्हणून डोक्यावर फरकॅप. शर्टाला गुंड्या असल्या काय किंवा नसल्या काय याची त्यांना चिंता नाही. आल्या-आल्याच ओळख करून देतात. त्यांना काही मान्यवरांचे पत्ते हवे असतात. वयाच्या मानाने तरुणाला लाजवील असे त्यांचे सळसळते चैतन्य, बोलके डोळे, चेहऱ्यावर एक प्रकारे समाधानाचे तेज. खळाळून हसतात. समोरचे दात पडल्यामुळे खो-खो हसताना लहान मुलाने हसावे तसे ते निष्पाप दिसतात. त्यांच्याशी बोलताना फारच जवळून बोलावे लागते, त्यांच्यापासून पाच फुटांवरून. कारण त्यांच्या कानात श्रवणयंत्र असते. म्हातारपणाची एवढीच खूण. बाकी या वयातही 'शिवाजी पार्क' येथे झालेल्या वृद्धांच्या जलद चालण्याच्या शर्यतीत क्रमांक पटकावला. १० किलोमीटरचे अंतर त्यांनी १०५ मिनिटांत पार केले. पुढे अनेकदा ते घरी येत गेले. त्यांच्या बडबडीला न कंटाळता मी त्यांच्या प्रेमात पडलो. वेळेचे ते पक्के, मी विसरलो तर नाराज न होता पुन:पुन्हा ते येत असतात. येताना सोबत पिशवीत काही कागदपत्रे असतात.

काहींना त्यांची कामे खूपच क्षुल्लक वाटतील, पण त्या क्षुल्लक वाटणाऱ्या कामांच्या मागे त्यांची एक शिस्त आहे. स्टेशन मास्तर, पोस्ट मास्तर, स्थानिक पुढारी यांच्याशी त्यांचा सारखा पत्रव्यवहार चाललेला. वर्तमानपत्रांकडेही ते धाव घेतात. आपल्या पदरमोड खर्चाने चर्चगेट ते दहिसर आणि मुलुंडपर्यंत प्रवास

करतात आणि काय शोधतात? तर पोस्टाच्या पेट्या कुठे फुटल्या आहेत ते. पत्रांची होणारी नासाडी त्यांना पाहवत नाही. ते पोस्ट मास्तर जनरलपर्यंत जाऊन भांडतात. सेंट्रल रेल्वेवर वेस्टर्न रेल्वेचे टाइम टेबल मिळत नाही आणि वेस्टर्न रेल्वेवर सेंट्रल रेल्वेचे टाइम टेबल मिळत नाही ही त्यांची तक्रार. ८८ सालच्या बजेटवर ते लिहितात. फरसाण करमुक्त, पण मिसळ-पाव हे महाराष्ट्रातील गरिबांचे अन्न आहे तेव्हा मिसळीवर कर का? असा त्यांचा मूलभूत प्रश्न असतो. होळीत अर्वाच्य शिव्या देणे, एकमेकांवर रंग फेकणे, दिवाळीत कानठळ्या बसविणारे फटाके फोडणे हा त्यांना रानटीपणा वाटतो. अशा प्रकारचे अनेक विषय त्यांच्या पोतडीत असतात.

मान्यवर नेतेमंडळी, साहित्यिक अथवा विचारवंत यांना पत्र पाठविणे, तेही जोडकार्ड, ही पाध्ये यांची खासियत. अर्थात ही पत्रे केवळ स्तुतिपर अगर संदेश मागविण्याकरिता नसतात, तर बरीचशी पत्रे खरमरीत असतात. अनेक वर्षांपासून ते निष्ठेने हे कार्य करतात. बहुधा अनेक मंडळी 'येडचाप' म्हणून त्यांच्या पत्राला केराची टोपली दाखवीत असतील, पण त्यांच्या संग्रही आचार्य अत्रे, समाजवादी नेते ना. ग. गोरे, खासदार राम नाईक इत्यादी मान्यवरांनी पाठविलेली उत्तरे आहेत. त्यातल्या त्यात दिवंगत नेते ना. ग. गोरे यांनी पाध्ये यांना पाठविलेले उत्तर येथे नमूद करण्यासारखे. बहुधा पाध्ये यांनी कळीचे पत्र पाठविले असावे. समाजवाद्यांनी केरळात मुस्लीम लीगशी सख्य का केले हा त्यांचा सवाल असावा. त्यावर गोरे लिहितात –

"जोड कार्डाबद्दल आभार! जुने पीएसपी-एसएसपी वाद उकरून काढण्यात मला स्वारस्य वाटत नाही. तुम्ही केरळातील उदाहरण दिले, पण जनता पक्षात महत्त्वाचा पक्ष म्हणून जनसंघ होता आणि त्यांच्याशी पूर्वीच्या पीएसपी आणि एसएसपी असणाऱ्या सर्वांनी जवळीक केली होती ना? मला वाटते की, त्या वेळी डॉ. लोहिया हयात असते, तर त्यांनीही विरोध केला नसता. इतके कशाला, आम्ही जे निवडून येतो, ते आमचा समाजवाद अथवा बुद्धिप्रामाण्यवाद हे मानणाऱ्यांच्या पाठिंब्यावरच निवडून येतो ना? तरीही आम्ही त्यांच्या अंधश्रद्धेला विरोध करीत राहतोच. यात कथनी व करणीचा फरक पडतो हे मला मान्य आहे."

आता एकूणच पाध्ये यांच्या जीवनासंबंधी कोणालाही कुतूहल निर्माण होईल. आजवरचा त्यांच्या आयुष्याचा पट थ्रिल आहे. मूळचे ते कोकणातले. १४ वर्षांचे असतानाच त्यांचे वडील वारले. दोन भाऊ आणि चार बहिणींचे मोठे कुटुंब. आजोबा खोत होते, पण पुढे दारिद्र्य आल्यामुळे स्वत:चा उल्लेख ते विनोदाने 'भिकारी खोत' असा करतात. त्यांचे शिक्षण इंग्रजी सहावीपर्यंत. अहमदनगरच्या सोसायटी हायस्कूलमध्ये ते शिकले. जुन्या इंग्रजीत शिक्षण झाल्यामुळे ते फाडफाड इंग्रजी

बोलतात. माजी खासदार मधु दंडवते हे नगरच्या शाळेत होते आणि त्यांचे मूळ आडनाव 'हिवरगावकर' होते; ही नवीन माहितीही त्यांच्याकडून मिळते. १९४३ साली ते लष्करात हवालदार क्लार्क या पदावर रुजू झाले. लष्करातील नोकरीमुळे लाहोर, लखनौ, झाशी आदी ठिकाणी त्यांची भ्रमंती झाली. ३/४ वर्षे लष्करातील नोकरीनंतर मुंबईच्या सरकारी प्रेसमध्ये 'मूळ प्रत वाचक' या पदावर नोकरी केली. १२०० रुपये पेन्शनवर १९८० साली ते सेवानिवृत्त झाले.

त्यांचे काही नातेवाईक अमेरिकेत असतात; तर त्यांच्या मामाचे हॉटेल होते, पण उमेदीच्या काळात दारिद्र्याशी झुंज देताना त्यांनी कोणापुढेही हात पसरला नाही. अनेकदा पुण्याच्या सडकेवर झोपले. मुंबईत सुरुवातीला झोपडपट्टीत राहिले. आता त्यांच्या मालकीचे उपनगरात वन रूम किचनचे घर आहे. कंपवाताने आजारी असलेल्या आपल्या पत्नीची सलग २२ वर्षे त्यांनी सेवा केली. आज पत्नी हयात नाही. दोन जुळ्या मुलींची लग्ने झालीत आणि त्या चांगल्या सुस्थित घरात नांदतात. आपण कऱ्हाडे ब्राह्मण असूनही आपल्या एकुलत्या एका मुलाचे लग्न कोकणस्थ ब्राह्मण मुलीशी झाले याचा त्यांना अभिमान आहे. आपली स्वत:ची नाळ शोधताना ते सांगतात, 'आम्ही गोळवलकर पाध्ये,' काही गोळवलकर लावतात. तर काही पाध्ये. सरसंघचालक गोळवलकर गुरुजी यांना पाहिल्याचे ते सांगतात, पण आपण कधीच संघात गेलो नाही. राष्ट्रसेवा दलाचे आपणावर संस्कार झाले हे कौतुकाने ते नोंदवतात.

असे हे गजानन रामचंद्र पाध्ये. कथनी आणि करणी एकच असणारे दुर्मिळ व्याक्तिमत्त्व!

◆

बुद्धगया महाबोधिविहार कुणाचे?

तुम्ही जर कधी बुद्धगयाला गेलात, तर तेथील पंडे बुद्ध मूर्तींचा उल्लेख पाच पांडव म्हणून करतील. महामायाला द्रौपदी म्हणून सांगतील. तर बुद्धाच्या पावलांना विष्णूचे चरण म्हणून पुजायला लावतील आणि दक्षिणा उकळतील. हे केवळ बुद्धगयेपुरते मर्यादित नाही तर जेथे-जेथे बौद्ध लेणी आहेत तेथील लेण्यांना पांडव लेणी म्हणूनच ओळखले जाते. एखादी लेणी जर अर्धवट दिसत असेल, तर पांडवांना एका रात्रीत ती पूर्ण करावयाची होती; कोंबडा आरवल्यामुळे ते काम पूर्ण करता न आल्यामुळे ती लेणी अपूर्ण राहिली, अशा भाकडकथा आजही भागाभागांत सांगितल्या जातात.

बुद्धगयेचे हे विडंबन थांबवावे आणि गौतम बुद्ध हा विष्णूचा नववा अवतार नसून तुमच्या आमच्यासारखा माणूस होता आणि त्याने जगाला सत्य-अहिंसा आणि मानवतेचा नवा धर्म दिला, या तत्त्वाची जपवणूक व्हावी. गया येथील महाबोधिविहार याचे शुद्धीकरण व्हावे, तेथील सर्व यंत्रणा ही बौद्ध अनुयायांच्या हाती सोपवावी, यासाठी शांततामय मार्गाने लढा चालू आहे. हा लढा केवळ १९५६ साली नव्याने बौद्ध धर्माची दीक्षा घेतली तेव्हापासून त्यांच्या अनुयायांनी तीव्र केला आणि हिंदू व बौद्धांत नव्याने संघर्षाचे बीज पेरले, असा जी मंडळी आरोप करतात त्यांनी इतिहासाकडे काणाडोळा केला आहे आणि आपल्या सोयीपुरते पुरावे घेऊन ते जहरी प्रचार करताना दिसतात. (हीच मंडळी इतिहासाचे दाखले देऊन बाबरी मशीद पाडल्याचे समर्थन करतात. रामजन्मभूमी म्हणून हक्क सांगतात आणि बुद्ध निरीश्वरवादी असूनही अवतारात बसवून गयेचे विहार बळकावतात.)

सम्राट अशोकाच्या काळापासून बुद्धगयेचा इतिहास पाहणे उद्‌बोधक होणार आहे. भगवान गौतम बुद्धाला गया येथे ज्या पिंपळवृक्षाखाली ज्ञान प्राप्त झाले तो वृक्ष ‘बोधिवृक्ष’ म्हणून जगभरच्या बौद्ध अनुयायांनी पवित्र मानला. सम्राट अशोकाने या पवित्र स्मृतीचे जतन व्हावे, म्हणून तेथे स्तूप आणि विहार बांधले. याच जागेत आज विशाल महाबोधिविहार उभे आहे. पण आजच्या महाविहाराला आणि बोधिवृक्षाला

भूतकाळात किती दुर्धर संकटांना आणि वादळांना तोंड द्यावे लागले, याची आज पुसटशीही कल्पना येत नाही. अर्थात, ही संकटे किंवा वादळे निसर्गनिर्मित नव्हती, तर मनुष्यनिर्मित होती; आपली तृष्णा आणि अहंकाराने बळावलेली होती. सहिष्णू म्हणून हिंदू ओळखले जातात. त्यांनी बौद्धांबरोबर झगडे केले नाहीत. दोन्ही प्रवृत्ती गुण्यागोविंदाने नांदत होत्या, हा भ्रम काही विचारवंत सतत मांडत आले, पण वस्तुस्थिती नेमकी कोणती होती?

पुष्यमित्र शृंग या राजाने बौद्ध संस्कृतीवर अनन्वित अत्याचार केले. अनेक स्तूप-विहारे नष्ट केली. आगी लावल्या, साऱ्या मध्यप्रदेशात हाहाकार माजवला. बौद्ध भिक्खूंची हत्या केली. जो कुणी बौद्ध भिक्खूंचे मस्तक आणून देईल त्याला शंभर मोहरांचे बक्षीस त्याने जाहीर केले. (पाहा – प्राचीन भारत का राजनीतिक और सांस्कृतिक इतिहास, संपादक - गणपती शास्त्री.) सातव्या शतकात राजा शशांक याने गयेचा बोधिवृक्ष मुळासकट तोडण्याचा प्रयत्न केला. कालपरवापर्यंत तर बुद्धाच्या मूर्तीवर मूठभर माती किंवा दगड फेकले म्हणजे पापातून मुक्त व्हाल असाच समज प्रचलित होता आणि अंधश्रद्धेने भाविक तसेच करीत होते. या सर्व अत्याचारांत मुसलमान राज्यकर्तेही मागे नव्हते. इ. स. १२०३ मध्ये बख्तियार खिलजीने बुद्धगयेवर हल्ला करून तेथील विहार, बुद्धमूर्ती नष्ट केल्या होत्या. बुद्धगयेचे आधीचे वैभवशाली रूप आणि विहार, त्यांची झालेली पडझड, वेळोवेळी त्यांचे झालेले पुनरुज्जीवन यांचा 'आँखो देखा हाल' फाह्यन व्हेनसांग इसिंग या विदेशी प्रवाशाने लिहून ठेवला आहे.

आजच्या झगड्याचे मूळ शोधायचे ठरले, तर ते हिंदूंविरुद्ध बौद्ध असे नसून बुद्धगयेतील शेकडो एकर जमिनीवर ज्याने अतिक्रमण केले - त्यात बुद्ध विहारही आले - त्या शैवपंथीय महंताकडे जाते. इ. स. १५९० साली पंजाबमधून आलेला हा साधू बुद्धगया येथे झोपडी बांधून राहू लागला. जेव्हा त्याच्या लक्षात आले की, ही भूमी पिढ्यान्‌पिढ्या आपल्या वंशजांचे कल्याण करू शकेल, या लोभाने त्याने भोवतालच्या सर्व जमिनीवर कब्जा केला. महंताने शिव आणि विष्णू यांची प्रतिष्ठापना करून हिंदूंचे तीर्थस्थान निर्माण केले. बुद्धाला ९व्या अवतारात बसविले. येथे पिंडदान केले, तर स्वर्गप्राप्ती होते अशी भुरळ पाडली. त्याच्याच वंशजाचा या बुद्ध विहार आणि शेकडो एकर जमिनीवर आज कब्जा आहे. जगभरातील बौद्ध भाविकांच्या लाखो रुपयांच्या देणग्या, जडजवाहीर यांवर यांचीच मालकी आहे.

भारताच्या स्वातंत्र्य आंदोलनात खऱ्या अर्थाने महंताच्या अनागोंदी कारभारावर अंकुश लावण्याचा प्रयत्न झाला. त्यात महात्मा गांधी, रवींद्रनाथ टागोर, पंडित नेहरू यांचा समावेश आहे. महात्मा गांधी एके ठिकाणी म्हणतात, 'इस में संदेह की तनिक भी गुंजाईश नही है की, बुद्धगया का महाबोधिमंदिर बौद्धों के हाथ में होना

चाहिये ।... यदि हम इस मंदिर को उन्हे वापस दिलाने में, जिनका इस पर न्याय्य अधिकार है, कुछ सहायता कर सके तो हमें अभिमान होना चाहिए। अपने बौद्धों ने इस मंदिरसंबंधी जो प्रश्न उठाया है, वह एक क्षण में हल हो सकता है । यदि भारत को स्वराज्य प्राप्त हो ।' (धर्मदूत - ३/७ नवंबर, १९३७)

महात्मा गांधी यांचे ३७ सालचे हे उद्‌गार स्वातंत्र्य मिळून आज पंचेचाळीस वर्षे होत आली आहेत तरी खरे ठरत नाहीत. हा प्रश्न जटिल बनला आहे. 'बुद्धगया टेंपल बिल' म्हणून १९४८ साली विधानसभेत ठेवले गेले. विधानसभेत बिहार सरकारने आठ सदस्यांची प्रबंध समिती निर्माण केली. त्यात ४ बौद्ध आणि महंतांच्या समवेत ४ हिंदू आणि बिलात मेख मारून ठेवली गेली. गया जिल्हाधिकारी हा सतत अध्यक्ष राहील, पण तो मात्र हिंदू असावा. याचा अर्थ असा की, सातत्याने हिंदू हे बहुमतात असावेत. चुकून जर जिल्हाधिकारी बौद्ध किंवा हिंदू सोडून दुसऱ्या धर्माचा झाला, तर त्याला अध्यक्ष म्हणून राहता येणार नाहीच. यालाच म्हणतात कौटिल्य नीती! (गंमत अशी की, हजरतबल दर्ग्याच्या कमिटीवर एखादा हिंदू किंवा बौद्ध येऊ शकेल काय? किंवा शंकराचार्यांच्या पीठावर एखादा दलित?)

◆

'सनातन बॅटरी'

हिंदी लेखक हरिशंकर परसाई यांची कथा आठवते. कथेचे नाव 'बॅटरीविके'. दोघे जिवलग मित्र असतात. बेरोजगारीला कंटाळलेले. शिकले सवरलेले असूनही त्यांना नोकरी मिळत नाही. पैसे कसे मिळवावेत हा त्यांच्यापुढे प्रश्न असतो. पुढे त्यांनी बॅटरी विकण्याचा धंदा सुरू केला. एका चौकात उभे राहून ते जोरजोरात ओरडायचे, ''बंधूंनो, भोवताली सर्वत्र अंधार आहे, पण आमच्या हाती प्रकाश आहे. अंधारापासून, इंचू-इंगळ्यांपासून हा प्रकाश तुम्हाला मार्ग दाखवील. आता सूर्यछाप बॅटरी खरेदी करा आणि अंधाराला दूर करा. ज्या बंधू-भगिनींना बॅटरी पाहिजे त्यांनी हात वर करा. बॅटरी घ्याल तर हसाल नाहीतर फसाल.'' जेमतेम पोट भरण्याइतकी मिळकत त्यांना मिळायची. एके दिवशी दोघांनी आपसात विचार केला. दोघे एकाच ठिकाणी बॅटरी विकतो हे काही खरं नाही. आपण दोघे वेगवेगळ्या दिशेने जाऊ आणि पाच वर्षांनी याच ठिकाणी एकत्र येऊ.

पाच वर्षांनंतर आपला मित्र ठराविक ठिकाणी भेटला नाही, म्हणून दुसरा मित्र त्याला शोधायला निघतो. बघतो तो काय ! एका मैदानात उंच अशा स्टेजवर भगवी वस्त्रे लेऊन आपलाच एके काळचा मित्र उपदेश करतो आहे. मैदानात हजारो स्त्री-पुरुष भाविकपणे प्रवचन ऐकत आहेत. बॅटरीविक्या चाटच पडतो. तो जसा बॅटरी विकताना चौकात बोलत असतो तसाच त्याचा मित्रही कफनी घालून बोलत असतो. 'भोवताली सर्वत्र अंधार आहे. माझ्या हाती प्रकाश आहे. मनातील अंधाराचा निपटारा करण्याकरिता मी प्रकाश घेऊन आलो आहे.' बॅटरीविक्या जेव्हा कफनीतल्या मित्राजवळ जातो, तेव्हा ते एकमेकांना ओळखतात. बॅटरीविक्या त्याला म्हणतो, 'मित्रा, फेकाफेकी काय करतोस? माझ्यासारखाच बोलतोस? कुठल्या कंपनीची बॅटरी विकतोस?' त्यावर मित्र हसून म्हणतो, 'या बॅटरीचे दुकान फार सूक्ष्म आहे, पण किंमत जास्त मिळते. माझी कंपनी नवी नाही; ती सनातन आहे.'

आपल्या देशात अध्यात्माच्या नावाखाली अशा सनातन बॅटऱ्या विकणाऱ्यांची संख्या काही कमी नाही. अगदी अलीकडे मनशक्ती विकासाचे प्रयोग करणारे

लोणावळा येथील न्यू रेस्टवे आश्रमाचे संस्थापक विज्ञानानंद यांनी आत्महत्या केली. आत्महत्येकरिता त्यांनी नामचीन जागा निवडली ती मंत्रालयासमोरील नवीन प्रशासकीय इमारतीची गच्ची. सदर इमारतीच्या २२व्या मजल्यावरून त्यांनी खाली उडी मारली, पण ती जमिनीवर न पडता चौथ्या मजल्याच्या कठड्याच्या भिंतीवर पडली; त्यामुळे त्यांचे दोन्ही हात मोडले, छाती खिळखिळी झाली. याचा अर्थच असा की, त्यांचा देह सूक्ष्मात विलीन झाला नाही. आपल्या आत्महत्येला त्यांनी जे वलय निर्माण केले ते मात्र विज्ञानाची चेष्टा वाटते. आत्महत्येचा 'समाधी' म्हणून गौरव करण्याचा प्रयत्न हास्यास्पद वाटतो. गळ्यास फास लावून घेतला तर 'प्राणायाम समाधी', उंचावरून उडी मारली तर 'प्रकाश समाधी', स्वत:ला गुदमरवून टाकले तर 'भूसमाधी', गोळी मारून घेतली तर 'अग्निवेध समाधी', विष प्याले तर 'अग्निरसायन समाधी', पाण्यात बुडले तर 'जलसमाधी' यांपैकी स्वामींनी 'प्रकाश समाधी' घेतली, असे सांगण्यात येते. सामान्य माणसांनी यांपैकी कोणतेही एक कृत्य केले असते, तर त्याला भेकड, पलायनवादी अशी मुक्ताफळे वापरली असती. शहाण्यांनी शेण खाल्ले तर त्याने औषध म्हणून घेतले आणि तुमच्या-आमच्यासारख्याने हे कृत्य केले तर तो मूर्खपणा अथवा आततायीपणा ठरविला जातो. (याच संदर्भात नामांतराच्या प्रश्नावरून ज्याने आत्मदहन केले, त्या नांदेडच्या गौतम वाघमारे याच्या संदर्भात काही तथाकथित नेत्यांनी केलेले भाष्य पाहावे.)

स्वामी विज्ञानानंदांचा साराच बरा-वाईट भूतकाळ उजेडात येऊ लागला आहे. विज्ञानानंद यांचे मूळचे नाव पु. रा. भिडे. ते पत्रकार होते. त्यांनी चित्रपट निर्मितीच्या क्षेत्रातही हातपाय हलविले आहेत. 'मनशक्ती' नावाचे मासिकही ते चालवीत. त्यांच्या नावावर काही पुस्तकेही प्रसिद्ध आहेत. २५ वर्षांपूर्वी त्यांनी 'विज्ञानानंद' हे नाव धारण केले. ते मूळचे डोंबिवलीचे. पुणे-मुंबई हमरस्त्यावर त्यांच्या संस्थेची टोलेजंग इमारत आहे. मात्र, तिची रचना तिरकस पिरॅमिडसारखी केलेली आहे. वर्तमानपत्रांत उलटसुलट बातम्या येत असल्यामुळे हे प्रकरण अध्यात्मासारखेच गूढ वाटू लागते. त्यांची सूर्यपूजा करण्यासंबंधीची बातमी पाहा. ''सूर्य पश्चिमेकडे मावळत असताना सायंकाळी पूजेसाठी गेलेल्या विज्ञानानंदांनी आत्महत्या केली ती मात्र इमारतीच्या पूर्वेकडील कठड्यावरून!'' नेमकी हीच जागा स्वामींनी सूर्यपूजेकरिता का निवडली, या संदर्भात सांगितले जाते की, मंत्रालयाच्या परिसरात विषारी प्रदूषण मोठ्या प्रमाणात वाढले आहे. ते नाहीसे करण्याचा स्वामींचा प्रयत्न होता. बारदान किंवा पोतं याचा पेहराव करून ते अंगावर घालत होते. पण असाच साधा पेहराव (गोधडी) करून गाडगेबाबांनी समाजातील अंधश्रद्धा, कर्मकांड यांचे विषारी प्रदूषण हटविण्याचा जिवापाड प्रयत्न केला आणि खऱ्या अर्थाने समाजाला वैज्ञानिक दृष्टी दिली, हे या संदर्भात लक्षात ठेवणे महत्त्वाचे वाटते.

स्वामी विज्ञानानंदांसारखेच कितीतरी तथाकथित 'बाबा' समाजाच्या मनावर अंधश्रद्धेची भुरळ घालत आहेत. त्यांची अंधश्रद्धा नव्हती, असे कितीही थोरामोठ्यांनी सांगितले तरी ते पटत नाही. एक मात्र खरे की, अशा तथाकथित बाबा मंडळींना नेहमीच राजकारणी आश्रय देत असतात. हेच त्यांचे भक्त होतात. त्यांचे मोठेपण गाजवतात. सत्यसाईबाबांचे असेच राजकीय मंडळींत मोठे प्रस्थ आहे. मागे एकदा त्यांच्या केसातून सोन्याची अंगठी काढण्याचे बिंग दूरदर्शनच्या कॅमेऱ्याने पकडले होते. चक्क एक वेगळा माणसाचा हात अंगठी देताना कॅमेऱ्यात दिसत होता. स्वामी विज्ञानानंद असे चमत्कार करीत नसतील; पण तेही विचाराला बधिरता आणतात. याच मार्गाने ते चमत्कार करण्यासारखीच 'माया' जमवितात हे विसरता येत नाही.

'सनातन बॅटरी' विकण्याचे कार्य केवळ साधू-संन्यासी हेच करीत नसून राजकीय नेतेही ही सनातन बॅटरी विकत असतात. पण नेहमीच भाव मिळतो असे नाही. अलीकडेच रामनामाची ही सनातन बॅटरी उत्तर प्रदेशात फुसकी निघाली आहे.

◆

चैत्यभूमीचे राजकारण

डॉ. बाबासाहेब आंबेडकरांचे महापरिनिर्वाण झाल्यानंतर त्यांच्या देहाला जिथे अग्नी दिला, ती चैत्यभूमी ही आंबेडकरी जनतेच्या दृष्टीने स्फूर्तिदायक आणि चैतन्यमय अशी भूमी आहे. दरवर्षी ६ डिसेंबरला जवळपास पंधरा लाख लोक येथे जमतात. १९५६ सालापासून न चुकता माझीही पावले तेथे वळतात. या वर्षाचे वैशिष्ट्य असे की, आंबेडकरी चळवळीचे महाराष्ट्राचे केंद्र हे उत्तर प्रदेशात सरकल्याचे जाणवते. फार मोठ्या संख्येने उत्तर भारतीय आंबेडकरी अनुयायांनी तेथे हजेरी लावली होती. पाटणा येथे २५ हजार दलित बांधवांनी बौद्ध धर्माची दीक्षा घेतली हे त्याचेच फलित समजायला हवे.

गेल्या ३७ वर्षांतील चैत्यभूमीवरील स्थित्यंतरे आठवतात. ज्या दिवशी बाबासाहेबांच्या मृतदेहाला अग्नी दिला, त्या दिवशी लाखो अनुयायांनी आपल्या नेत्याला अश्रुपूर्ण नयनांनी शेवटचा दिलेला निरोप, साऱ्या समूहाला दुःखाने गदगदविणारे आचार्य अत्रे यांचे भाषण, अनेक कवींच्या जाणिवांचे झाड मुळापासून हादरलेले. ''भडकत्या अग्नीच्या ज्वाळा, जनसागर तो तळमळला, अरेरे जीवनाला आग आपुल्या लावून आलो, मी जळालो का नाही त्या ठायी, जिथे मी जाऊनी आलो'' अशा कितीतरी दुःखाने भरलेल्या कविता त्या काळी लिहिल्या गेल्या. एका नेत्याचे भाषण आठवते. समोरच्या नारळाच्या झाडाकडे हात करून तो नेता म्हणाला, ''आंबेडकरी चळवळीशी आम्ही गद्दारी केली, तर आम्ही या नारळाच्या झाडाला फास घेऊ.'' अशा शपथा घेतलेले त्या वेळचे काही नेते काळाआड गेले आहेत. कुणीही झाडाला फास घेतला नाही. गेल्या ३७ वर्षांत मात्र तीच भाषा. आता त्यांची जागा नव्या नेत्यांनी घेतलेली. चैत्यभूमीवर त्यांच्या वेगवेगळ्या राहुट्या. पाचाचे पन्नास. दुहीची वेल मांडवाला गेली. पुढे एकीचे गाजर टांगलेले. सामान्य जनता फेसाळत टांग्याच्या घोड्यासारखी धावते आहे. फुफाट्यातून.

या दुहीच्या राजकारणामुळेच चैत्यभूमी सुशोभित करण्याचे, भव्यदिव्य स्मारक उभारण्याचे स्वप्न धुळीला मिळते आहे असे जर म्हटले, तर ती अतिशयोक्ती होऊ

नये. आज जे स्मारक म्हणून उभे आहे ते स्तूपाच्या आकाराचे. या घुमटावर संगमरवराचे बाह्य आवरण असावे म्हणून सुरुवातीच्या काळात काही लाख रुपये त्या वेळच्या नेत्यांच्या हवाली केले होते म्हणतात. वर्गणीच्या रूपाने हा पैसा जमा झाला होता. पुढे त्या पैशांचे काय झाले हे कळण्यास मार्ग नाही. आजही स्तूप ओकाबोका आहे. काही ठिकाणी घुमटाला तडे पडले आहेत. त्यातून पाणी ठिबकते आहे. आज ही वास्तू 'दि बुद्धिस्ट सोसायटी ऑफ इंडिया' या संस्थेच्या ताब्यात आहे.

डॉ. बाबासाहेब आंबेडकर यांनी स्वत: १९५५ साली बुद्धिस्ट सोसायटी ऑफ इंडिया या संस्थेची स्थापना केली. या संस्थेचे अध्यक्ष बाबासाहेब होते. त्यांच्या निधनानंतर बौद्ध धम्माचे गाढे अभ्यासक आणि भिक्खू भदंत आनंद कौसल्यायन यांना अध्यक्षपद द्यावे असा जनमानसात विचार होता. राजकीय पक्षांपेक्षा बौद्ध धम्माचे हे सांस्कृतिक वेगळेपण कायम ठेवावे, अशी त्या वेळी विचारसरणी होती. पण त्या वेळच्या राजकीय नेत्यांना हे भावले नाही. त्यांनी बाबासाहेबांचे सुपुत्र भय्यासाहेब ऊर्फ यशवंत आंबेडकर यांना अध्यक्षपद बहाल केले.

भय्यासाहेब आंबेडकर यांच्या निधनानंतर एकाच नावाच्या दोन संस्था सध्या अस्तित्वात आहेत. दिनांक ५ ऑक्टोबर, १९८१ रोजी श्रीमती मीराताई यशवंत आंबेडकर यांच्या अध्यक्षतेखाली भारतीय बौद्ध महासभेची स्थापना करण्यात आली. पुढे आधीच्या ट्रस्टींनी धर्मादाय आयुक्तांकडे तक्रार केल्यामुळे कागदपत्रांची छाननी करून धर्मादाय आयुक्त यांनी असा निर्णय दिला की, बुद्धिस्ट सोसायटी ऑफ इंडिया ऊर्फ भारतीय बौद्ध महासभा, ही संस्था आधीच अस्तित्वात असल्यामुळे दुसरी भारतीय बौद्ध महासभा स्थापन करता येणार नाही. या निर्णयाविरुद्ध सेशन कोर्टात अपील करण्यात आले. तो निर्णय श्रीमती मीराताई आंबेडकर यांच्या बाजूने लागला. आता हे प्रकरण हायकोर्टात पडून आहे. दुसऱ्या बाजूने सर्वश्री अशोक मुकुंदराव आंबेडकर, बावीस्कर अशी मूळच्या ट्रस्टींवर दावा करणारी मंडळी कोर्टात झुंजत आहेत. गेल्या काही वर्षांपासून हायकोर्टाने रिसीव्हर नेमला असून, चैत्यभूमीवरील पेटीतील रक्कम रिसीव्हरमार्फत गोळा केली जाते आणि ती कोणत्याही संस्थेकडे न देता बँकेत रकमेचा भरणा केला जातो. सध्या तरी ती रक्कम फ्रिज झाली आहे.

चैत्यभूमीवरचे स्मारक का उभे राहत नसावे आणि त्यात नेमक्या अडचणी कोणत्या हे सहज लक्षात यावे. मागील वर्षी ना. सुधाकर नाईक मुख्यमंत्री असताना चैत्यभूमी सुशोभित करण्याकरिता ५ कोटींची रक्कम जाहीर केली. या योजनेत टोलेजंग सभागृह, तेथे येणाऱ्या लाखो अनुयायांची होत असलेली देहधर्माची परवड, त्यांच्याकरिता सुविधा, ग्रंथालय, भिक्खू निवास, समुद्र हटवून चैत्यभूमीच्या

वास्तूचे विस्तारित रूप, समुद्रात विवेकानंदांसारखा बाबासाहेबांचा पुतळा अशा अनेक कल्पना कागदावर मांडल्या गेल्या. याही वर्षी शासनाच्या वतीने पुन्हा ५ कोटींची घोषणा केली गेली. हे सारे पैसे नेमके कोणाला मिळावेत याची आताच अहमहमिका लागली आहे. काही नेत्यांचे म्हणणे असे की, चैत्यभूमीची जागा कोर्ट-कचेरीच्या भांडणात अडकली असल्यामुळे तेवढी जागा सोडून बाकीची दोन्ही बाजूला जी पोर्ट ट्रस्टची जागा आहे, तिची मागणी करून वेगळा ट्रस्ट निर्माण करावा आणि या पाच कोटींचा तेथे विनियोग करावा. मूळच्या ट्रस्टचे म्हणणे आहे की, तो पैसा आमच्या हाती द्यावा. या संदर्भात मूळच्या ट्रस्टींपैकी असलेल्या एका ट्रस्टीचे पत्र अलीकडेच वाचण्यास मिळाले. त्यातील काही वाक्ये अशी –

◆ चैत्यभूमीचे अधिकार आपणाकडे आहेत.

◆ असे ऐकले आहे की, प्रकाशने व आठवले यांनी वेगळी योजना महाराष्ट्र सरकारकडे पाठविली आहे. (येथे खासदार प्रकाश आंबेडकर आणि मंत्री रामदास आठवले यांचा संदर्भ सहज लक्षात येतो.)

◆ नकाशे पास करून घ्यावे आणि सरकारचे अनुदान जे आहे त्याप्रमाणे ते मंजूर करून घ्यावे.

◆ नाईक मुख्यमंत्री असताना त्यांनी नकाशाची मागणी केली होती.

◆ मुख्यमंत्री आणि बांधकाममंत्री यांना भेटावे.

हे पत्र वाचून आपली चांगली करमणूक झाली असेल. काही व्यथितही होतील. 'बाजारात तुरी आणि भट भटणीला मारी' अशी गत. महाराष्ट्र शासन मात्र लोण्याचा गोळा काही बोक्यांना वाटणाऱ्या माकडाच्या भूमिकेत आहे. माकडाने गोळा केव्हा मटकावला हे जसे बोक्यांच्या ध्यानात आले नाही, तशीच गत या पाच कोटींची होणार आहे. त्याचे कुठल्या हेडखाली हस्तांतर होईल हे सांगता येत नाही. खरे म्हणजे शासनाने ही खेळी न खेळता केंद्राच्या मदतीने राष्ट्रीय नेत्यांची जशी तोलामोलाची राष्ट्रीय स्मारके उभारली, तसे चैत्यभूमीचे स्मारक उभारावे, असे मनोमन वाटते.

◆

सुदाम्याचे वंशज

आम्हा पुण्या-मुंबईतील माणसांनी वेगवेगळ्या कार्यक्षेत्रांत कणभर काम केले, तर त्याला मणभर प्रसिद्धी मिळते. वर्तमानपत्राचे रकाने, रंगीत पुरवण्या, आकाशवाणी - प्रकाशवाणी इ. प्रसिद्धी माध्यमांद्वारे त्यांच्यावर प्रकाशाचे झोत सोडले जातात. समाजापेक्षा दशांगुळे वर ती उचलली जातात. जवळचे दृश्य हे ठळक दिसावे आणि लांबवरची दृश्ये ही अंधुक होत जावीत तशी ही गत. पण धम्मपदातील एक गाथा आठवते. फुलांचा सुगंध हा वाऱ्याच्या दिशेने वाहतो, पण चांगल्या अर्थाने कर्तृत्ववान माणसाच्या कार्याचा – संत महात्म्याच्या विचारांचा सुगंध हा वाऱ्याच्या विरुद्ध दिशेनेही वाहतो. सोलापूरसारख्या जिल्ह्याच्या ठिकाणी पत्रकारितेच्या क्षेत्रात आयुष्यमान रंगा वैद्य यांनी गेली पन्नास वर्षे जे निरलसपणे कार्य केले त्यांच्या या कार्याचा उशिरा का होईना सुगंध पसरतो आहे; त्यांचा गौरव होतो आहे ही समाधान देणारी बाब वाटते. नुकताच रंगा वैद्य यांच्या व्रतस्थ पत्रकारितेचा, त्यांच्या त्यागपूर्ण जीवनाचा गौरव सोलापूर नगरपालिकेने केला. त्यांना मानपत्र बहाल केले. समतानंद गद्रे हा सर्वोच्च पुरस्कार की, जो एस. एम. जोशी यांना मिळाला होता, तोही पुरस्कार दोन वर्षांपूर्वी रंगा वैद्य यांना मिळाला. अ. भा. पत्रकार परिषदेचे अध्यक्ष, महाराष्ट्र प्रेस इन्स्टिट्यूटचे विश्वस्त अशा कितीतरी पदांवर ते आजही कार्यरत आहेत. त्यांच्या कार्याचे वैशिष्ट्य असे की, मानपान किंवा ही सारी पदे त्यांच्याकडे चालत आली.

रंगा वैद्य हे ७५ वर्षांचे आहेत. पण या वयातही तरुणाला लाजवील असा त्यांचा उत्साह, चैतन्य सळसळताना दिसते. अहंकाराचा त्यांना स्पर्श नाही. सोलापुरातील सामान्य जनतेत ते तेवढेच लोकप्रिय. सोलापूरवासीय त्यांना 'अण्णा' या लाडक्या नावाने संबोधतात. ज्या दिवशी त्यांना नगरपालिकेच्या वतीने मानपत्र देण्याचा समारंभ होता, त्याच्या आदल्या दिवसाची आठवण – त्या दिवशी सोलापुरातील जवळजवळ सर्वच वर्तमानपत्रांनी त्यांच्यावर गुणगौरवपर लेख प्रसिद्ध केले. ते स्वतः अजातशत्रू असल्यामुळे वर्तमानपत्रातील स्पर्धेचा, हेवादाव्याचा त्यांच्या मनाला स्पर्शही झालेला नसल्यामुळे ते 'संचार' दैनिकाचे संपादक असूनही इतर मान्यताप्राप्त

दैनिकांनी त्यांच्यावर गुणगौरवपर असे लेख लिहावेत याचेही मला अप्रूप वाटत होते. (मुंबई-पुण्याकडे हा गुण दुर्मीळ वाटतो.)

आपला एवढा गाजावाजा होत असताना अण्णा मात्र 'स्थितप्रज्ञ' होते. याच दिवशी त्यांनी एका कामगार विभागात एका सामान्य माणसाच्या शोकसभेचे निमंत्रण स्वीकारलेले. एका झोपडीवजा घरापुढे पाच-पंचवीस माणसे जमलेली. कार्यक्रमांच्या घाईगर्दीत अण्णा येतील असे मलाही वाटत नव्हते आणि काय चमत्कार! अण्णा एका रिक्षातून देवदूतासारखे उतरले. साधा धुवट पांढरा पायजमा आणि सदरा हाच त्यांचा पेहराव. डोळ्यांवर जाड भिंगांचा चश्मा. त्या चश्म्यातून स्नेह पाझरणारे त्यांचे कारुण्यमय डोळे. तेथे जमलेल्या सर्वांनाच माहीत होते की, अण्णा भाषण करणार नाहीत. कॅन्सरच्या आजाराने त्यांची स्वरनलिका काढलेली; त्यामुळे त्यांची वाणी लुप्त झाली. एखादा माणूस अशा अवस्थेत खचला असता, गलितगात्र झाला असता; पण अण्णा कॅन्सरसारख्या आजारपणाच्या राखेतून फिनिक्स पक्ष्यासारखे उठले आणि त्या दिवसासारखेच सामान्यात मिसळले. शोकसभेत ते बोलले नाहीत तरी सर्वांना त्यांचा आधार वाटत होता. सामान्यांच्या व्यथा-वेदनेला, त्यांच्या शोषणाला स्वत:चे दु:ख विसरून लेखणीच्या रूपाने ते सामोरे गेले. श्रमिक पत्रकार ही त्यांची आज बिरुदावली आहे. अभिजनवादी संस्कृतीत श्रमिक शब्दाला कुचेष्टेचा वास येतो. पण याची त्यांनी कधी आयुष्यभर पर्वा केली नाही. दलित, पीडित, शोषित लोकांसाठी त्यांनी आपल्या लेखणीचा नुसताच वापर केला नाही, तर त्यांना न्याय मिळवून देण्यासाठी प्रसंगी पदरमोडही केलेली आहे. (स्वत: पदरमोड करण्याचा प्रसंग शोकसभेच्या वेळीही पाहण्यात आला. ते स्वत:च्या खर्चाने आले आणि स्वत:च्या खर्चाने गेले.)

अशी संतांसारखी मानसिकता प्राप्त करून घेण्यासाठी, ध्येयवाद जपण्यासाठी, आपल्या लेखणीला बळ येण्यासाठी त्यांनी आयुष्यभर परिस्थितीशी जो संघर्ष केला त्याला तोड नाही. त्यांचे आजवरचे आयुष्य सामान्य माणसाला प्रेरणा देणारे आहे. सुरुवातीच्या काळात पुण्या-मुंबईच्या दैनिकांचे वार्ताहर म्हणून त्यांनी कार्य सुरू केले. नंतर सोलापुरातच 'समाचार' या दैनिकात सहसंपादक म्हणून ते रुजू झाले. वीस-पंचवीस माणसांचा कुटुंबकर्ता म्हणून दिवसाच्या चोवीस तासांपैकी अठरा तास त्यांना तीन प्रकारच्या कामाला जुंपावे लागे. रात्री ८ ते पहाटे १ वाजेपर्यंत सहसंपादक म्हणून रात्रपाळी झाल्यानंतर पहाटे उठून ते आपल्या शेतावर जात. तेथून दुधाचे कॅन्स घेऊन सायकलवरून घरोघर दुधाचे रतीब घालत आणि नंतर हायस्कूलमधील शिक्षकाची नोकरी पार पाडावी लागे. आजच्या शहरी मध्यमवर्गीय चंगळवादी जीवनात अनेकांना ही अतिशयोक्ती वाटेल. पण त्यांची सुरुवातीच्या काळात श्रम करण्याची जी जिद्द होती ती आजही कायम आहे आणि तीच त्यांच्या

यशाची गुरुकिल्ली ठरली आहे.

आपल्या पत्रकारितेचा दृष्टिकोन सांगताना रंगा वैद्य आपल्या एका लेखात म्हणतात, 'सामान्यांची लोकशाही समर्थ करण्यासाठी समतेची सामाजिक लोकशाही दिमाखाने आगेकूच करीत राहावी एवढीच प्रधान बांधिलकी पत्रकारांच्या दैनंदिन कार्याशी एकरूप झाली पाहिजे. आज सर्व क्षेत्रांत सत्ता-संपत्तीचा धिंगाणा चालू असून, जीवनमूल्यांवर भोगवादाची मूल्ये कुरघोडी करीत आहेत. मैत्रीपेक्षा वैरभाव आणि द्वेष वाढीस लागला आहे. सर्वत्र संवेदनशीलता बधिर अवस्थेत दिसून येते. अशी बोथट संवेदनशीलता बाजूला फेकून पत्रकारांनी समतेची टेहळणी, विवेकी-संयमी भूमिकेवरून सातत्याने विचार करावा.'

रंगा अण्णा यांची ही भूमिका केवळ बोलघेवडी नाही. व्यवहारी जगात वावरणारा पण व्यवहाराशी पूर्ण फारकत घेणारा. सकाळचे संस्थापक डॉ. परुळेकर यांनी अण्णांसारखा एक पुरोगामी पत्रकार निवडणुकीला उभा राहतो म्हणून मदतीदाखल पंचवीस हजार रुपये पाठविले होते. एका धनिक मित्राने मोटारही दिली होती. निवडणूक संपताच, पैसे खर्च झाले नाहीत म्हणून त्यांनी पंचवीस हजार रुपये परत पाठविले. मोटारही ज्यांची त्यांना दिली. म्हणूनच की काय सोलापूरचे दिवंगत कवी रा. ना. पवार यांनी अण्णांसंदर्भात लिहून ठेवले, ''मला तू नेहमी म्हणतोस 'रा. ना. तू गरीबच राहिलास.' मला गरीब म्हणण्याइतका तू कुबेर कधी झालास? अरे सुदाम्याचे वंशज आपण. कुणी कुणाला काय द्यायचे? काळजाच्या बिलोरी आरशात एकमेकाला पाहायचे.''

◆

नाही चिरा – नाही पणती

गावकुसाबाहेरील वस्तीतील आठवण आजही मनात घर करून आहे. असेन मी तेव्हा नऊ-दहा वर्षांचा. कुणी जर विचारले, कुणाचा रं तू? मी हमखास सांगायचो. खालच्या आळीच्या मारुतीचा. वरच्या आळीच्या मारुतीला माझ्याच वयाचा मुलगा होता. वरच्या आळीच्या मारुतीला महारोग झाला होता. आपणास महारोग्याचा मुलगा समजू नये याकरिता मी हा खुलासा करायचो. गावाच्या दृष्टीने आम्ही उपेक्षित तर महारोग्याचे घर उपेक्षितांचेही उपेक्षित. आजही समाजात कुष्ठरोग्यांविषयी हीच भावना आहे.

गावकुसाबाहेरच्या कुष्ठरोग वसाहतीला भेट देण्याचा नुकताच योग आला. अमरावतीत 'तपोवन' या नावाने ही वसाहत ओळखली जाते. बडनेरा सोडले आणि तुम्ही एसटीत बसलात, तर दूरवर डोंगराच्या पृष्ठभागावर पांढऱ्या चुन्यात 'तपोवन' ही अक्षरे दिसू लागतात. तपोवनचे संस्थापक डॉ. शिवाजीराव पटवर्धन यांच्याबाबत जुजबी माहिती होती. कुष्ठरोग्यांची सेवा करणारे बाबा आमटे यांच्या कार्याचे जसे देशभर आणि जगातही कौतुक झाले, तसे डॉ. पटवर्धनांच्या कार्याचे कौतुक झाले नाही, याचीही खंत होती. त्यांच्या निधनानंतर 'नाही चिरा – नाही पणती' अशी अवस्था का बरं निर्माण झाली, हेही समजून घेण्याची इच्छा होती.

अमरावती येथे विद्यापीठाच्या कामानिमित्ताने गेलो होतो. तपोवनच्या शेजारीच डोंगराच्या कुशीत विद्यापीठ नुकतेच उभारलेले. ज्या हॉस्टेलवर माझी उतरण्याची व्यवस्था केली होती त्या भव्य इमारतीत मीच एकटा. निर्मनुष्य असे वातावरण. तेथे ना चहाची व्यवस्था अगर जेवणाची सोय. तंगडतोड करीत गावातच यावे लागे. अशा वेळी प्रा. नरेशचंद्र काठोळे हे मदतीला धावून आले. प्रा. काठोळे हे तपोवनातच राहतात. तेथील शाळेत त्यांची पत्नी शिक्षिका आहे. संध्याकाळी जेवायला त्यांनी घरी नेले.

धूसर संधिप्रकाशात तपोवनचे दर्शन झाले. एका मंदिरापुढे कुष्ठरोगी जमलेले. त्यांच्या पुढ्यात एका कुष्ठरोग्याचे कीर्तन सुरू असलेले. हे सारे पाहत असताना का

कुणास ठाऊक मला अपराधीपणाची जाणीव होत होती. डॉ. पटवर्धन यांचे जेथे वास्तव्य होते ती पर्णकुटी पाहिली. जवळच्याच एका खोलीत पटवर्धन वापरत असलेल्या वस्तू, कपडे ठेवलेले. त्यांचे काही फोटोग्राफ. त्यांना आलेली पत्रे भिंतीला फ्रेम करून ठेवलेली. एक पत्र तर सुभाषचंद्र बोस यांच्या हस्ताक्षरातील होते. पटवर्धन आणि सुभाषचंद्र बोस यांचा जवळचा स्नेह पत्रावरून लक्षात येत होता. पटवर्धन हे स्वातंत्र्यसैनिक होते. अनेकदा त्यांना तुरुंगवास झालेला. एका फोटोत, असहकार चळवळीच्या वेळी समुदायाच्या अंगावर घोडा घालणाऱ्या युरोपियन साहेबाच्या घोड्याचा लगाम पटवर्धनांनी धरला आहे, असे दृश्य होते. एकीकडे प्रक्षोभ आणि दुसरीकडे करुणा असे पटवर्धनांचे चित्र मनात आकार घेत होते.

दुसऱ्या दिवशी उजेडात तपोवन पाहिले. १९४६ साली ८० एकर जमिनीवर हे तपोवन उभारलेले. आदिमानवाला जेव्हा समजले की, आपला अंगठा वाकवता येतो तेव्हापासून आजच्या मानवाची प्रगती झाली असे म्हणतात. पण ज्यांना अंगठा नाही, ज्यांची बोटे गळून पडलीत, अशा कुष्ठरोग्यांनी या तपोवनाचे नंदनवनात रूपांतर केलेले. जवळपास ७००/८०० कुष्ठरोगी येथे राहतात. लाचारीने जगण्यापेक्षा स्वाभिमानाने जगा, कुणाच्याही दयेची भीक नको हा पटवर्धनांनी दिलेला मंत्र आज ते जपत आहेत. समाजाची कुबडी घेऊन जगणार नाही हे ब्रीद त्यांनी बाळगले आहे.

मी पाहिले, त्यांचे थोटे हात कापड विणत होते, फर्निचर तयार करीत होते, खिळे जुळवत होते, पुस्तकाची पाने जोडत होते. त्यांच्या हातात विळा होता, नांगर होता, लेखणी होती, ते ट्रॅक्टर चालवीत होते. थोट्या हातानेच पीठ मळत होते. चक्राकार भाकरी भाजल्या जात होत्या. थकल्या-भागल्यावर हीच माणसे तबला-हार्मोनियम वाजवत होती. मानव्याची गाणी गात होती. कुष्ठरोगाचे जंतू असलेले नाक, कान अथवा बोटे झडून गेली, म्हणजे ती माणसे आपल्यासारखीच तंदुरुस्त आहेत, ही नवी माहिती मिळत होती. सांगितले गेले – कुष्ठरोग्यांच्या श्रमांतून दरवर्षी जवळपास दोन कोटींचे उत्पन्न उपलब्ध होते. अनेकांनी तेथेच लग्न करून संसार थाटला आहे. त्यांच्या मुला-मुलींकरिता वसतिगृह, शाळा तपोवनातच होती. बँक आणि पोस्ट ऑफिसही दिसले. वाटत होते, जणू काही तपोवनानेच बाहेरच्या जगावर बहिष्कार टाकला आहे.

जगात काही माणसे उपभोगासाठीच जन्मतात, त्यासाठी धडपडतात. शेवटी उपभोग अपूर्ण राहिला म्हणजे असंतुष्टतेत तडफडत मरतात. याउलट काहीजण निरासक्त त्यागातच जन्मभर आनंद मानतात आणि त्या स्थितीत मृत्यूला आमंत्रण देऊन समाधानाने इहलोक सोडतात. डॉ. पटवर्धनांचे सारे आयुष्य हेच निरासक्त त्यागात आनंद मानणारे होते. गाडगेबाबा हेही अमरावतीचे. पटवर्धनांपुढे बाबांचा

आदर्श होता, हे त्यांचे चरित्र लक्षात घेतले, तर सहज ध्यानात येते. प्रसिद्धीचा त्यांना सोस नव्हता. आपले छायाचित्र काढू नये यावर त्यांचा कटाक्ष होता. त्यांची जी छायाचित्रे उपलब्ध झाली तीही त्यांच्या नकळत काढलेली. संस्थेच्या मदतीकरिता एकाही पैशाची परदेशी मदत नको, परदेशी प्रलोभने नकोत याकरिता आयुष्यभर त्यांनी या गोष्टीकडे पाठ फिरवली. वर्तमानपत्राला अगर प्रसिद्धीच्या वेगवेगळ्या मीडियाला ते कधीच मुलाखती देत नव्हते. वेळेचे ते कमालीचे भोक्ते होते. मग तपोवन पाहावयास एखादा मंत्री आला आणि तो जर वेळेवर आला नाही तर पटवर्धन नि:स्पृहतेने त्याला गेटपासूनच परत जाण्यास सांगत. अशा अनेक कारणांमुळे त्यांनी शासनाचा रोष ओढवून घेतला. कुष्ठरुग्णांच्या संगोपनाकरिता शासनाकडून मिळणारे अनुदान त्यांच्यावर केलेल्या खर्चाच्या प्रमाणात फारच कमी पडते आणि ते योग्य प्रमाणात पाठवावे अशी त्यांची सर्व कुष्ठरोग संस्थांसाठीची आग्रहाची मागणी होती. या ध्येयप्राप्तीसाठी त्यांनी धरणे धरले, मंत्रालयावर महारोग्यांचा मोर्चा नेला; त्यामुळे त्यांना आपल्याच सरकारने तुरुंगवासही घडवला, पण ते शेवटपर्यंत नमले नाहीत. खोटे व्हाऊचर देऊन ग्रँट वाढविण्याच्या प्रचलित पद्धतीला ते शरण गेले नाहीत.

या सर्वच गोष्टींचा वीट येऊन की काय पटवर्धनांनी आयुष्याच्या शेवटी-शेवटी तपोवन सोडले. क्षुल्लक कारणावरून अमरावती बंद करणाऱ्या सर्व समाजाने त्यांना तपोवनातून जाऊ दिले. चांदूर येथे आपल्या मित्राच्या घरी त्यांचे निधन झाले. अमरावती-चांदूर अंतर तसे दूर नाही. पण त्यांचा अंत्यसंस्कार तपोवनात झाला नाही. त्यांच्या अस्थीही तपोवनात आणल्या गेल्या नाहीत. त्यांच्या बाबतीत 'नाही चिरा – नाही पणती' हेच खरे.

ज्या शासनाच्या लालफितीच्या विरुद्ध डॉ. पटवर्धनांनी आयुष्यभर संघर्ष केला तेच तपोवन आज शासनाच्या देखरेखीत चालावे, शासनाने नेमलेल्या संचालकांचा पगार, बंगला, कार यापोटी होणारा खर्च हा कुष्ठरोग्यांनी निर्माण केलेल्या गंगाजळीत व्हावा ही या कार्याची शोकांतिका वाटते. (पटवर्धनांसारखे संचालक तपोवनात राहत नाहीत; तर ते गावात राहतात.) खरे म्हणजे कुष्ठरोग्यांच्या हाती हा सर्व कारभार देण्यातच डॉ. पटवर्धनांचे स्वप्न साकार होणार आहे. २८ डिसेंबर हा त्यांचा जन्मदिवस आहे. या दिवशी त्यांच्या स्मृतीला अभिवादन करताना ही रुखरुख मनापासून व्यक्त करावीशी वाटते.

◆

चित्रकथी

एखादा जमिनीचा पट्टा बराच काळ नापीक असावा. तिच्यात तण माजावे. उन्हा-पावसात तिला भेगा पडाव्यात – अशी नापीक जमीन जेव्हा मशागतीतून कसली जाते तेव्हा तिच्यातून भरभरून पीक निघते म्हणतात. थोडेफार एखाद्या उपेक्षित समाजाबद्दल असेच सांगता येते. अलीकडेच मुंबई मराठी ग्रंथ संग्रहालयात असा एक समाज पाहिला. त्या समाजाचे नाव 'ठाकर समाज.' निमित्त होते त्या समाजातील गुणवंत विद्यार्थ्यांच्या सत्काराचे. पण खरे सांगावयाचे म्हणजे नव्या जाणिवेच्या अस्मितेने हा समाज ताठ मानेने जगू पाहतो आहे याचे दर्शन होत होते.

कोकणातील सिंधुदुर्ग जिल्ह्यातील पाच तालुक्यांतील ही मंडळी मुंबईत राहणारी. लग्नकार्याला जथा जमावा तसे सर्व नटूनथटून आलेले. पुरुषांच्या बरोबरीने स्त्रियांनी हजेरी लावलेली. सभागृह गच्च भरलेले. सांगितले गेले, जवळपास हजारभर मंडळी मुंबईत राहतात. सिंधुदुर्ग जिल्ह्यात पाच-सहा हजारांपर्यंत ठाकर असावेत असाही अंदाज व्यक्त झाला. प्रमुख पाहुणे होते प्रसिद्ध साहित्यिक प्र. श्री. नेरुरकर. ठाकर मंडळी आणि नेरुरकर यांचा जुना घरोबा दिसला. नेरुरकर कोकणातले. त्यांचे गाव नेरुर आणि ज्या गावात ठाकरांची वस्ती ते पिंगुळी गाव त्यांच्या हाकेच्या अंतरावर. बालपणातील अनेक आठवणी त्यांच्या भाषणात होत्या. अध्यक्ष म्हणून माझी निवड का केली याचा गौप्यस्फोट संस्थेचे कार्यकर्ते मोहन रनशिंग यांनी केला तो नावीन्यपूर्णच होता. त्यांनी 'बलुतं'मध्ये आलेली ठाकर समाजाची माहिती वाचून दाखविली. ही सारी माहिती वाचली जात असताना साऱ्या सभागृहात चैतन्य सळसळताना दिसत होते. 'बलुतं' या आत्मकथनाचा असाही उपयोग होऊ शकतो हे मला नव्याने कळले. (अर्थात काहींना हा वाङ्मयबाह्य प्रयोग वाटेल.)

मी पाहिलेल्या पन्नास वर्षांपूर्वीच्या ठाकर समाजाबद्दल माहिती वाचली गेली ती अशी – ठाकर हे फार भाबडे. त्यांना फक्त चार आण्याचं नाणं ओळखता यायचं. मोळीला कुणी रुपया दिला, तरी घ्यायचे नाहीत. 'व्हते चारी आणे' अशीच साद घालायचे. ठाकरवाडीत मी केव्हा-केव्हा जात असे. घराजवळ आमची थोडीशी शेती

होती. आईनं ती जिवापलीकडे जपलेली. आमचा सरकती ठाकर कमालीचा प्रामाणिक माणूस. सुगीत धान्य झालं म्हणजे घरी म्हारवाड्यात ओझं डोक्यावरून घेऊन यायचा. कडधान्याचा वानवळा आणायला विसरायचा नाही. काही कामानिमित्तानं मी खळ्यावर जायचो. घरापाशीच ठाकरवाडीत त्यांचं खळं असायचं. ठाकरवाडी लक्षात राहिली ती तिथल्या स्वच्छतेमुळे. स्वच्छता-टापटीप सोडली, तर त्यांच्यात भयानक अज्ञान. शाळेत मूल शिकायला पाठवत नसत. शेरडं-मेंढरं वळायला गावात जात. देवीचा डॉक्टर आला म्हणजे एखाद्या घरात मूल जन्मले असेल, तर भीतीने ते त्याला रानात पळवून नेत. तशी खूपच सोशिक जमात. स्वत: होऊन कुणाची कागाळी काढत नसत.

'बलुतं'मध्ये ठाकर समाजाचे हे जे वर्णन आले आहे ते अहमदनगर जिल्ह्यातील अकोले तालुक्यातील ठाकर समाजाचे. तेथील ठाकर समाज आजही गुहाजीवन जगतो आहे. सिंधुदुर्गमधील ठाकर समाजाचे आधुनिक दर्शन हे सुखावणारे होते. उपस्थितांपैकी काही डॉक्टर. कुणी पायलट तर कुणी क्षेपणास्त्र क्षेत्रातील वैज्ञानिक. कुणी कलावंत तर कुणी कवी. तरुण मुला-मुलींत गुणवत्ता यादीत भरघोस मार्कांनी काही पास झालेले. त्यांतील अनेक विज्ञान शाखेतील. गुणवत्ता ही केवळ वरच्या वर्गाची, श्रीमंतांची, जाति-वंशाची मिरासदारी नाही हे लक्षात येत होते. पाणी जिरवा - पाणी वाचवा हा संदेश महाराष्ट्राला देणारे वैज्ञानिक डॉ. वसंत गंगावणे हे ठाकर समाजाचेच, हे गौरवाने सांगितले गेले.

महाराष्ट्राच्या वेगवेगळ्या विभागांत ठाकर समाज पसरला आहे. त्यांची अजूनही एकमेकांशी पुरेशी ओळख नाही. तसेच हा समाज कर्नाटकात 'गोंधळी' म्हणून ओळखला जातो. तेथील समाजाचे कार्यकर्ते परशुराम ठाकूर हे सभेत उपस्थित होते. कर्नाटकातील परशुराम हे 'गोंधळी', तर मुंबईतील त्यांचे बंधू व्हेटरनरी डॉक्टर दशरथ ठाकूर हे 'ठाकर', हा विरोधाभास गंमतीदार वाटत होता. ठाकर आणि गोंधळी यांच्यात बेटी व्यवहार होतो, ही नवीन माहिती मिळाली.

वक्त्यांच्या भाषणांवरून एक गोष्ट मात्र प्रकर्षाने लक्षात आली की, ठाकर काय किंवा गोंधळी काय सवलतींच्या संदर्भात केंद्रात अथवा महाराष्ट्रात एकवाक्यता नाही. महाराष्ट्रात पूर्वी हा समाज आदिवासी म्हणून ओळखला जायचा. महाराष्ट्र शासनाने १९६८ साली जे गॅझेटियर प्रसिद्ध केले त्यात ठाकर समाज हा आदिवासी म्हणून नोंदवला गेला, पण अलीकडे या समाजाची वर्गवारी भटक्या विमुक्त समाजात केली जाते. भटक्या विमुक्त समाजात नव्यानेच आलेले धनगर आणि वंजारी हे तुलनेने ठाकर समाजापेक्षा पुढारलेले आणि सुखवस्तू आहेत. या समाजामुळे आमच्या वाट्याला फारसे काही येत नाही, अशीही खंत सभेत व्यक्त केली गेली. 'गॅझेटियरमध्ये जशी आमची नोंद आदिवासीत केली गेली होती, तशीच पूर्ववत

करावी ही मागणी ठासून सांगितली गेली. मूळच्या दाखल्यावर आदिवासी आणि सरकारी दरबारी दाखले हे भटके-विमुक्त; त्यामुळे अनेकांवर खोटी माहिती पुरवता म्हणून खटले भरले गेले. तेव्हा 'ना घर का, ना घाट का' ही स्थिती संपवावी असे विचार मांडले गेले.

भारतीय पातळीवर एक गोष्ट पुन:पुन्हा लक्षात येत होती ती ही की, ज्या समूहाचा उत्पादनाशी समावेश होऊ दिला नाही; ज्यांना नेहमी गावगाड्याबाहेर ठेवले त्यांनीच लोककला सांभाळली. वरच्या वर्गाचे मनोरंजन केले. त्याला ठाकरही अपवाद नाहीत. कोकणातील 'चित्रकथी' ही लोककलेची परंपरा ठाकरांची. राजस्थानमधील कठपुतळीचा खेळ करणाऱ्या जमातीशी यांची नाळ जुळते, असेही सांगितले जाते. काय आहे ही 'चित्रकथी'? तर सांगितले गेले की, चामड्यावर रामायणातील दृश्यं चितारलेली. दगडापासून रंग तयार केलेला; त्यामुळे आजही ती चित्रे पुसली जात नाहीत. चार बांबू चौकोनात बांधून आतल्या बाजूला दिव्याच्या साहाय्याने पांढऱ्या शुभ्र कापडावर ती चित्रं अशी फिरवली जात की, पडद्यावर रामायणातील दृश्ये दिसत. निरूपण करणारे ठाकर कलावंत नऊ रसांचे वर्णन करीत आणि डोळ्यांपुढे हुबेहूब रामायण उभे करीत. असे सांगितले गेले की, लोककलेत 'पिंगुळी आर्ट' म्हणून ती आज प्रसिद्ध आहे आणि मणी कौल यांनी डॉक्युमेंटरी निर्माण करून या कलेची जगाला ओळख करून दिली. सावंतवाडी येथे येऊन पंडित नेहरूंनी ही कला पाहिली आणि तेही प्रभावित झाले.

नव्या पिढीला या कलेचं फारसं ज्ञान नाही. नव्या 'सांस्कृतायझेशन'मुळे ही कला विसरली जाऊ नये, ती जतन केली जावी, त्या कलेने नवे रामायण सांगावे असे मनोमन वाटते.

◆

असाही एक बाप

मुलीच्या लग्नाला बबनतात्या आले याचा मनस्वी आनंद झालेला. तात्यांना हातोहात लग्नपत्रिका पाठविलेली. त्यांच्या हाती पडेल की नाही अशी शंका होती. तात्यांचा शोध कुठे घ्यावा हा प्रश्न सतावत होता. गाव सोडून तात्यांना बरीच वर्षे झालेली. तालुक्याच्या ठिकाणी उतरायचे म्हणजे तात्या भेटत. तोच पेहराव. डोक्यावर गंधर्वछाप उंच दिवालीची टोपी, पायजमा, शर्टावर काळे जाकीट. ससाण्यासारखी धारदार नजर. स्वतःच्या बापाची शरीरयष्टी सोडली, तर बापाचे गरुडासारखे नाक तेवढे घेतलेले. तात्या जेव्हा-जेव्हा भेटत तेव्हा दारूने झिंगलेले असत. आपल्या दुःखावर तोच त्यांना रामबाण उपाय वाटत असावा. सारे आयुष्य उद्ध्वस्त झालेले. तात्या मात्र सतत हसतमुख. गेल्या पन्नास वर्षांत तात्यांना अनेकदा भेटूनही त्यांच्या जीवनाचे अजब रसायन समजू शकत नव्हतो. आजही तालुक्याच्या ठिकाणी एका हॉटेलाच्या आडोशाला ते पथारी टाकतात. हॉटेलातच सटरफटर कामे करतात. आपल्या या हलाखीच्या जीवनाबद्दल त्यांना तसूभरही वाईट वाटत नाही. लग्नसराईत मात्र तात्यांचा वट असतो. आपला स्वतःचा वाजंत्र्यांचा ताफा ते सजवतात. ताफ्यात कांड (सनई) वाजविण्यात ते प्रमुख भूमिका बजावतात. अशा वेळी कांड्याच्या सुरावटीत त्यांना नागासारखे डोलताना मी पाहिले आहे. कलेच्या तंद्रीत त्यांना जीवनाचा सूर सापडत असावा.

गेल्या पन्नास वर्षांतील तात्यांची अनेक रूपे मला दिसू लागतात. हे दूरच्या नात्याने चुलते. मागच्या पिढीतील एकमेव खोड मागे राहिलेले. सात-बाराच्या उताऱ्यावर आम्ही दोघे चार आण्याचे हिस्सेदार. अनेक वर्षे माझ्याही जमिनीचे तेच उत्पन्न घेतात. त्यांचे वय ७५च्या जवळपास असावे. हाडापेराने ते आजही मजबूत. बहुधा दारूमुळे त्यांच्या चेहऱ्यावर मूळच्या गोऱ्या रंगावर तांबूस रंग चढलेला. तसा मी लहानपणी त्यांच्या अंगाखांद्यावर खेळलेलो. तात्यांचे वडील जावजी म्हणजे तालुक्यातील बडे प्रस्थ. म्हातारा करारी. त्यांची पांढरीफटक कापडं. डोक्यावर त्याच रंगाचा फेटा. काखेत छत्री अशा रुबाबात ते तालुक्यात वावरत. आंबेडकरी चळवळीचे

लोण तोपर्यंत खेड्यापाड्यांपर्यंत पोहोचलेले. जावजी बाबा तालुक्याचे पुढारी. गावगाड्यातील जुन्या गुलामगिरीची कामे सोडावीत म्हणून त्यांनी गावोगाव आंदोलन उभारलेले. जे कुणी सोडत नसतील त्यांना शासनही केले जाई. मोठ्या झाडाखाली लहान झाड खुरटते म्हणतात. ही म्हण खोटी ठरावी तसा तात्यांनी लहानपणापासून बापाशी विद्रोह पत्करला. हे झाड खुरटले नाही तर... काट्यासारखे दूरवर पसरले. जावजी बाबाला हे काटे कधीच साफ करता आले नाहीत. जी गुलामगिरीची कामे वडिलांना आवडत नव्हती ती कामे तात्या हटकून करीत. वाजंत्र्यांच्या ताफ्यात मुलाने कांड वाजवू नये हा जावजी बाबाचा कटाक्ष असे. तर तात्यांना हे काम आवडे. बापाचा डोळा चुकवून तात्या जुगारही खेळू लागले. तात्यांना दारूची लत याच वयात लागली असावी. जावजी बाबा हताशपणे हे सारे पाहत असे.

बाप-मुलाच्या नात्यात प्रेम आणि द्वेष यांच्या सीमारेषा जवळजवळ असतात असे म्हणतात. पण तात्यांच्या मनात द्वेषच भिनलेला. लहान वयातच तात्यांचे लग्न झालेले. काकू नक्षत्रासारखी देखणी होती. आपल्या मुलाची बॉडी खराब होईल म्हणून बाप तात्याला बायकोला भेटू देत नसे. हातात काठी घेऊनच बाप दारात बसायचा. पुढे यथावकाश तात्यांना तीन मुली आणि एक मुलगा झाला. आपल्या तिन्ही मुलींवर तात्यांचे जीवापलीकडे प्रेम. तात्यांचे घरात काही चालायचे नाही. आपल्या म्हाताऱ्याने सर्व मुलींचे धड बरे केले नाही. त्यांच्या आयुष्याची परवड झाली ही तात्यांची आयुष्यभर तक्रार. त्यांची मोठी मुलगी ही तर आईसारखी देखणी. श्रीमंत कुटुंबात दिली होती. पण तिथे तिचा छळ झाला. घरात कोंडून ठेवले जायचे. नवरा उसळायचा. गुराढोरासारखा मारायचा. या जाचातून सोडविण्याकरिता तात्यांना हत्तीचे बळ आले. जिवाची पर्वा न करता मुलीला त्या जाचातून तात्यांनी सोडविले.

जावजी बाबांचे निधन झाल्यानंतर तात्यांवर मोठ्या कुटुंबाची जबाबदारी पडली. आपल्या कुटुंबाला पोसण्यासाठी त्यांनी उमेदीच्या काळात डोंगराएवढे कष्ट उपसले. दुष्काळात फॅक्टरीवर जाऊन ऊस तोडला. तमाशात तंबूचे बांबू ठोकले. गावी कुटुंबाचे भागत नाही, म्हणून सर्व बारदाना घेऊन मुंबईत आले. झोपडं बांधून राहू लागले. जुन्या कागदाचा धंदा केला. तशात बायको टी. बी. ने आजारी. लहानपणी पाहिलेले त्यांचे घराचे वैभव हळूहळू नाहीसे होऊ लागले. तात्यांनी गावी असलेले माडीचे टोलेजंग घरही विक्रीस काढलेले. तुटपुंजी असलेली वडिलोपार्जित जमीनही त्यांनी मातीमोलाने विकली. तोपर्यंत मुलाचे लग्न झालेले. मुलगा वेगळा निघालेला. बापजाद्यांची वडिलोपार्जित जमीन आपला बाप विकतो आहे; त्यामुळे मुलामध्ये आणि तात्यांमध्ये आता नवा संघर्ष पेटलेला. मुलाने गावी कचेरीत बापाच्या विरुद्ध फिर्याद नोंदवलेली. तात्याने वकील न लावता स्वत:ची केस स्वत:च चालवली. त्याने जज्जला प्रश्न केला की, साहेब आपण जिवंत असताना आपल्या मुलाला

आपण वाटणी दिली असती काय? या बिनतोड सवालाने केस निकालात निघालेली. मुंबईसारख्या शहरात मुलगा चांगल्या नोकरीवर आहे, पण तात्या मुलाकडे जात नाही अशी तात्यांची शोकांतिका!

सर्व मुलींची लग्ने झालेली! मुलींनीही तात्याकडे पाठ फिरवलेली. तात्यांना काकूचा जो आसरा होता तीही दीर्घ आजारामुळे निधन पावलेली. अशा वेळी तात्यांचे एकाकी आयुष्य सुरू झालेले. आता त्यांचे दारूचे प्रमाण नको तेवढे वाढलेले. या एकाकीपणात विरंगुळा म्हणून की काय त्यांचे नवीन प्रेमप्रकरण सुरू झालेले. तालुक्यातील एका मातंग स्त्रीचे तात्यांशी असलेले लळित हा तालुक्यात चेष्टेचा, टवाळीचा विषय झालेला. तात्या मात्र बिनधास्त. आपल्या बापानं म्हातारपणात 'आऊ' ठेवली. यामुळे मुलींचेही दरवाजे तात्यांना बंद झालेले. आपल्या प्रेयसीला घेऊन तात्या आमच्या मुंबईच्या घरी अनेकदा येत. या प्रेम प्रकरणाची आमच्या मुलांनाही गंमत वाटायची. तात्या कोपऱ्यात बसून तिच्याशी गुलगुलपणे संवाद करतो आहे याचे मुलांना अप्रूप वाटायचे. या वेळी जेव्हा तात्यांना त्यांच्या प्रेमप्रकरणाबद्दल विचारले, तेव्हा तात्या उदास हसले. म्हणाले, त्या बाईची मुले आता मोठी झालीत. त्यांना ते आवडत नाही. मीही आता तिच्याशी बोलत नाही. थोडेफार पैसे हाती आले, तर तिच्या नातवांचे कौतुक करतो.

तात्यांच्या संदर्भात एक हृद्य आठवण आहे. मुंबईत त्यांचे एक झोपडे होते. ते त्यांनी २५/३० हजाराला विकले. बँकेत अथवा पोस्टात हे पैसे ठेवावेत असा सल्ला देऊनही त्यांनी त्यातील काही पैसे मटका आणि दारूत उडविले. उरलेले पैसे त्यांनी हक्काने माझ्या घरी आणून दिले. दर महिन्याला ते यायचे आणि त्यातील काही पैसे घेऊन जायचे. बायकोला वाटायचे की, हे नेत असलेल्या पैशाची तात्यांकडून पावती घ्यावी. उद्या तात्या सर्वांना सांगायचे की, पुतण्याकडे अमुक पैसे आहेत; म्हणून तिची ही शंका. तात्यांना मी अनेक वर्षे ओळखत होतो. ज्या विश्वासाने त्यांनी मजकडे पैसे ठेवले; माझी पावती घेतली नाहीतर मी त्यांची पावती कशी घेणार?

असे हे तात्या. मुलीच्या लग्नात आम्ही उभयतांनी त्यांना 'पोषाख' केला. अंगावर शाल घातली. जाताना गाडीखर्च दिला. तात्या या वेळी मनापासून हरकला होता. का कुणास ठाऊक त्यांना पाहून मनात कालवाकालव होत होती. माझाही बाप तात्यांच्या बरोबर सनई वाजविताना मी पाहिलेला. तात्यांच्या रूपाने ती आठवण आजही बुजली नव्हती.

◆

नवे हयवदन

सूत्रधार : मंडळी, तुम्ही गिरीश कर्नाड यांचं 'हयवदन' नावाचं नाटक पाहिलं असेल. त्यांची क्षमा मागून हे 'नवे हयवदन' सादर करतोय. हे हयवदन म्हणजे अश्वमेध यज्ञच. सारी जय्यत तयारी झालीय. ९० एकर जमिनीला 'गायत्रीनगर' नाव देण्यात आलंय. २० एकर जमिनीवर १००८ होमकुंडं बनविण्यात आलीत. पंधरा हजारांहून जादा महिला होमकुंडाभोवती प्रदक्षिणा घालणार आहेत. सव्वाकोटी रुपयांची समिधा होमकुंडात जळणार आहे. दहा लाख, सहा दिवस येथेच जेवणार आहेत. म्हंजे त्यांची चंगळ हाये. तर आता सादर होतंय 'नवे हयवदन.' (धावत पळत एक पात्र स्टेजवर येतं.)

पात्र : महाराज, घात झाला. धावा पळा.

सूत्रधार : अरे वत्सा, असं काय झालंय. मोर्चाबिर्चा आला की काय? त्यांची व्यवस्था आधीच केलीय. बकबक करणाऱ्या रूपा कुलकर्णीला, वामन निंबाळकर यांना तुरुंगात डांबलंय.

पात्र : मोर्चाचं नाही सांगत महाराज. यज्ञातच विघ्न आलंय. साक्षात् घोडा बोलू लागलाय. (नाचत दोन पात्रे पडदा घेऊन येतात. पडद्यामागे हयवदन हमसून रडतो आहे.)

सूत्रधार : कोण आहेस बाबा तू? आणि रडतोस काय? (पडदा बाजूला सारतात.)

सूत्रधार : घोडा बोलतोय. नवलच आहे. टांगेवाल्याकडे खरा घोडा मागितला होता. हे बहुधा घोड्याचं सोंग असावं. तोंड घोड्याचं आणि शरीर माणसाचं. (घोडा आता हुंदके देतो आहे.)

सूत्रधार : अरे बाबा. आमची थट्टा लावलीस काय. तिकडं बघ. जितकर जाणव घालण्यास किती तैवारलेत. शूद्र असून त्यांना बामन व्हायचंय. आणि तू हा काय खेळखंडोबा लावलास. गावोगाव भीक मागणारा बहुरूपी तर नाहीस. थांब बघतोच तुझ्याकडे. (सूत्रधार आणि पात्र घोड्याचा मुखवटा खेचण्याचा प्रयत्न करतात.

मुखवटा निघत नाही.)

सूत्रधार : (पात्रास) अरे वत्सा, हा मुखवटा लावलेला बहुरूपी नाही. माणसाला जखडलेले हे घोड्याचे मुंडके आहे. (दोघेही घाबरलेले – दूर सरतात.)

पात्र : महाराज – याला घोडा केलं – बहुधा मागच्या जन्माचं फळ असेल. गीतेत नाही का म्हटलं...

हयवदन : (क्रोधाने) राहू द्या तुमची पुराणातली वांगी. त्यांचं भरीत व्हायची वेळ आलीय. माझी ही अवस्था म्हणजे तुमच्या धर्मावरील कलंक आहे आणि माझ्या देहावरील डाग.

सूत्रधार : अरे बाबा असा चिडतोस काय? डोक्यात राख का घालतोस? हा डाग धुण्याकरिताच आम्ही हा अश्वमेध यज्ञ उभारला. तुझी पाद्यपूजा होणार आहे. अंगावर भरजरी झूल चढवलीय. पायात सोन्याचे तोडे घातलेत. वाजतगाजत गायत्रीनगरात नेणार.

हयवदन : या झुलीखाली माझी अवस्था विसरला वाटतं. पोट खपाटीला गेलंय. बरगड्या निघाल्यात. आख्खं आयुष्य टांगा ओढत कसाबसा जगतोय. माझ्या उद्धाराचं गाजर बांधलंय माझ्या तोंडापुढे. ते कधीच ओठी येत नाही. अंगावर माशा घोंघावतात, शेपूट झडलंय. त्यांनी माश्याच काय पण...

सूत्रधार : (थांबवून) अरे यज्ञकर्मात असे अश्लील बोलू नये. यज्ञाचं पावित्र्य नष्ट होतं.

हयवदन : (छद्मी हसतो) हाऽ हाऽऽ. काय तुमचं पावित्र्य! अश्वमेध यज्ञात जे मंत्र म्हणतात, त्यांचा अर्थ कुणी सांगितलाय का? यजुर्वेद संहितेतील २३व्या अध्यायात स्त्रियांना नको तेवढे हीन पातळीवर नेऊन ठेवले आहे. त्या घटना सांगायला आजही मला मेल्याहून मेल्यासारखे होते.

सूत्रधार : हे श्लोक आम्ही या वेळी म्हणणार नाही. आम्ही कोर्टात लेखी हमी दिली आहे.

हयवदन : कितीसे शुद्धीकरण करणार. धर्माचं डबकं जातीपातीनं सडलंय. साऱ्यांचे मेंदू बधिर झालेत.

सूत्रधार : अरे बाबा, तुझा उद्धार आम्ही रामराज्यात केला. रामाची आठवण ठेवून या शतकात रथयात्रेत तुला मिरवले. असा कसा रे कृतघ्न निघालास?

हयवदन : रानात कंदमुळे खाणाऱ्या लवकुशाला माझी दया आली आणि थोडा वेळ का होईना माणसासारखा श्वास घेतला. पुढे ते राजे झाले आणि पुन्हा माझं हयवदन. राजे लोकांचे ठीक होते. त्यांना लढाया करावयाच्या होत्या, सीमा बळकवायच्या होत्या. पण आता आपला देश तर स्वतंत्र झालाय. खरं म्हणजे आम्हासारख्या कोट्यवधी लोकांना स्वातंत्र्य देण्यासाठी मानवतेची लढाई हवी.

पुराणात कुणाला घोडा केला तर कुणाला माकड. अनादी काळापासून ज्ञान मिळू दिलं नाही. तोंडाला तोबरा बांधला. नर असून आम्हाला वानर केले. त्या काळी सेतू बांधला, तर या काळात कारसेवक म्हणून नाचवले. घृणा येते या आयुष्याची.

सूत्रधार : तुझ्या उद्धारासाठी खरंच का कुणी धावून आले नाही?

हयवदन : आले ना! थोर-थोर महापुरुष आले. पहिल्यांदा चार्वाक आला. खा-प्या मजा करा, असे म्हणून त्याला चंगळवादी ठरवले. पुढे बुद्ध आले. महावीर आले. त्यांना देवत्व बहाल केलं. अनुयायांचं काम संपलं. विसाव्या शतकात फुले, आंबेडकर आले. १९४७ साली देशाला स्वातंत्र्य मिळाले. देशात नवी घटना अवतरली. घटनेने निधर्मी मूल्य स्वीकारले. वाटत होतं, हा धर्माचा मुखवटा निघेल. माणसासारखे मला बोलता येईल. आता तर घोडा म्हणून मला खिंकाळता येत नाही आणि पाय माणसाचे असल्यामुळे लाथाही झाडता येत नाहीत. तरीसुद्धा दुःख विसरून राष्ट्रभक्ती, राष्ट्रीय एकात्मता, हम सुधरेंगे; युग सुधरेंगे, एक बनेंगे; नेक बनेंगे. गर्वसे कहो हम भारतीय हैं असे नारे देत असतो. पण श्वास गळ्यात घुसमटतो. सगळ्यात भाग घेतो. पण माणूस म्हणून माझ्या अस्तित्वाचा अर्थ काय? माझे माणूसपण मला केव्हा मिळणार?

सूत्रधार : हे बघ, तुझ्या दुःखात आम्ही सहभागी आहोत. कांशीराम नावाचा नवीन मांत्रिक देशात आलाय. त्यानं तुझ्या मुक्तीचा नवीन घाट बांधलाय. तेथे जाऊन बघ. कुणी सांगावं तुला माणूसपण मिळेल.

हयवदन : जाऊन बघतो. हा मुक्तीचा घाट धोबी घाट ठरू नये. धोबी घाटावरचा ओझी वाहणारा मी नवीन हयवदन! हाऽ..हाऽऽ.

(हयवदन जातो – पडदा)

◆

खरा शाहीर : साळुंकीसारखा

लेखक किंवा कवी कुणाला म्हणावे या संदर्भात आजवर अनेक प्रकारच्या व्याख्या केलेल्या दिसतात. तो जन्माला यावयास लागतो, प्रतिभा ही दैवी देणगी लाभलेली असते किंवा तो समाजापेक्षा दशांगुळे वर असतो. अशा प्रकारे लेखक किंवा कवी यांना गौरविण्यात आले आहे. यापेक्षा वेगळी व्याख्या मला करावीशी वाटते. ती व्याख्या एका दृष्टान्ताने सांगता येईल. भूगर्भात कोळशाच्या खाणी असतात. त्यात विषारी गॅस निर्माण होत असतो. अलीकडे यंत्राने तो गॅस बाहेर काढला जातो, पण पूर्वीच्या काळी तशी सोय नव्हती. कोळशाच्या खाणीत काम करणारे हजारो मजूर या गॅसमुळे गुदमरायचे, काही तडफडून मरायचे. अशा वेळी एक मजूर आपल्याबरोबर पिंजऱ्यात एक साळुंकी घेऊन गेला. विषारी गॅसची चाहूल प्रथम त्या साळुंकीला लागायची. ती फडफडायची. आक्रंदन करायची. मजुरांना जाणीव व्हायची. आता विषारी गॅस वाढणार आहे. त्यांची विषारी गॅसपासून सुटका व्हायची. ते तातडीने खाणीबाहेर शुद्ध हवेत यायचे. मला वाटते, खरा लेखक किंवा कवी या साळुंकीसारखाच तडफडणारा, आवाहन करणारा, कधी-कधी वणव्यातही डरकाळी फोडणारा, धर्मांधता, जातीयता, परकीय आक्रमण अथवा नैसर्गिक आपत्ती याची आधीच चाहूल आपल्या काळात सूचित करणारा आणि समुदायाला जागृत करणारा. लोकशाहीर आत्माराम पाटील यांची आठवण येते. या उपेक्षित कलावंताचा महाराष्ट्र राज्य साहित्य आणि संस्कृती मंडळाने नुकताच 'गौरव पुरस्कार' देऊन सन्मान केला. दादर येथील अमरहिंद मंडळाच्या सभागृहात तुडुंब भरलेल्या श्रोत्यांच्या उपस्थितीत त्यांना मानपत्र बहाल करण्यात आले.

शाहीर आत्माराम पाटलांनी विपुल असे लेखन केले आहे. १९४६ सालापासून आजतागायत ते सातत्याने लिहीत असतात. पोवाडे, लावण्या, डफगाणी, फटके, गोंधळ, समूहगीते, समरगीते अशी विपुल रचना त्यांनी केली आहे. जवळपास ५३ हजार ओळी भरतील एवढी पाटील यांची काव्यरचना आहे. ठाणे जिल्ह्यातील कपासे या खेडेगावात त्यांचे बालपण गेले. गावात शाळा नाही, काही मैलांवर ते

शाळेत जायचे. सातवीपर्यंत शिक्षण झालेले आणि पुढे मुंबईत भायखळ्याच्या मार्केटमध्ये पोटापाण्यासाठी भाजीपाल्याचा व्यवसाय करणाऱ्या पाटलांना कवितेची तरफ हाती लागली. लहानपणापासून त्यांना दिसले ते शेतकरी, आदिवासी, दलित यांचे दैन्य, दारिद्र्य, अंध रूढींनी ग्रासलेले जीवन आणि स्वातंत्र्य चळवळीने झपाटून टाकलेले वातावरण. यातूनच त्यांच्या काव्याला विषय मिळाले. संयुक्त महाराष्ट्राची चळवळ, गोवा मुक्ती आंदोलन, गांधींची दांडी यात्रा, महाराष्ट्र, बिहारमधील दुष्काळ, दलित-पददलितांचा समता मोर्चा, कोकणातील चक्रीवादळ, पानशेत धरणफुटी, जागतिक शांतता आंदोलन किंवा आताचा किल्लारीचा भूकंप यांसारख्या चळवळी आणि घटनांना त्यांच्या काव्यात विशेष स्थान मिळाले.

शिवाजी महाराज, महात्मा फुले, डॉ. आंबेडकर, नेल्सन मंडेला यांसारख्या इतिहास घडविणाऱ्या लढाऊ व्यक्ती त्यांच्या पोवाड्याचे विषय बनल्या. संयुक्त महाराष्ट्र, उगवतोय सरकारा । खुशाल कोंबडं झाकून धरा, अशी महाराष्ट्राच्या अस्मितेची गाणी काय किंवा धर्मासाठी जो तो मेला । येशू कृष्ण रसूलल्ला, आम्ही करतो हल्लागुल्ला । त्यांच्या नावावरती ।। सार स्वार्थाय कारण । लावती धर्माचे तोरण । चाले अधर्माचे रण । साऱ्या जगावरती । देशादेशातील तऱ्हा । जातिभेदाचा पसारा । जाती सतराशे तेरा । नाव सांगू किती । भारतात नाही अंत । आणि महाराष्ट्रात । जसं रौरवात जंत । एकमेका डसती । अशी ज्ञातिविसर्जनाची लावणी आजही सामान्य माणसांच्या ओठावर गुणगुणत असते. आजकाल मराठी भाषेच्या दुर्दशेबद्दल सार्वत्रिक हाकाटी होत आहे, पण हीच वेदना सामान्यांच्या भाषेत शाहिराने आधीच मुखर केली आहे. शाहीर म्हणतात –

मराठी भाषेत बि झालीय मिसळ ।
कर्ता, कर्म सारं इंग्रजीत दिसंल ।
क्रियापदापुरती मराठी असंल ।।

अशा या शाहिरी वाङ्मयाला महाराष्ट्रातील नामवंत लेखक वर्गामध्ये अद्याप फारसे मानाचे स्थान देण्यात आले नाही ही खंत वाटते. असे लेखन हे प्रचारकी असते म्हणजे ते खरे काव्य नाही असा त्यांचा आरोप असतो. हे सारे त्यांना भडक आणि त्यात कलेचे तंत्रच नसते असे वाटत असते. पण कलावंत माणसांत राहतात, जनतेत वावरतात; तिच्याशी समरस होतात. त्यांच्या जीवनलढ्यात ते सहभागी होतात. म्हणून त्यांच्या कलेचा आत्मा जनतेशी निष्ठा ठेवून स्फूर्ती घेतो. आजपर्यंत ज्या-ज्या नामांकित कलाकृती झाल्या त्या प्रचारकी होत्या. उत्तम कला ही प्रचारकी होतेच व उत्तम प्रचार हा कलात्मक बनतो. उत्तम कलेचा विषय मनुष्य असल्यामुळे मनुष्याचे जीवन हे वाङ्मयबाह्य कसे बरे असू शकेल? त्या काळी संतांचे साहित्य हे तसे प्रचारीच होते आणि पंडिती काव्य हे कलाकुसर करणारे होते.

पण आज आपण काय पाहतो? पंडिती काव्य मृतप्राय झालं आहे आणि संतांच्या काव्याचे गोडवे गायले जातात. उद्या कुणी सांगावं, या शाहिरांच्या साहित्याला कलेचे मोल बहाल केले जाईल आणि कलावादी मोडीत निघतील.

भल्याभल्यांना जो क्रांतिकारक विचार पेलवत नाही तो शाहिरांनी आत्मसात केला आहे. आपल्या सत्काराला उत्तर देताना ते म्हणतात, 'मी देव मानत नाही. माझ्या देशाला, माझ्या समाजालाच मी देव मानतो. हृदय हे डाव्या बाजूला असते. देशाची प्रगती डावी क्रांतीच करू शकेल. तिला लकवा भरू देऊ नका.' आजच्या धर्मांधतेच्या, अराजकतेच्या काळात शाहिरांचे हे उद्‌गार दीपस्तंभासारखे झळाळताना दिसतात.

◆

एक द्रष्टा : र. धों. कर्वे

वर्तमानपत्रात बातमी वाचली. 'अमेरिकन स्ट्रॉबेरीज आणि युरोपीय गुलाब इंद्रायणी काठी फुलणार!' ही ती बातमी. अमेरिकन स्ट्रॉबेरीज आणि युरोपीय गुलाब आपल्या मातीत फुलविण्यात डॉ. आनंद कर्वे यांचा पुढाकार असून, वनस्पती शास्त्रात त्यांनी आंतरराष्ट्रीय पातळीवर यश प्राप्त केले आहे. डॉ. आनंद कर्वे हे महर्षी धोंडो केशव कर्वे यांचे नातू आहेत असाही बातमीत उल्लेख करण्यात आला. प्रत्येक पिढी हे स्वतंत्र राष्ट्र आहे असे म्हणतात. मागील पिढीला त्यांच्या स्वातंत्र्यावर गदा आणता येत नाही हे जरी खरे असले तरी भारत कुठल्या दिशेने जातो आहे याचे प्रत्यंतर या बातमीमुळे येऊ शकेल. ही बातमी वाचण्यापूर्वी दोन दिवस आधी मराठी दूरदर्शन मालिकेकरिता होऊ घातलेल्या काही एपिसोडचे दर्शन झाले. मालिकेचे नाव आहे 'द्रष्टा'. सन १९२१ साली म्हणजे तब्बल ७२ वर्षांपूर्वी समाजाला संततिनियमनाचा मार्ग अवलंबायला सांगणारा अद्वितीय द्रष्टा महाराष्ट्रात होऊन गेला. त्याचे नाव र. धों. तथा रघुनाथ धोंडो कर्वे. महर्षी धोंडो कर्वे यांचे चिरंजीव. त्यांच्यावर ही मराठी मालिका बेतलेली.

'द्रष्टा' या आगामी मराठी मालिकेचे निर्माते आणि संकलक आहेत अशोक पटवर्धन. पटकथा-संवाद आणि दिग्दर्शन शिरीष कुलकर्णी यांनी केले आहे. संमत झालेल्या तेरा भागांपैकी चार भाग दादरच्या रणजीत स्टुडिओत पाहावयास मिळाले. हे भाग पाहत असताना अंगावर सरसरून काटा येत होता. काम करणारे सर्वच चेहरे नवीन होते. त्या काळची भाषा, पोषाख, चालीरीती, नेपथ्य, कर्मकांड यांचे हुबेहूब चित्रण पाहावयास मिळाले. या चार भागांत र. धों. कर्वे यांचे बालपण आलेले. लहानपणापासून समाजातील असहाय बालविधवा, विधवा, परित्यक्ता, प्रौढ कुमारिका आणि अमाप संतती लादल्यामुळे मेलेल्या विवाहिता यांची अगतिक स्थिती पाहून यावर काही उपाय करता येईल का, हीच जाणीव र. धों. यांच्या मनात रुजलेली. र. धोंची आई लहानपणीच वारली; त्यामुळे र. धों हळवा आणि एकलकोंडा. पुढे अण्णा कर्वेंनी विधवेशी पुनर्विवाह केला; त्यामुळे कुटुंबाचा

झालेला छळ. मुरूड गावचे ब्राह्मण धर्मसभा भरवून अण्णांनी विधवेशी लग्न केले म्हणून त्यांना वाळीत टाकतात. एकीकडे धर्मसभेचे हे कृत्य आणि दुसरीकडे ज्या धर्मरूढीमुळे विधवांना लग्न करता येऊ नये – त्यातच जर कुणा विधवेला परपुरुषापासून दिवस गेले, तर अब्रू वाचविण्यासाठी तिने विहिरीत केलेली आत्महत्या या सर्वांचा लहान वयातच र.धों.वर परिणाम झाला.

र. धों. यांचे सर्वच आयुष्य म्हणजे एका ध्येयवेड्या माणसाचे, अग्निपथावरून चालण्यासारखे आहे. अनेकदा कुचेष्टा, अवहेलना झाली असताना त्यांनी आपले ईप्सित कार्य सोडले नाही. वडिलांशी चर्चा करताना र. धों. एकदा म्हणतात, 'केवळ विधवांना शिक्षण देऊन आणि त्यांचे पुनर्विवाह करून संपूर्ण स्त्री जातीचे प्रश्न सुटणे केवळ अशक्य आहे. जोपर्यंत स्त्रियांवर लादली गेली अवांच्छित संतती थांबविण्याचे उपाय योजले जात नाहीत, तोपर्यंत स्त्रीजीवन दास्यातून मुक्त होणार नाही.' लग्नापूर्वीच आपल्या भावी पत्नीला ते आपले ध्येय सांगतात. 'लोकांपुढे आदर्श ठेवण्यासाठी स्वत:ला मूल न होऊ द्यायचा स्पष्ट निर्धार ते सांगतात आणि होणारी पत्नी ते मान्य करते. उद्या कुणी सांगावे, आपणास वा आपल्या पत्नीस मूल होण्याची इच्छा निर्माण व्हायची, म्हणून पुढे र. धों. नैरोबीला जाऊन स्वत:वर संततिनियमनाची शस्त्रक्रिया करून घेतात. १९२१ साली र. धों. पुण्यात संततिनियमनाचे केंद्र उघडतात. र. धों.कडे तऱ्हेतऱ्हेचे लोक येतात. केंद्रात स्त्री परिचारिका नाही म्हणून काही लोक परत जातात. तेव्हा संततिनियमनाची साधने कशी वापरावी याचे शिक्षण ते आपल्या पत्नीला देतात आणि त्या पुढे परिचारिका म्हणून कार्य करतात.

'किर्लोस्कर खबर'मध्ये संततिनियमनावर र. धों.चा लेख छापून येतो, त्या वेळी र. धों. विल्सनमध्ये गणिताचे प्राध्यापक असतात. समाजकंटक तक्रार करतात. प्रिन्सिपॉल संततिनियमनाचे कार्य सोडण्यास सांगतात. र. धों. बाणेदारपणे उत्तर देतात, 'गणित शिकवणारा दुसरा प्राध्यापक तुम्हाला मिळेल, पण संततिनियमन या विषयावर लोकजागृती करण्याचा दुसऱ्या कुणालाही धीर होणार नाही.' र. धों प्राध्यापकपदाचा राजीनामा देतात.

१९२७ साली र. धों 'समाजस्वास्थ्य' नावाचे मासिक काढतात. हे मासिक सर्वस्वी निर्भीड-परखड-पुरोगामी आणि लैंगिक शिक्षण देणारे होते. शास्त्रीय माहिती सोबत कथालेखनातून मानवी जीवनातील लैंगिक व मानसशास्त्रीय समस्यांवर प्रकाशझोत टाकणारे होते. आपल्या राहत्या घरी संततिनियमनाच्या साधनांची माहिती व साधने देण्यासाठी बर्थ कंट्रोल केंद्र उभारण्याचे धाडस त्या काळात र. धों. यांनी केले. पुढे सातत्याने समाजस्वास्थ्य अंकातील लेखांवर, त्यातील चित्रांवर शासनाकडून खटले भरले गेले. अनेकदा र. धों.ना तुरुंगवासही घडला. जामिनावर त्यांची सुटका होत असे. नोकरीनिमित्ताने सारख्या बदल्या आणि अंक काढण्याची

जिद्द यांमुळे अनेकदा त्यांना मनस्तापही व्हायचा. अनेकदा दंड भरावा लागे. कधी-कधी ते स्वत: खटला चालवीत. डॉ. बाबासाहेब आंबेडकर यांनी त्यांचा खटला चालविल्याचा उल्लेख र. धों.च्या चरित्रात येतो. संततिनियमनाच्या संदर्भात डॉ. बाबासाहेब आंबेडकरांची मते आणि र. धों. यांची मते खूपच मिळतीजुळती आहेत.

अमेरिकेत संततिनियमन चळवळीचा पाया घालणारी मार्गरिट सँगर १९३५मध्ये भारतात आली होती. महात्मा गांधींबरोबर तिने या संदर्भात चर्चा केली. महात्मा गांधींनी देशाचे पारतंत्र्य आणि कौटुंबिक कर्तव्यात खर्च होणारी शक्ती लक्षात घेता कुटुंब मर्यादित करण्याची आवश्यकता मान्य केली. परंतु कृत्रिम साधनांची गरज नाही. भारतातील समाज अध्यात्मवादी असल्यामुळे विवाहांतर्गत ब्रह्मचर्य आणि आत्मसंयमन यांच्या साह्याने कुटुंब मर्यादित करता येईल असे त्यांचे मत होते. डॉ. बाबासाहेब आंबेडकर हे अर्थशास्त्रज्ञ होते; त्यामुळे त्यांचे लक्ष जादा लोकसंख्येचे नियंत्रण आणि संततिनियमन या प्रश्नाकडे वेधले गेले. ब्रह्मचर्य आणि आत्मसंयमन हा उपाय अव्यवहार्य आणि मानवी स्वभावाला अनुसरून नाही असे बाबासाहेबांचे मत होते.

१९२१ साली र. धों. कर्वे यांनी संततिनियमनाचा क्रांतिकारक विचार देशात रुजवला. या नियमनाला अधिकृत शासनाकडून मान्यता मिळण्यास १९५१ साल उजाडावे लागले. रूढी-परंपरेच्या जोखडात समाजाला अडकवणाऱ्या दांभिक धर्मसंस्कृतीवर एका बुद्धिवादी दृष्टीने मिळविलेल्या विजयाची ही गाथा. ही गाथा दूरदर्शनवर येण्यासाठी गेल्या दोन वर्षांपासून निर्माते सातत्याने प्रयत्न करीत आहेत. इतिहासाचे आणि धार्मिक कर्मकांडाचे उदात्तीकरण करणाऱ्या अनेक भाकड मालिका आजवर दूरदर्शनवर आल्या. खऱ्या अर्थाने समाजाच्या डोळ्यांत अंजन घालणारी ही मालिका रोखली जावी याचे वैषम्य वाटते.

◆

मोराचे पाय

तब्बल चार वर्षांनंतर 'जागतिक मराठी परिषदे'च्या निमित्ताने दिल्लीला जाणे झाले. भारताची राजधानी दिल्ली पाहिली आणि आपल्या भारताच्या जीवनमानाची – सद्य:स्थितीची पुन्हा प्रचिती आली. भारताचे खरे दर्शन जगाला व्हावे म्हणून की काय भारताचा राष्ट्रीय पक्षी म्हणून 'मोराची' निवड करण्यात आली असावी. पार्लमेंटभोवतालचा परिसर, कनॉट प्लेस, भोवतालची उंची हॉटेल्स, नेत्राला सुखावणारी हिरवळ, थुई-थुई उडणारी कारंजी हे सारं मोराच्या फुलणाऱ्या पिसाऱ्याची आठवण करून देत होते, तर दुसऱ्या बाजूला जुन्या दिल्लीतील - चांदणी चौकातील दैन्य-दारिद्र्य-बकालपणा यांचे उघडे-नागडे दर्शन मोराच्या पायांची आठवण करून देत होते.

अशा या मोरासारख्या फुलणाऱ्या पिसाऱ्यात विज्ञान भवनात जागतिक मराठी परिषदेचे सूप वाजले. विज्ञान भवनातील सारी चर्चा ऐकताना आपण युरोपच्या एखाद्या सभागृहात बसलो आहोत, असे देखणे सभागृह वाटत होते. येथे ज्या चर्चा झडल्या त्याही या सभागृहाला साजेशा अशाच झाल्या. जगभरात पसरलेली मराठी माणसे - त्यांचे प्रतिनिधी यांनी परिषदेत हजेरी लावलेली. त्यात इस्राईल देश नव्याने निर्माण होण्यापूर्वी महाराष्ट्रात राहणारे बेनी इस्राईल की, जे पुढे इस्राईलमध्ये स्थायिक झाले ते आपली मराठी भाषा विसरले नाहीत. त्यांनी लावलेली हजेरी अथवा सुमारे दोनशे वर्षांपूर्वी ब्रिटिश कारखानदारांनी महाराष्ट्रातील मजूर ऊस तोडण्यासाठी मॉरिशसला नेले, त्यांचे वंशज आज मॉरिशसमध्ये राज्यकर्ते झाले आहेत, त्यांतील बहुसंख्य प्रतिनिधी - शीलाबाय बापूसारख्या तेथील मंत्रिपदावर असलेल्या व्यक्ती जेव्हा महाराष्ट्रात आपल्या अस्मितेची नाळ शोधतात, तेव्हा हे पाहून डोळे पाणावतात. पण संस्कृती म्हणजे केवळ मराठी माणसाच्या घरात 'शुभं करोती कल्याणम्', 'सदा सर्वदा' किंवा 'सुखकर्ता दु:खहर्ता' अशा प्रार्थना -आरत्या म्हणणारेच मराठी संस्कृतीचे वारस असतात, हे मत आपल्या स्वागताध्यक्षीय भाषणात वसंतराव साठे यांनी व्यक्त करावे, याचे वैषम्य वाटत होते. पेशव्यांच्या

काळासारखे बोलले.

परिषदेचे अध्यक्ष डॉ. गोवारीकर यांनी मात्र आपल्या भाषणात मोराच्या पायांची आठवण करून दिली. त्यांचे भाषण काळजाचा ठाव घेणारे होते. कोट्यवधी रुपयांची उलाढाल करणाऱ्या उद्योगपतींना आणि एकाच सांस्कृतिक कोशात वावरणाऱ्यांना त्यांनी जमिनीवर आणले. सुरुवातीला महाराष्ट्र पुढील दशकात भव्य-दिव्य कसा होईल याचे मनोहर चित्र उभे करताना भाषणाच्या शेवटी त्यांनी इशारा दिला. ते म्हणाले, ''विज्ञानाच्या किमयेपुढे माणूस एकदम नगण्य झाला किंवा एकदम सर्वसत्ताधीश झाला असं होता कामा नये. जागतिक कीर्तीची व्यक्तिमत्त्वं हिमशिखरावर दर्शन घडवतात आणि त्याच वेळी गोरगरीब फेब्रुवारीपासूनच पाण्याच्या शोधात गाव सोडून दुसरीकडे काम शोधायला जातात. बहुराष्ट्रीय कंपन्या किंवा शासनयंत्रणा इतक्या बलवत्तर होतात की तुम्ही खावं काय, प्यावं काय, कुठल्या घरात राहावं, वाचावं काय किंवा वाचावयाचे कशाला हेही एक केंद्रीय सत्ता यंत्रणेतून ठरवलं जातं. म्हणजे व्यक्ती जाग्या झाल्या नाहीत, तर मोजक्या लोकांच्या हातातील यंत्रच माणसांना खाऊन टाकेल.''

परिषदेत दोन्ही दिवसांच्या कामकाजात फार मोठी जागा उद्योगधंदे, उद्योगपतींच्या समस्या, अकादमी आणि चेंबर ऑफ कॉमर्स आणि इंडस्ट्रीची स्थापना, अनिवासी भारतीयांची गुंतवणूक, दुहेरी राष्ट्रीयत्व आदी प्रश्नांनी व्यापली होती. पुढील दोन वर्षांत १ लाख तीन हजार कोटी रुपये ४५० प्रकल्पांत गुंतविले जाणार आहेत, अशी ग्वाही मुख्यमंत्री शरद पवार यांनी परिषदेत दिली. परिषदेत व्यासपीठावर 'चेंबर्स ऑफ कॉमर्स'चे बोधचिन्ह, लामण दिव्यावर तराजू प्रकाशात झळकत होते. सर्वच व्यक्तींनी एक खंत मात्र व्यक्त केली की, महाराष्ट्रात किर्लोस्कर, शिर्के, कल्याणी, गोगटे, गरवारे असे मराठी उद्योगपती आहेत; पण आपल्यात टाटा-बिर्ला का निर्माण होत नाहीत? व्यासपीठावर ही चर्चा चालू असताना माझ्या मनात मात्र वेगळ्याच प्रश्नाचे मोहोळ उठलेले. दलित समाजातून टाटा-बिर्ला सोडा; पण एखादा किर्लोस्कर, शिर्के, कल्याणी, गोगटे, गरवारे का बरे निर्माण झाला नाही. हे केवळ उद्योग-धंद्यांपुरतेच मर्यादित नाही, तर संगीत, विज्ञान, वास्तुशिल्प, चित्रकला, खेळ यांतील उच्चपदापर्यंत दलित व्यक्ती का बरे पोहोचू शकत नाही? या संदर्भात अमेरिकेतील निग्रोंनी अनेक क्षेत्रांत जी धडक मारली तशी जिद्द दलितांच्या ठायी का बरे निर्माण होऊ शकत नाही? हा विचार करण्यासारखा प्रश्न आहे. या संदर्भात केवळ व्यवस्थेला जबाबदार धरून चालणार नाही, तर स्वातंत्र्यानंतर दलित चळवळीने जी मानसिकता जपली, त्यात त्याची उत्तरे मिळण्याची शक्यता वाटते.

रिझर्वेशनची शिडी वापरून दलित समाजातील मूठभर वर्ग हा मध्यम वर्गात

दाखल झाला. बाकीचा फार मोठा दलितांचा जनसमुदाय आजही खेड्यापाड्यांतून गुहाजीवन जगतो आहे. जो मूठभर वर्ग वर सरकला, त्यातील बहुतांश मंडळींनी सुरक्षितता म्हणून कारकुनी स्वीकारली. सरकारी नोकरीशिवाय वेगळ्या पर्यायाचा त्यांनी कधी विचारच केला नाही. 'शासकीय जमात बना' या घोषणेनुसार यातील नाममात्र शासकीय अधिकारी झाले. त्यातील बहुतांश 'कुंपणाने शेत खाल्ले' याच न्यायाने वागतात. ही जमात एक प्रकारची 'हायब्रीड संस्कृती' निर्माण करते आहे. चळवळीपासून यांची नाळ तुटली आहे. उद्योगधंद्याची वेगवेगळी क्षेत्रे उपलब्ध असतात; तशा शासकीय योजना असतात. पण या अधिकाऱ्यांनी कधी सामान्य दलित जनतेचे प्रबोधन केलेले दिसत नाही. कधी-कधी तर यांचेच शोषण करताना ही मंडळी दिसतात. दुसरा जो राजकारण करणारा वर्ग दिसतो त्याच्यात एवढी रेटारेटी की, यांच्यातच यादवी युद्ध चालू असलेले. यांनी आजवर भावनात्मक प्रश्न घेऊन उठाव करण्याचा प्रयत्न केला. पण या मंडळींनी केव्हाच उद्योगधंदे, कुक्कुटपालन, शेळ्या-मेंढ्याचा प्रतिपाळ, सहकार शेती – एखादी दूध डेअरी यांचा पाठपुरावा केला नाही. यांना नेहमीच सत्तेची स्वप्ने पडत गेली, पण सत्तेत उभे राहण्यासाठी सामान्य माणसाला जे थोडेफार तरी आर्थिक पाठबळ लागते त्याचे यांना भान नाही. आजही साखर कारखाना असो अथवा महाराष्ट्रातील डेअरीचा सहकारी व्यवसाय असो, तेथे साखर कारखान्यात मळी वाहणे, ऊस तोडणे अथवा डेअरीचे कॅन धुण्यात खेड्यातील दलितांचे आयुष्य वाया चालले आहे. शासकीय नोकरीच्या संदर्भात जरी रिझर्वेशने असली, तरी तेथे गतिरोध निर्माण झाला आहे. दलित तरुणांनी वेगळ्या वाटा चोखाळण्याची वेळ आली आहे. केवळ 'पाटलाचं घोडं आणि महाराला भूषान' असं म्हणून चालणार नाही. नाहीतर पुन्हा 'तोंडाला मडकं आणि पाठीला बोराटीची काटी' अशी अवस्था होणार आहे. या संदर्भात आदिवासी कवी वाहरू सोनवणे यांच्या कवितेच्या काही ओळी आठवतात, तथाकथित पुढाऱ्यांना उद्देशून कवी म्हणतो,

आमच्या दुःखाची, दुःखात सुरुवात झाली
तेव्हाही आमचा विश्वास 'त्यांच्यावर' होता
वादाचा प्रश्न त्यांचा होता आमचा नाही
तेव्हा भीत-भीत आम्ही म्हणालो,
'आपल्याला नवा समाज घडवायचा आहे.'
तेव्हा ते एकदम भडकले,
'आम्हांला शहाणपणा शिकविता?'

◆

तपासे मास्तर

अनेकदा विद्रोहाचा अर्थ शत्रुत्व असा घेतला जातो, पण तो तसा नाही. विद्रोहाची संकल्पना आधुनिक आहे. विद्रोहाच्या संकल्पनेच्या बुडाशी पीडक आणि पीडित असे द्वंद्व असते. अगदी सामान्य माणसेही अन्याय-अत्याचार गळ्यापाशी आला म्हणजे आपल्या मनातील असंतोषाला वेगवेगळ्या मार्गानं वाट करून देत असतात.

आता हेच पाहा ना. एक शाळा मास्तर विद्रोह करणार म्हणजे काय करू शकतो हा प्रश्न सहजच कुणाला पडेल. खडू जसा फळ्यावर झिजत जावा तसा संघर्ष करीतच तपासे मास्तरांचे जीवन संपलेले. तपासे मास्तर आज हयात नाहीत. तब्बल तीस-चाळीस वर्षे त्यांनी मुंबईच्या म्युनिसिपालिटीत इमाने-इतबारे नोकरी केली. पुढे त्यांनी पेन्शनही घेतली. 'बे एके बे' करीत चाकोरीत वाहणारे सरळ आयुष्य. अशा आयुष्यात असामान्य असे काय, असे तुम्हाला वाटेल. मलाही सुरुवातीला तसेच वाटले होते. पण जसजसे मास्तरांच्या जीवनात डोकवायला मिळाले तेव्हा वाटले की, वरवर दिसणाऱ्या या खडकाखाली कितीतरी जिवंत जाणिवांचे प्रवाह खळखळत आहेत. व्यवहारात माणसे बद्दड होतात. टांग्याच्या घोड्यासारखी ढापण लावून एकाच दिशेने धावतात. पेन्शनीत तर देहाने आणि मनाने गंजलेली दिसतात. त्यांची नजर पैलतीराकडे लागलेली, पण तपासे मास्तर शेवटपर्यंत उत्साहाने सळसळत होते. मास्तरांनी हे रसायन कुठून बरे मिळवले असेल?

मास्तरांची पहिली भेट आठवते. त्यांचे व्यक्तिमत्त्व भारदस्त. उंचीने चांगलेच उंच धडंग. रंग काळा-सावळा. काळ्या रंगालाही शिसवी लाकडाची झिलई. त्यांच्या बांधेसूद शरीरयष्टीकडे पाहून वाटले की, मास्तरांना कधी काळी कुस्तीचा शौक असावा. पिवळाधमक मखमली नेहरू शर्ट. बंगाली पद्धतीने धोतर नेसलेले. धोतराचा सोगा हाती धरण्याची त्यांची लकब. चश्म्यामुळे त्यांच्या व्यक्तिमत्त्वात भरच पडत होती. त्यांचा आवाज भरदार. उच्चार शुद्ध. हसताना त्यांचा सोन्याचा

दात झळकायचा. नेहमीचा शाळामास्तर पाहावा तसे ते काही दिसत नव्हते. त्यांच्या बोलण्यात दीनपणा नव्हता. खैराच्या लाकडाची एखादी टणक गाठ असावी तसे ते दिसत.

मास्तरांची ओळख वाढत जाते. फावल्या वेळात मी त्यांच्याकडे गप्पा मारायला जायचो किंवा ते वाकडी वाट करून घरी यायचे. त्यांच्या माझ्या वयातील अंतर केव्हाच गळून पडले होते. मास्तरांचे सारे आयुष्य म्हणजे एक प्रयोगशाळाच होती. ते अहमदनगर जिल्ह्यातील निमोण या गावचे. लहानपण खेड्यात गेलेले. त्या काळी आजच्यापेक्षा खेड्यात भीषण जातीयता. महार जातीत जन्माला आल्यामुळे जातिव्यवस्थेच्या भयानक इंगळ्या त्यांना डसलेल्या. सातवी पास झाल्यावर ते मुंबईत आले. आपण मास्तर व्हावे हे स्वप्न मास्तरांनी लहानपणापासून उरी बाळगलेले. लहान वयातही त्यांना कष्टाची कामे करावी लागली. डोक्यावर लोणच्याचं खोकं घेऊन 'पिकल' असे ओरडत ते मुंबईभर लोणचे विकत. काही काळ पोलीस म्हणूनही ते भरती झाले. पण पोलिसांचे हडेलप्पी जीवन त्यांना आवडले नाही. ते पुन्हा म्युनिसिपालिटीत चकरा मारू लागले. सुरुवातीला शाळा खात्यात ते प्यून म्हणून भरती झाले. स्वस्थ बसणे हा मास्तरांचा स्वभाव नव्हता. आठवते तेव्हापासून ते चळवळी करीत. खात्यात त्यांच्याविरुद्ध सतत असंतोष. प्यूनचे मास्तर झाले. तेव्हापासून त्यांच्या विधायक कार्याला गती आली. ते गाणी रचत – वग लिहीत. स्वत:चा 'जलसा' निर्माण करून आंबेडकरी चळवळीचा खेडोपाडी जाऊन प्रचार करीत. सहकाराचे तत्त्व तर ४०/५० वर्षांपूर्वी दलित समाजात राबविण्याचा त्यांनी आटोकाट प्रयत्न केला.

तुम्ही कधी वांद्र्याला गेलात, तर 'भीमगर्जना' नावाची टोलेजंग इमारत दिसेल. त्या काळी तेथील जमीन त्यांनी अल्प किमतीत विकत घेतली. दलितांना स्वत:चे घर असावे, म्हणून त्यांनी सहकारी तत्त्वावर सोसायटी स्थापन केली. ३०-४० वर्षे केवळ जमीन वाचविण्यासाठी त्यांनी जिवाचे रान केले. सरकारने, हाउसिंग बोर्डाने त्यांना जागा सोडावी म्हणून लालूच दाखविली. पण मास्तर कातळासारखे स्थिर राहिले. तेथे असलेले म्हशीचे गोठे जे अनधिकृत होते, ते हटविण्यासाठी त्यांनी लढा दिला. सुरुवातीला दोनशे-तीनशे रुपये नाममात्र भरून सभासदांना पुढे फ्लॅट मिळाले. मूळची जागा ऐसपैस होती. खाजगी बिल्डरला बाकीची जागा देऊन सभासदांना त्यांनी फुकटात घरे मिळवून दिली. आपल्याला हवी तशी घरे बळकावता आली असती हा विचार न करता केवळ आपल्या कुटुंबापुरते त्यांनी एकच घर घेतले. सेवानिवृत्त झाल्यावर त्यांनी सहकारी तत्त्वावर तमाशा काढला. कॉन्ट्रॅक्टर तमासगीरांची पिळवणूक करतात, म्हणून त्यांची सुटका त्यांना करावयाची होती; त्यासाठी स्वत:चा सारा सर्व्हिस फंड उधळला.

एक दिवस मी असाच मास्तरांच्या घरी गेलेलो. मास्तरांच्या मनात काय आले कुणास ठाऊक. त्यांनी फळीवरची जुनी पत्र्याची गंजलेली पेटी काढली. माझ्यासमोरच उघडली. काही फाइल्स-कागदपत्रे होती. तळाला एक काळ्या कपड्याची कफनी होती. ती त्यांनी बाहेर काढली आणि अंगावर चढवली. मास्तरांचे ध्यान मजेशीर दिसत होते. कफनीकडे मी निरखून पाहिले. त्यावर लिहिले होते, 'निषेध नोकरी.' मास्तर मला गूढ वाटू लागले.

ते बोलू लागले, "१९३१ साली मी म्युनिसिपालिटीत मास्तर झालो. माझ्यापेक्षा ज्युनियर माणसांना खात्यात हेडमास्तर केलं. अशी दहा-पंधरा नावे मला माहीत आहेत. सुरुवातीला खात्याकडे अर्ज-विनंत्या केल्या. झालेल्या अन्यायाची दाद मागितली, पण दाद ना फिर्याद. शेवटी एके दिवशी ही कफनी शिवली, काळ्या रंगाची. सचिवालयाजवळील आंबेडकरांच्या पुतळ्याला हार घातला आणि कफनी अंगावर चढवली. त्या वेळी 'मराठा'तही बातमी आली होती. एकदा तर खात्यामार्फत भरलेल्या शिक्षकांच्या सभेत या कफनीतच मी उपस्थित होतो. खात्यात खळबळ उडाली. मला वेड लागले आहे, असेच सर्व समजत होते. कफनी घालूनच वर्गावर जात होतो. शाळा खात्याने पुढे मला कमालीचे छळले. एखाद्या शाळेत बूड टेकावे तर लगेच दुसऱ्या शाळेत बदली; मीही खात्यापुढे नमलो नाहीच."

मास्तर पुढे जेव्हा-जेव्हा भेटत तेव्हा हेच गाऱ्हाणे सांगत. त्यांच्या हाती काठी आलेली, पण त्यांचा पाठीचा कणा ताठ होता. वरवर हसतखेळत असलेले मास्तर, त्यांच्या हृदयात अपमानाचा किती मोठा वडवानल पेटला आहे हे जाणवत होतं. मास्तर पेन्शनीत निघाले, तरी झालेली जखम भरून निघत नव्हती; सारखी भळभळत होती. त्यांनी मला पत्रव्यवहार दाखवला. त्या वेळच्या मुख्यमंत्र्यांपासून ते खात्यातील अधिकाऱ्यांपर्यंत त्यांचा पत्रव्यवहार चालू होता. पुढे मास्तरांनी काय करावे. आपल्या पेन्शनमधून पावणेआठ रुपये ते सरकारला परत पाठवीत. तशा पावत्यांची चवड फायलीत दिसत होती. मास्तरांनी लिहिले होते, माझ्या पेन्शनमधून पावणेआठ रुपये 'धिक्कार दान' म्हणून घ्यावेत. हे शब्द वाचून मी तर हबकलोच. सारीच यंत्रणा नपुंसक आहे असे मास्तरांनी सुचवले होते. आज असे वाटते की, मास्तर चुकीच्या काळात जन्माला आले. नाहीतर आजकाल पाच-दहा कविता लिहून किंवा एखादा मोर्चा काढून दलित तरुण प्रकाशाच्या झोतात येतो, पण मास्तरांसारखी निष्ठावान माणसे भूतकाळात गाडली जातात.

◆

मॉरिशस : एक प्रवास

दिल्ली येथे पार पडलेल्या तिसऱ्या जागतिक मराठी परिषदेत एक हृद्य प्रसंग अनुभवावयास मिळाला. तो प्रसंग म्हणजे ऊर्मिला पवार या लेखिकेच्या 'मॉरिशस - एक प्रवास' या प्रवासवर्णनपर पुस्तकाचे जागतिक मराठी परिषदेच्या व्यासपीठावरून झालेले प्रकाशन. मॉरिशसमधील स्त्री हक्क व समाजकल्याणमंत्री शीलाबाय बापू यांच्या हस्ते पुस्तकाचे प्रकाशन झाले. शीलाबाय बापू या मूळच्या कोकणातल्या आणि ऊर्मिला पवार याही कोकणातल्या. ताटातूट झालेल्या दोन भगिनींची अशी भेट व्हावी हा अपूर्व योगायोग वाटला.

१९९१ साली दुसरी जागतिक मराठी परिषद मॉरिशस येथे भरली होती. त्या वेळी ऊर्मिला पवार यांना जागतिक मराठी परिषदेने खास निवड करून निमंत्रित केले होते. ऊर्मिला पवार या आघाडीच्या कथालेखिका आणि स्त्री चळवळीच्या कार्यकर्त्या म्हणून परिचित आहेत. यापूर्वी त्यांचे दोन कथासंग्रह (सहावे बोट आणि चौथी भिंत) प्रसिद्ध झाले आहेत. महिला विद्यापीठाच्या अभ्यासक्रमात लावलेल्या पुस्तकातील त्यांची कथा वादळी ठरली होती. या कथेच्या संदर्भात संस्कृतीरक्षकांनी काहूर माजविले होते.

दिल्लीच्या मुक्कामातच ऊर्मिला पवार यांनी 'मॉरिशस - एक प्रवास' हे पुस्तक भेट म्हणून दिलेले. पुस्तकात आपल्या दोन आठवड्यांच्या मुक्कामात लेखिकेने आपल्या अनुभवांचा, निसर्ग वर्णनाचा, हळुवार संवेदनेचा एक पट जसा उलगडत नेला आहे, तसाच तेथील मानवी सुख-दुःखाचा, कष्टभोगाचा, समाजव्यवस्थेचा शोध घेण्याचा प्रयत्न केला आहे. 'ताकाला जायचे आणि भांडे लपवायचे' ही वृत्ती त्यांच्या लेखनात नाही; साहजिकच काही प्रश्नांमुळे त्या बेचैन झालेल्या दिसतात. दोनशे वर्षांपूर्वी महाराष्ट्रातून जी माणसे – स्त्री-पुरुष – ब्रिटिशांनी मजूर म्हणून नेली त्यांना मॉरिशसमधील जमीन लागवडीखाली आणायची होती. तेथे ऊस पिकवायचा होता. ही मजूर माणसे नेमकी कोण होती? ती माणसे निश्चितच तळागाळातील असावीत. या सर्वांचे आडनाव गेलेले; त्यामुळे त्यांचा शोध घेणेही दुष्कर. मॉरिशसमध्ये

जाती नाहीत, असे त्यांना मान्यवरांकडून सांगण्यात येत होते, पण यावर त्यांचा विश्वास बसत नव्हता. जेव्हा-जेव्हा त्या हा प्रश्न उपस्थित करीत, तेव्हा-तेव्हा त्यांना निरुत्तर केले जाई. माणसे काहीतरी लपवीत आहेत हीच खंत त्यांच्या प्रवासवर्णनातून व्यक्त होते. तिथला निसर्ग, रंगीबेरंगी माती, बेटावरचा चोहोबाजूंनी वेढलेला समुद्र, हॉटेलमधील विलासी जीवन या सर्व गोष्टींत त्यांचं मन रमत नव्हतं. त्यांचं प्रवासवर्णन वाचताना सारखी मला अमेरिकेतील निग्रो लेखकाच्या 'रूट' या कादंबरीची आठवण येत होती. आपले पूर्वज ज्या बोटीतून गुलाम म्हणून आफ्रिकेतून अमेरिकेला आणले गेले, तेव्हापासून त्यांनी आपल्या पूर्वजांची कुळ-नाळ शोधून काढली आहे. ऊर्मिला पवार यांना केवळ दोन आठवड्यांत हे शक्य झाले नसले, तरी त्यांच्या प्रवासात या शोधाच्या खुणा मात्र दिसून येतात. पहिले भारतीय म्हणून गेलेले जे पूर्वज होते त्यांच्या काही वस्तू, कपडे-लत्ते, भांडी-कुंडी हे एका म्युझियममध्ये पाहिले. त्या लिहितात – 'त्यांनी जतन केलेली ज्ञानेश्वरी, तुकारामांच्या गाथेसारखे ग्रंथ, तांब्या-पितळेची भांडी, विळे, पहार, करवती, फावडी, घमेली, त्यांची जाडीभरडी कापडे, काही देखावेही तयार केलेले. रंजले गांजलेले, खंगलेले मजूर नि त्यांच्या पाठीवर हंटरचे वळ उठविणारे निर्दय वसाहतवादी. भारतातल्या दारिद्र्य आणि दुष्काळाला, रोगराईला कंटाळून जगण्यासाठी आलेली तळागाळातली जनता इथे कोणत्या परिस्थितीत जगत होती, त्याचं ते चित्र पोटात कालवाकालव करीत होतं.

ऊर्मिला पवार या स्वत: आंबेडकरी चळवळीतून आलेल्या. पूर्वाश्रमीचे महार हे मॉरिशसमध्ये मजूर म्हणून नक्कीच आलेले असावेत हा त्यांचा शोध काहींना हास्यास्पद वाटण्याची शक्यता नाकारता येत नाही. एके ठिकाणी त्या लिहितात – 'कोणीतरी म्हणतं की, 'बेलमार' आणि 'पालमार' नावाच्या आवळ्याजावळ्या समुद्रकिनाऱ्यावर जाऊ. त्या बोलण्यातले 'बेलमार' आणि 'पालमार' हे शब्द माझ्या मनात फार ठसले. कारण आमच्या कोकणात बेलमहार आणि पालमहारांच्या दोन जाती आहेत. कोकणातून मॉरिशसमध्ये आलेल्या जातींमध्ये महार मोठ्या संख्येने होते. त्यांच्या 'बेल' आणि 'पाल' अशा जातीवरून तर या बीचेसना ही नावं पडली नसतील?' याच वर्णनात 'गांब्रे' असा उल्लेख आलेला. गंब्रे हे आडनाव पूर्वाश्रमीच्या महारांतच सापडते.

अलीकडे मॉरिशस हे देव-देवळांनी, कर्मकांडांनी, भगव्या झेंड्यांनी का बरे भरले आहे, याचा शोध घेताना मॉरिशसमधील टाइम्स वृत्तपत्राचे संपादक जेव्हा भेटले, तेव्हा त्यांच्याशी झालेल्या चर्चेतून हे कोडे सुटले. ऊर्मिला पवार लिहितात – नेरुरकर सरांनी प्रश्न संपादकांना विचारला. 'अलीकडे इथली इंडो-मॉरिशियन मंडळी फारच धार्मिक झालेली दिसतात. मी १९६७ साली इथे आलो, तेव्हा

इथल्या घरासमोर देवळाची घुमटी नि भगवी निशाणं नव्हती. त्यावर संपादक उत्तर देतात – 'अरे बाबा, पूर्वीचं मॉरिशस तरी कुठं राहिलं आहे? आता आम्ही आर्य समाजी लोकांनी एवढी सुधारणावादी चळवळ चालविली. फंडामेंटॅलिस्टना मोडून काढलं, पण त्याचा काय उपयोग झाला? बुवाबाजी आणि बाबाजी हा फरक राहिलाच ना? नि आता लोक फडके, जोशी, कुलकर्णी होत आहेतच ना?

हे सर्व वाचताना का कोणास ठाऊक, भारतात आलेले मॉरिशसचे लेखक अभिमन्यू अनत यांच्याबरोबर माझी झालेली चर्चा आठवते. १९७९-८०चा तो काळ असावा. अभिमन्यू अनत हे हिंदी लेखक असून, त्यांची मॉरिशसच्या जीवनावरील 'लाल पसीना' ही कादंबरी मी क्रमश: सारिका मासिकात वाचली होती. तेथील जीवनासंबंधी विचारले असता ते म्हणाले होते की, मॉरिशसमध्ये गेलेली कुटुंबे ही तशी गुलामच होती. सर्वांच्या आडनावाचा पत्ता नाही; त्यामुळे सुरुवातीच्या काळात आपण कोणत्या जातीचे याचा अहंकार नव्हता. सर्वांची दु:खे सारखीच होती. काही कुटुंबे आपापली कर्मकांडं बरोबर घेऊन आली होती, पण त्या कर्मकांडांचे व्यवहारात स्तोम नव्हते. सार्वजनिक प्रश्नावर आपण सर्व एक आहोत हीच भावना होती. मॉरिशस स्वतंत्र झाला आणि भारताशी दळणवळण सुरू झाले. भारतातील जातिव्यवस्था व त्याचबरोबर भारतातील राजकीय पुढारी, कवी-गायक, कलावंत तेथे जाऊ लागले आणि तेथे भारतासारखीच परिस्थिती निर्माण करू लागले. (पाहा-चावडी)

'मॉरिशस...एक प्रवास' या पुस्तकात ऊर्मिला पवार यांनीही, अभिमन्यू अनत यांनी जे प्रश्न १० वर्षांपूर्वी उपस्थित केले, तेच प्रश्न पुन्हा उपस्थित केले आहेत. या प्रश्नाला चेंडूसारखे कितीही खाली दाबले तरी आज ना उद्या हे प्रश्न उसळी घेणारच. मानव म्हणून साद घालणाऱ्या, तेथे गेलेल्या भूमिपुत्रांना धर्म-प्रांत आणि जातीच्या भेंडोळ्यात पुन्हा अडकवू नका. तेथील ताम्रपटावर नोंदविलेल्या कवितेच्या ओळींतूनच ती आर्त साद ऊर्मिला पवार यांनी आपल्यापर्यंत आणली आहे. 'वह अंजान प्रवासी देश के अंधे इतिहास ने न तो उसे देखा था; न ही बेहरे इतिहास ने सुना था. उसके चितकारों को, जिसकी इस माटीपर पडी थी पहली बूँद पसीने की जिसने चट्टानों के बीचसे हरयाली उगायी थी - वह पहिला गिरमिटिया इस माटी का बेटा जो मेरा भी अपना था तेरा भी अपना!'

◆

बर्फाच्या पाण्यापर्यंत!

मुलाचे पाय पाळण्यात दिसतात, ही म्हण सार्थ ठरावी असा अनुभव नुकताच आला. पप्पू शांताराम जाधव. जन्म १९७० सालातला. आयुष्याच्या तेवीस वर्षांतील त्याचे कर्तृत्व हे निश्चित कुणालाही नवल वाटावे असे.

दोन-तीन वर्षांपासून तसे त्याला मी अनेकदा पाहिलेले. मंत्रालयाच्या आवतीभोवती फेऱ्या मारताना, कधी प्रेस रूममध्ये तर कधी मंत्र्याच्या केबिनच्या बाहेर. सडसडीत अंगकाठी, सळसळीत सापासारखी हालचाल, ससाण्यासारखी भिरभिरती नजर, अप टु डेट पोशाख, हाती भारी किमतीची लेदरची सूटकेस, त्याचा नेमका व्यवसाय काय, हे मला कळत नसे. तो बहुधा मला ओळखत असावा. कधी-कधी लांबूनच हसायचा. त्याच्याशी बोलण्याचा योगही आला नव्हता. तालुक्याच्या ठिकाणी कचेरीच्या आवतीभोवती काही कार्यकर्ते असतात. चिरीमिरी घेऊन सामान्य लोकांकडून ते पैसे उकळतात, तसा प्रकार. मंत्रालयाच्या भोवती अलीकडे तथाकथित समाज कार्यकर्त्यांचे पीक आलेले. हे मी सतत पाहत असतो. त्यांपैकीच हा एक असावा असा माझा समज झाला.

दिल्ली येथील जागतिक मराठी परिषदेत पप्पू जाधवला मी जेव्हा पाहिले, तेही राष्ट्रपतींच्या भाषणाच्या वेळी विज्ञान भवनात तेव्हा मी थक्क झालो. कडेकोट बंदोबस्तातही हा आत कसा हा मला प्रश्न पडला. मुंबईतील माझ्या माहितीतील अनेक लेखक-कवींची दिल्ली येथे जागतिक मराठी परिषदेत हजेरी लावण्याची इच्छा होती. आजीव सदस्य अथवा स्वागत सदस्याची फी भरण्याची त्यांची तयारी होती; तरी त्यांना प्रवेश मिळू शकला नाही. असे असताना पप्पू जाधव याला एकही पैसा न भरता निमंत्रण कसे मिळाले याचे नवल वाटत होते. तो लेखक किंवा उद्योगपती नव्हता. जागतिक मराठी परिषदेच्या जबाबदार कार्यकर्त्यांबरोबर त्याची ऊठबस मी पाहत होतो. केवळ उद्योगपतींची ताजमध्ये जी बैठक झाली त्यातही पप्पू होता हे जेव्हा मला समजले, तेव्हा त्याच्या धाडसाचे कौतुक वाटू लागले. त्याच्या आजवरच्या वाटचालीची माहिती मिळवावी, असे मनापासून वाटले.

माणसाच्या मनात दुर्दम्य इच्छाशक्ती असेल, तर माणूस आपल्या स्वप्नांना वास्तवात आणू शकतो. तेथे वयाचे बंधन गळून पडते हाच अनुभव पप्पू याचे आयुष्य पाहताना झाला. पप्पू जाधवचे बालपण कोकणात गेलेले. रत्नागिरी जिल्ह्यातील तिवरे या गावी त्याचा जन्म झाला. प्रतिपाळ केला तो आजोबांनी आणि आईने, तिवरे या गावी आजोळातच. आजोबांचा रेतीचा धंदा. रत्नागिरीत माध्यमिक शिक्षण घेऊन नंतर फोटोग्राफी शिकण्याकरिता पप्पू कोल्हापूरच्या 'नॅशनल एज्युकेशन फोटोग्राफी अ‍ॅकॅडमी' या संस्थेत रुजू झाला. तेथे चित्रपट उद्योगातील मूव्ही कॅमेरा चालवणाऱ्या के. शिवराम यांची ओळख झाली. सिंगापूर येथील शूटिंगकरिता मदतनीस म्हणून त्यांनी पप्पूला सिंगापूरला नेले. जवळपास सहा-सात महिने तो तिथे होता.

सिंगापूर येथे असताना जवळपासच्या क्लबमध्ये त्याच्या वयाची मुले स्केटिंग खेळताना जेव्हा पप्पू पाहतो तेव्हा आपणासही हा खेळ सहज जमेल असे त्याला वाटते. अरुण नंदा नावाच्या भल्या गृहस्थाने त्याची फी भरण्यापासून ते स्केटिंग शिकविण्यापर्यंत त्याला मनापासून मदत केली. धावचाके बांधून जमिनीवर जो खेळ खेळला जातो, त्याला रोलर स्केटिंग म्हणतात, ही माहिती मला मिळाली.

रोलर स्केटिंगच्या कलेत निष्णात झालेला पप्पू भारतात आला खरा, पण आपल्या कलेला भारतात उत्तेजन कसे मिळणार हा प्रश्न त्याला पडलेला. त्याने काय करावे? त्याने त्या वेळचे पंतप्रधान राजीव गांधी यांची थेट भेट घेतली. जवाहरलाल नेहरू यांच्या जन्मशताब्दीचा तो काळ होता. जन्मशताब्दीच्या निमित्ताने कन्याकुमारी ते काश्मीरपर्यंत आपण रोलर स्केटिंगने जाण्यास तयार आहोत ही कल्पना त्याने राजीव गांधींपुढे लेखी स्वरूपात मांडली. राजीव गांधी यांनी त्याची कल्पना प्रत्यक्षात आणण्यास आर्थिक मदत केली, एवढेच नव्हे तर कन्याकुमारी ते काश्मीरपर्यंत प्रत्येक प्रांतातून जाताना त्याची व्यवस्था केली. त्याचबरोबर अधिकृत नोंद करण्यास शासकीय व्यवस्था केली. हा साराच रोमांचकारी प्रवास ऐकण्यासारखा आहे. ४२४२ किलोमीटरचा हा प्रवास त्याने ५७ दिवसांत पार पाडला. कन्याकुमारीच्या समुद्रातील मिठाचे पाणी ते हिमालयाच्या बर्फाच्या पाण्यापर्यंत आपला प्रवास झाला आणि राष्ट्रीय एकात्मतेचा भाग म्हणून पार पाडण्यात आला हे सांगताना आजही त्याला अभिमान वाटतो. काश्मीरमधील शेवटच्या मुक्कामात डॉ. फारुख अब्दुल्ला यांनी पप्पूचे श्रीनगरमध्ये मन:पूर्वक स्वागत केले. ज्या धावचाकाने आपण काश्मीरपर्यंत प्रवास केला, ती धावचाके मात्र काश्मीरमध्ये हरवली. शोध घेऊनही ती सापडली नाहीत याचे दु:ख पप्पूला आजही वाटते.

डॉ. बाबासाहेब आंबेडकर जन्मशताब्दीच्या निमित्ताने त्याने धावचाकावर प्रवास केला तो बोधिगया (बिहार) ते चैत्यभूमी मुंबईपर्यंत. ३५३५ किलोमीटरचा हा प्रवास त्याने ४२ दिवसांत पार पाडला. कलकत्ता येथे मेट्रो रेल्वेच्या स्टेशनवर त्याने रोलर

स्केटिंगच्या साहाय्याने प्लॅटफॉर्मवर ५०० मीटर अंतर केवळ ५४ सेकंदांत पार पाडले. २१ मार्च १९९१ची ही घटना. बंगालचे मुख्यमंत्री ज्योति बसू यांनी त्याचे अभिनंदन केले होते. या सर्व पराक्रमांची नोंद म्हणून की काय, महाराष्ट्र शासनाने २५ लाखांच्या लॉटरी तिकिटावर स्केटिंगच्या पोषाखात त्याचे चित्र छापले होते. २५ लाखांच्या लॉटरी तिकिटावर छायाचित्र छापले खरे; त्याला प्रसिद्धीही मिळाली, पण त्याच्या खाजगी जीवनात मात्र पैशाची चणचण होती. स्केटिंगच्या उच्चतम शिक्षणासाठी कॅनडाला जावे हे त्याचे आजचे स्वप्न आहे. त्याकरिता त्याने मान्यवरांना अपीलही पाठवले होते. काहींनी त्याला चांगला प्रतिसादही दिला.

मागील वर्षी तो कॅनडाला जाण्यासाठी निघालेला. लंडनपर्यंत त्याने मजलही मारलेली. सिंगापूर येथे ज्याने स्केटिंग शिकवले तो फ्रेंच कोच पुढे त्याला कॅनडात उच्च शिक्षण (स्केट बोर्ड) शिकविणार होता. आर्थिक मदत नसल्यामुळे पप्पू लंडनला वेळेवर पोहोचू शकला नव्हता. तू वेळेवर आला नाहीस, आर्थिक नुकसान केलेस म्हणून कोचच्या म्हणण्याप्रमाणे त्याने फी आकारली. पुढे कॅनडाला न जाता पप्पूला पुन्हा भारतात परतावे लागले.

आता पप्पू जाधव मुंबईत फोटोग्राफी आणि मूव्ही कॅमेरामनचा व्यवसाय करतो. अजूनही त्याची कॅनडात जाण्याची दुर्दम्य इच्छा आहे. त्याकरिता जागतिक मराठी परिषदेत त्याने कॅनडातील आर्थिक सल्लागार डॉ. विजय ढवळे यांची भेट घेतली. कॅनडामधील डॉ. भाऊसाहेब उबाळे, जे तेथील ह्यूमन राईट कमिशनचे कमिशनर होते, त्यांनी व्हिसा मिळवून देण्याची व्यवस्था केली आहे. आज ना उद्या प्रयत्नांना यश येईल.

गुणवत्ता ही कुठल्याही वर्गाची, जातीची अथवा वंशाची मालमत्ता नाही. दलितांत गुणवत्ता नाही. ते अकार्यक्षम, आळशी असे जे उच्चभ्रू जनमानसात समीकरण रूढ होऊ पाहत आहे, त्या समीकरणाला पप्पू जाधवसारखे अनेक तरुण निश्चितपणे छेद देत आहेत. फक्त त्यांचा शोध घेण्याची उदार वृत्ती हवी.

◆

जो आला तो नडला

दलित आत्मकथनामुळे एक झाले. समाजव्यवस्थेतील वेगवेगळ्या सांस्कृतिक बेटांना जाग येते आहे. ही सांस्कृतिक बेटे मध्यमवर्गीयांच्या दडपणातून मोकळी होत आहेत. काय लिहावे, कोणते अनुभव मांडावेत हा जो मराठी साहित्यात साचा होऊ पाहात होता, त्याची मोठ्या प्रमाणात मोडतोड होते आहे. महाराष्ट्रातील २७२ जातींची यादी मंडल आयोगात नोंदली गेली आहे. या जातींतील जीवनमान, भोगत असलेल्या हालअपेष्टा, दारिद्र्याशी त्यांची चाललेली झुंज हे सारं जर मराठी साहित्यात आलं, तर मराठी साहित्याचा परीघ विस्तृत होणार आहे. मराठी साहित्य जे परपुष्ट आहे ते खऱ्या अर्थाने एतद्देशीय होणार आहे. 'ही आत्मकथने केवळ सामाजिक दस्तऐवज आहेत. त्यांत कलात्मक मूल्ये नाहीत', ही तथाकथित समीक्षकांची ओरड अनाठायी ठरणार आहे.

हे सर्व सांगण्याचे कारण म्हणजे अलीकडेच अनसूया शेवते यांचे 'जो आला तो रमला' या नावाने आत्मकथन आले आहे. अनसूया शेवते या सोनार जातीतल्या. मंडल आयोगात सोनार या जातीचा उल्लेख आलेला. मंडल आयोगात सोनारांचा उल्लेख आल्यामुळे अनेकांना नवल वाटले. सोनार हे श्रीमंत वर्गात मोडतात. तसाच सर्वत्र समज आहे. काही मूठभर कुटुंबे सोडली, त्यांची झळझळीत सोन्या-चांदीची दुकाने पाहिली की, हा समज जास्तच दृढ होतो. पण शेवते यांचे आत्मकथन वाचल्यावर या भ्रमाला तडे जातात. खरे म्हणजे या आत्मकथनाचे जे नाव आहे 'जो आला तो रमला' हे नाव बदलून 'जो आला तो नडला' असेच ठेवायला हवे होते. अनसूया शेवते यांच्या आयुष्यात जो भोगवटा आला, जी माणसे भेटली, मग ती कुटुंब संस्थेतील असोत, समाजातील असोत; त्यांनी-त्यांनी बाईंची नाडवणूक केली. असे असताना त्या हताश झाल्या नाहीत, आलेल्या संकटाला सामोऱ्या गेल्या, याचे जीवघेणे चित्रण पानापानांतून व्यक्त झालेले. मध्यमवर्गीय समाजातील मूल्यव्यवस्था अशी की, 'घरात जरी ताक-कण्या खाल्ल्या असतील तरी समाजात वावरताना मिशीला तूप लावून फिरावे' ही सर्वत्र मानसिकता.

तळापर्यंत ही वृत्ती झिरपत गेलेली. ज्याला त्याला आपल्या गरिबीची लाज वाटत आलेली. जसे काय गरिबी हा केवळ त्यांचाच दोष असतो. या मानसिकतेविरुद्ध बाईने कुठलाही आडपडदा न ठेवता आपल्या भोगवट्याचे दर्शन वाचकांना दिलेले. हे सर्व सांगताना आपण दयेचे पात्र होऊ नये, एका स्वाभिमानी आणि झुंजार स्त्रीचे दर्शन व्हावे असाच अनुभव वाचकांना आल्याशिवाय राहत नाही.

आपल्या मनोगतात बाई लिहितात, ''वयाच्या ६७व्या वर्षी माझे पुस्तक प्रसिद्ध होईल असे मला स्वप्नातही वाटत नव्हते. माझा धाकटा मुलगा अरुण याला मी माझ्या आठवणी सांगत असे. एके दिवशी तो म्हणाला, 'तू मला जे सांगतेस ते सगळे लिहून काढ.' मी लेखिका नसल्यामुळे कसे लिहावे ते मला कळत नव्हते. शिक्षणाच्या बाबतीत माझी धरसोड झाली. मी पाचवीत असतानाच माझे लग्न झाले. घरात गरिबी असल्यामुळे रोजच्या रोज किराणा मालाचे सामान आणावे लागत असे. मी किराणा मालाचा कागद वाचून झाल्याशिवाय चुलीत टाकत नसे. लग्नानंतर १० वर्षांनी मी सातवीची परीक्षा दिली आणि बालसेविका म्हणून नोकरीला लागले. मला अक्षरांचा नाद लागल्यामुळेच आयुष्य बदलता आले. निभावता आले. नाहीतर कुठेतरी धुणे-भांडी करीत मी आयुष्य काढले असते. लग्नानंतरही मी जिद्दीने शिकले. म्हणूनच मला आयुष्यात काही करता आले. माझ्या मुलांना मला शिकवता आले.''

माहेर ते सासर असा पुस्तकाचा आलेख असला तरी सोनाराच्या तीन पिढ्यांचा जीवनसंघर्ष पुस्तकात आलेला. आजोबा तर हमाल होते. त्यांना सोनारकाम अजिबात येत नव्हते. पुढे आजोबांचा मुलगा म्हणजे बाईंचे वडील सोनारकाम शिकले. श्रीमंत सराफाचे सोने-चांदी घरी आणून सोनारकाम करू लागले. पुढे बाईंच्या वडिलांवर वाईट प्रसंग आला. चोराने सोने दुसऱ्यास विकले. मात्र, एक भार चांदी आमच्या वडिलांनी घेतली, तर एक भार चांदीपायी सात दिवसांचे रिमांड निघाले. तुरुंगवास घडला. या संदर्भात बाई लिहितात, ''आमच्या आजोबांना आणि वडिलांना काही समाजकंटकांनी त्रास दिला. त्यांचे कामधंदे सराफांना सांगून बंद केले; त्यामुळे आजोबा जातवाल्यांवर चिडत. गावाकडची शेती भाऊबंदकीमुळे कूळ-कायद्यात गेली. शेतीची पट्टी कोणी भाऊ भरण्यास तयार होईना. या सर्व आपत्तींमुळे आजोबा चिडले आणि म्हणाले की, माझा मुलगा मला पाणी पाजील आणि हमाल लोक मला नदीवर घेऊन जातील. कारण माझ्यावर ज्या वेळी वाईट दिवस होते त्यावेळी मला हमाल मित्रांनी सहकार्य केले. जातवाल्यांनी मला त्रास दिला. जप्ती, फिर्यादी सुरू केल्या. दुकान खाली करून घेतले. सोसायटीने घरावर जप्ती आणली. ते जातीवर चिडत. नातवंडांना मी सोनारी धंद्यात घालणार नाही, असे ते म्हणत.'' 'माझे आजोबा' या प्रकरणात एका बलदंड माणसाचे व्यक्तिचित्रण बाईंनी त्यांच्या

गुण-दोषांसहित वाचकांपुढे मूर्तिमंतपणे उभे केले.

बाई सहाव्या इयत्तेत असताना त्यांचे लग्न झाले. आपल्या नवऱ्याबद्दल त्या लिहितात, "दिगंबररावांस पैशाचा मोह नव्हता. ते विलासी आणि चैनी होते. त्यांनी मला कधी कपडे घरी धुऊ दिले नाहीत. त्यांचे कपडे परटाकडे जात. ते पान खात असत. अत्तराचा फाया असे. फुलांचा आणि हारांचा नाद होता. त्यांचे जीवनाचे तत्त्वज्ञान होते – आज पोटभर जेवू, उद्याचे उद्या पाहू. पैसा मिळू लागल्यावर दिगंबररावांस जुगाराचा नाद लागला. त्यांचे व्यक्तिमत्त्व दिसायला चांगले असल्यामुळे स्त्रिया त्यांना जवळचे पैसे आणि दागिने देऊन टाकत. एकदा तर त्यांनी नव्या कोऱ्या साड्या घरी आणल्या. मी आपली समजत होते की, नवऱ्याने किती हौसेने साड्या आणल्यात. पण खरे सांगायचे म्हणजे नवऱ्याने त्या साड्या जुगारात जिंकल्या होत्या. अनेकदा त्यांना त्यांच्या वर्तनाची लाज वाटत असे. पश्चात्ताप करीत असत. लागलेले व्यसन सुटत नाही, त्याला मी काय करू असे ते म्हणत.

आपल्या नादान नवऱ्याला, दोन मुलांना सांभाळून बाईने या साऱ्या खडतर परिस्थितीतून धीराने वाट काढली. काही काळ नगरला पन्नास रुपये पगारावर रेक्सीहोममध्ये नोकरी केली. रेक्सीहोममध्ये जीवनातून उठलेल्या कुमारिका, विधवा आणि परित्यक्ता स्त्रिया होत्या. या रेक्सीहोममधील स्त्रियांमुळेच एक प्रकारचे समाजशिक्षण मिळाले, असे त्या सांगतात. खेडेगावात ग्रामसेविका म्हणून काम करणे ३०/३५ वर्षांपूर्वी किती खडतर होते याची कल्पना आज येऊ शकत नाही. तेथील धनदांडगे, गुंड यांच्यापासून आपली अब्रू सांभाळताना अशा स्त्रियांना केवढे धारिष्ट्य दाखवायला लागत असे, याची हकिगत बाईच्या आत्मकथनात येते. नवरा कसाही असला तरी अशा परिस्थितीत त्याचा ढालीसारखा उपयोग होतो, पण तो गेल्यानंतर अशा विधवा स्त्रियांकडे पुरुषप्रधान संस्कृतीत एक भक्ष्य म्हणून पाहिले जाते. नवऱ्याचे निधन झाल्यानंतर आपल्या दोन मुलांना घेऊन बाई जेथे ग्रामसेविका म्हणून गेल्या तेथे-तेथे त्यांना अग्निदिव्यातून जावे लागले. या संदर्भात एक अनुभव नोंदवावासा वाटतो. बाई लिहितात, "खरवड केंद्रावर माझ्या अगोदरची ग्रामसेविका पाटलाच्या घरी राहत होती. मी म्हणाले, 'सर्वांचे स्वभाव सारखे नसतात. मी स्वतंत्र खोली घेऊन राहणार आहे. कारण देशांतरास जावे पण स्वतंत्र राहावे. मला दुसऱ्याचे दडपण नको.' हे ऐकून लोक चिडले. राहण्याकरिता घर दिले नाही. जुन्या पडक्या चावडीत जागा दिली. मी सरपंचाच्या घरी राहिले नाही म्हणून मला त्रास देण्यास सुरुवात केली. मीपण धीटपणे वागू लागले."

एका गावात ग्रामपंचायत सभासदाने बाईंकडेच पैसे मागितले. 'देत नाही' म्हटल्यावर अद्वातद्वा शिव्या देण्यास सुरुवात केली. अशा वेळी तो घरात आलेला. 'बुटाने मारीन' असा दम भरलेला. बाई प्रसंगावधान राखून बाहेर पळाल्या. मात्र

जाताना ग्रामपंचायत सभासदास घरात कोंडून ठेवले. केस दाखल करण्यासाठी तालुक्यास गेल्या. साहेबास म्हणाल्या, ''मी केस कोर्टात दाखल केली नाही तर लोक मला म्हणतील हीच वाईट चालीची असेल म्हणून. मुले मोठी झाल्यावर त्यांना भांडणाचे कारण समजले, तर मुले खरी परिस्थिती काय आहे हे न समजून घेता आपली आई वाईट चालीची आहे, असे म्हणतील. याकरिता तुम्ही मला स्वत:ची मुलगी समजून माझ्यावरील अन्याय दूर करा.''

अनसूयाबाई शेवते आपल्या अन्यायाविरुद्ध एकाकीपणाने लढल्या. केस मागे घेण्यासंबंधी अनेकांच्या दडपणाला बळी पडल्या नाहीत. कोर्टाचा निकाल बाईंच्या बाजूने लागला. ग्रामपंचायत सभासदाला दंडाची शिक्षा झाली. सर्व गावकरी म्हणाले, 'एका चिचुंद्रीने वाघोबास जाळ्यात पकडले.' आंतरराष्ट्रीय महिला दिनाच्या निमित्ताने बाईंचे आयुष्य अनेकांना स्फूर्तिदायक ठरावे.

◆

अंगठा असून हाती लेखणी नाही!

१९८५ साली पॅरिस येथे गेलो असताना तेथील झाडूवाला पाहिला. त्याला झाडूवाला तरी कसे म्हणावे हा मला प्रश्न पडलेला. अप-टु-डेट पोषाख. फटफटीवरून तो चौकात सारख्या चकरा मारत होता. त्याच्या फटफटीला मागच्या बाजूला एक यंत्र बसविलेले. रस्त्यावर तसा नावालाच कचरा-धूळ. यंत्राच्या साह्याने रस्ता साफ करण्याचे त्याचे कार्य चाललेले. रस्ता झाडताना तो फटफटीवरून खाली उतरलाच नव्हता. मला मोठे नवल वाटले. पॅरिसमधील त्या झाडूवाल्याचा फोटो आजही माझ्या संग्रही आहे. जेव्हा-जेव्हा मी मुंबईचा झाडूवाला पाहतो, तेव्हा-तेव्हा मला त्या पॅरिसच्या झाडूवाल्याची आठवण होते. काल-परवा मुंबईत 'निर्भय बनो' या दहशतवादविरोधी कृती समितीच्या परिषदेत असाच एक झाडूवाला बोलताना पाहिला. मुंबईतील झाडूवाल्यांची परिस्थिती, त्यांचे रौरव नरकासारखे आयुष्य, त्यांचे उभारलेले कोंडवाडे, युनियनमधील दहशतवाद या सर्व अनुभवांचे काळीज गोठवणारे शब्द त्याच्या मुखातून आवेशाने आणि निर्भयतेने बाहेर पडत होते. गांधींनी हातात झाडू घेतला आणि ते महात्मा झाले. त्यांचे अनुयायी मात्र महात्माजींचा जयजयकार करीत झाडूपासून दूर राहिले. स्वातंत्र्यातही मनूच्या कायद्याप्रमाणे एकाच जातीच्या हाती झाडू आला. त्यांचे व्यवसायपरिवर्तन झाले नाही.

रमेश हरळकर हे 'निर्भय बनो' या परिषदेत बोलणाऱ्या झाडूवाल्याचे नाव. तसे ते आता झाडू खात्यात नाहीत. पण तब्बल १२ वर्षे त्यांनी मुंबईचे रस्ते साफ केलेले आहेत. गटारांची झाडलोट केली. विटाळांचे आणि विष्ठेचे बोळे अंगावर झेलले. हाफकिन इन्स्टिट्यूटमधील गाडीभर मेलेले उंदीर नेतानाचा अमानुष अनुभव ते सांगतात. डंपिंगमधील उंदरांचा सडा. आकाशभर कांबळं अंधारून आलेलं. आपला भूतकाळ ते विसरू शकत नाहीत. आज ते महापालिकेत पेंटर म्हणून काम करतात. कचरा खात्यात कचरा झाडताना हातातील झाडू आणि पेंटिंग करताना हातातील ब्रश यांत ते फरक करत नाहीत. मूठभर दलित जसे आपली नाळ तोडून सहज मध्यमवर्गात सामील होतात तसे जाण्याची त्यांची इच्छा नाही. माझ्या माणसांपासून

दूर जाईन की काय अशी भीती त्यांना वाटते. सफाई कामगारांचे प्रश्न पोटतिडकीने ते सातत्याने मांडत असतात.

हरळकरांना भेटावे असे मनापासून वाटले. मिनर्व्हा सिनेमाच्या मागे नगरपालिकेच्या एका गॅरेजमध्ये मी त्यांची भेट घेतली. जुन्या जमान्यातील एकमजली इमारत. भोवताली गॅरेजमध्ये कचरा वाहून नेणाऱ्या रिकाम्या गाड्या. का कुणास ठाऊक मला महाभारतातील चक्रव्यूहात सापडलेल्या अभिमन्यूची आठवण झाली. अभिमन्यूला चक्रव्यूहाच्या आत जाण्याची कला माहीत होती, पण त्याला बाहेर पडता आले नाही. भोवताली पसरलेल्या या कचरा गाड्यांच्या चक्रव्यूहात हरळकर सापडले आहेत. ते एकटेच नाहीत तर मुंबईतील जवळपास एक लाखभर सफाई कामगार सापडलेत. त्यांनाच काय पण त्यांच्या पुढील पिढ्यांनाही या चक्रव्यूहातून बाहेर पडण्याचा मार्ग नाही हेच मला प्रकर्षाने जाणवले.

हरळकर हे तसे दिसायला काळेसावळे, पण उंच धडंग, सहा फूट तरी असावेत. काळेभोर डोळे समोरच्या माणसाच्या अंत:करणाचा ठाव घेणारे. दाढी राखलेली. त्यांची निमुळती हनुवटी आणि धारदार नाक पाहून मला वाटले, हे शिवाजी महाराजांची भूमिका सहज करू शकतील. माझी कल्पना त्यांना सांगताच ते मलूल हसले. शाळेत असताना शिवाजी महाराजांच्या भूमिका आपण कितीदा तरी केल्या, हे त्यांनी सांगितले. हरळकरांना अभिनयाबरोबरच पेटी, तबला आणि गाण्याचं अंग आहे, ही माहिती जेव्हा कळली, तेव्हा तुम्ही या कचरा खात्यात का सडलात, हा प्रश्न केला. त्यांनी आपल्या आयुष्याचा जो पट उलगडून दाखविला तो कल्पनेपलीकडचा भीषण होता.

हरळकर हे मूळचे कोकणातले. रत्नागिरी जिल्ह्यातील हरळ या गावचे. त्यांचे आजोबा कराचीत होते. देशाची फाळणी झाल्यानंतर त्यांचे वडील आपल्या गावी आले. कराचीत असताना त्यांचे आडनाव गायब झालेले. आडनावाच्या जागी 'महार' असे लावले जाई. आजही हरळकरांना आपले आडनाव आठवत नाही. आडनाव गेले, तरी त्यांची जात मात्र गेली नाही. आपल्या भाऊबंदांबरोबरच वडील मुंबईत कचरा खात्यात झाडूवाला झाले. या साऱ्या झाडू कामगारांबद्दल ब्रिटिशांपासून एक क्रूर नीती बाळगली गेली. जो कुणी झाडू कामगार असेल त्याला आणि त्यांच्या कुटुंबाला घर दिले जाते, तेही फुकट; त्यामुळे होते काय वडिलोपार्जित मंडळी खोलीच्या लोभाने झाडूखात्यातच काम करतात. हरळकर एस.एस.सी. पास असून चित्रकलेच्या परीक्षेत उत्तीर्ण होऊनही ऐन तारुण्यात त्यांना स्वत:ला कचरा खात्यातच जुंपावे लागले. मुकादमाच्या वरच्या ग्रेडपर्यंत खोली मिळते. पण कचरा खात्यातील एखादा हरहुन्नरी कामगार जादा शिकला ती तो साहेब होऊ शकत नाही. त्याला खोली सोडावी लागते. याच दुष्टचक्रात अनेक कुटुंबे गटांगळ्या खात आहेत.

हरळकर असे एकटेच आहेत की, त्यांनी संघर्ष करून पेंटरच्या हुद्द्यावर जाऊन खोली सोडली नाही. बोनसच्या प्रश्नापुरत्या भांडणाऱ्या युनियन अगर वर्गणी पगारातून वसूल करणाऱ्या युनियन, संघटनांनी मुंबईत सहकारी तत्त्वावर हाउसिंग सोसायट्या निर्माण केल्या नाहीत अगर नगरपालिकेने शिक्षक असो अथवा अधिकारी असो त्यांच्यासाठी सुखासीन जीवनाच्या सोयी, घरे उपलब्ध करून दिल्यात, तशा झाडू कामगारांकरिता मात्र दिल्या नाहीत. एकदा का ही मंडळी बाहेर राहावयास गेली, तर मग हक्काचे गुलाम-पिढीजात कसे मिळतील? या नीतीचा अवलंब केला जात आहे, ही हरळकरांची गंभीर तक्रार आहे.

मुंबईतील झाडू खात्यात भरती होते ती फक्त अस्पृश्यांची. त्यात प्रामुख्याने पूर्वाश्रमीचे कोकणातील महार – की जे आता बौद्ध झाले आहेत, दुसरे गुजराथी मेघवाल आणि काठेवाडी; त्यातही 'व्हेकन्ट ग्राउंड क्लीनर'सारखे उदात्त नाव दिलेले कर्मचारी 'भंगी' या नावाने ओळखले जातात. पुन्हा यांच्या राहण्याच्या वस्त्या वेगळ्या. यांच्यातही एकमेकांत जातीयवाद; बेटी व्यवहार तर खूपच दूर. पूर्वी पठाण यांचे शोषण करायचे तर आता श्रीमंत मेघवाल, सोलापूरहून आलेले माकडवाले, कर्जाऊ रक्कम देऊन पगाराच्या दिवशी अवाच्या सवा व्याजदराने पैसे उकळतात. कचऱ्याच्या गाडीवर ड्रायव्हर मात्र सवर्ण. कचरा गाड्या वाहून नेणारा कॉन्ट्रॅक्टर मुसलमान. मात्र तो कचऱ्याला हात लावत नाही. त्याच्या फक्त गाड्या. अशी विषमतेची साखळी. एका कडीत दुसरी कडी अडकलेली. या सर्व कामगारांचे भले पाहणाऱ्या युनियन्स मात्र त्यांना राजकारणासाठी फरफटत नेताना दिसतात. त्यांपैकी कुणी जर त्यांच्या हलाखीबद्दल विचारले, तर फुले – आंबेडकरांच्या विचारांचे डोस पाजून त्यांना गप्प केले जाते.

देशात एकीकडे साक्षरता प्रसाराचे ढोल वाजविले जात आहेत. राष्ट्रीय शिक्षणाच्या योजना सर्व राज्यांत लागू केल्या जात आहेत. १९९५ पर्यंत ८ कोटी निरक्षर प्रौढांना साक्षर करण्याचे उद्दिष्ट केंद्राने डोळ्यांपुढे ठेवले आहे. पण जे साक्षर आहेत, ज्यांना लिहिता वाचता येते त्या सफाई कामगारांना पगार घेताना अंगठा द्यावा लागतो. तोही या यंत्रयुगातील महानगरीत, असे जर कुणाला सांगितले तर ते वेड्यातच काढतील. पण ही सत्य घटना आहे. उठता बसता फुले-आंबेडकरांचे नाव घेणाऱ्या कामगार संघटना या प्रश्नावर मूग गिळून बसल्या आहेत.

महाभारतातील एकलव्याची गोष्ट सर्वांना माहीत आहे. गुरुदक्षिणा म्हणून त्याला द्रोणाचार्यांना अंगठा द्यावा लागला. सफाई कामगार म्हणून काम करणाऱ्या या आधुनिक एकलव्यांना अंगठा असूनही हाती लेखणी घेता येत नाही तर अंगठा द्यावा लागतो. या आधुनिक एकलव्यांचा टाहो कुणी ऐकणार आहे का?

◆

शेणात वाच त्यांच्या – गीत भावनांचे

महाराष्ट्र सर्वोदय मंडळातर्फे विधानसभा अधिवेशनाच्या प्रारंभापासून ते अखेरपर्यंत सम्राट हॉटेलसमोर साखळी उपोषण आयोजिण्यात आले आहे. गोहत्या बंदीसाठी हे साखळी उपोषण आहे. असे सांगतात की, देवनारच्या कत्तलखान्यासमोर गेली बारा वर्षे ही मंडळी साखळी उपोषण करीत आहेत. आपल्या देशातील मानसिकतेची एक गंमत आहे. भूतदयेच्या नावाने गायीला चारा आणि मुंगीला साखर घालणारी ही मानसिकता माणसाला मात्र हैवानासारखी वागवते. संत तुकाराम महाराज सांगून गेले – 'लहानपण दे गा देवा । मुंगी साखरेचा रवा ॥' या देशात मुंगीला साखरेचा रवा मिळेल, पण माणसाला पाण्याचा घोट मिळणार नाही.

गायीच्या पोटात तेहतीस कोटी देव असतात अथवा तिचे शेण-मूत्र हे काहींना पंचगव्यासाठी हवे असते. या सर्वांसाठी परदेशातून गायीचे शेण आयात होणार आहे आणि तेही मुक्त व्यापार आणि खुल्या बाजारपेठेच्या नावाखाली, हे सांगितले तर कोणालाच खरे वाटणार नाही. आपल्याकडे गुलामी वृत्ती इतकी मुरली आहे की, भारतात 'फॉरिन' म्हटले की, भारतीयांच्या तोंडाला लाळ सुटते. त्या वस्तू घेण्याकरिता झुंबड उडते. घराचे गोडाऊन झाले तरी फॉरिनच्या वस्तू घरात असणे ही प्रतिष्ठा समजली जाते. अलीकडे तर मिनरल वॉटर, च्युइंग-गम, सिगारेट, पिझ्झा, हॅम्बर्गर या वस्तू मोठ्या प्रमाणात आयात केल्या जातात. येथील ठेचा-भाकरी मात्र दुर्मिळ झाली. पर्यावरण - संरक्षण आणि नैसर्गिक शेतीच्या गोंडस नावाखाली हॉलंडमधून भारतात गायीच्या शेणाची आयात होणार आहे. हॉलंडच्या गायीच्या शेणाची भारतीयांना भुरळ पडावी म्हणून डंकेलच्या नावाने, मुक्त व्यापाराच्या नावाने, जो भस्मासूर आपल्या देशात येऊ पाहत आहे, त्याची पहिली सुरुवात शेणाच्या धुळवडीने होणार आहे. भारतीयांना 'मामा' बनविण्याची ही चाल, ही केवळ थाप नाही तर नागपूरच्या 'साम्ययोग' या छोट्या पत्रिकेत श्री. भुस्कुटे यांचा लेख वाचून खरी वाटते. त्यांनी हा लेख पी.ई.आर.जी. नवी दिल्ली यांच्या 'अॅक्शन अॅलर्ट'मधील 'काऊ डंग फ्रॉम हॉलंड' या लेखाच्या आधारे लिहिला आहे.

हॉलंडमध्ये गायींना सतत गोठ्यात ठेवून तेथेच चारा-पाणी दिले जाते. (सर्वोदय मंडळीने हे लक्षात ठेवावे. म्हणजे रस्त्यावर भटकणाऱ्या आणि विष्ठा, कागद खाणाऱ्या भाकड गायींची हेळसांड होणार नाही.) हॉलंडमध्ये जनावरांसाठी तयार केलेल्या खाद्यान्नामध्ये रसायनांचा भरपूर वापर असतो. हॉलंड हा देश बराचसा समुद्र पातळीखाली आहे. जनावरांच्या शेणामुळे तेथे प्रदूषणाची गंभीर समस्या निर्माण झाली आहे. रसायनयुक्त शेण जमिनीत मुरते. जमिनीच्या पोटातले गोड पाणी दूषित होते. युरोपातील पर्यावरण नियमाप्रमाणे शेणसडा समुद्रात सोडता येत नाही. (आपल्याकडे याच्या उलट आहे. शेणसडाच काय कारखान्यांचे रासायनिक पाणी समुद्रात सोडले जाते. मासे तर मरतातच, पण गुरा-माणसालाही लागण होते.) असे समजते की, हॉलंडमधील हे टाकाऊ शेण पूर्वी आफ्रिकेत निर्यात होत असे. तेथे पर्यावरणवाद्यांनी कडाडून विरोध केल्यामुळे आता हे शेण भारतात निर्यात केले जाणार आहे.

भारतात हे शेणखत पाठविण्यापूर्वी त्यातील बायोगॅस काढून घेण्यात येईल. नंतर हा चोथा प्रचंड टँकर जहाजात चढविण्यात येईल. ही टँकर जहाजे २१ दिवसांनी भारताच्या कांडला बंदरात पोहोचतील. (भारतीय माणूस खूष होईल. चला शेण आलं. नशीब - आर.डी.एक्स स्फोटके आली नाहीत.) तेथून हे शेण गुजरातमधील वेगवेगळ्या केंद्रांत पाठविले जाईल. या केंद्रांमध्ये हे शेण सुकविण्यात येईल. (महात्मा गांधीजींनी परदेशी वस्तूंची होळी केली. त्याच गांधीजींच्या गुजरातमध्ये हे परदेशी शेण यावे, या विरोधाभासामुळे कोणीही संचितच होईल.) या सुकविलेल्या शेणखताची पॅकबंद पोती भारताच्या बाजारपेठेत नैसर्गिक खत म्हणून चढ्या भावाने विकली जाणार आहेत. 'एनव्हिरॅडंग'ची आयात करण्यासाठी भारतात १५० दशलक्ष अमेरिकन डॉलरचे भांडवल उभारणार आहेत. या धंद्यामध्ये स्थानिक लोकांपैकी फक्त १५० जणांना रोजगार उपलब्ध होणार आहे.

सर्वसामान्य माणसाला आज 'डंकेल' ही काय भानगड आहे याची सुतराम कल्पना येत नाही. जेव्हा त्याला डंकेल प्रस्तावाचा घोर परिणाम दिसू लागेल, तेव्हा तो आपल्या भाषेत डंकेलचा उल्लेख 'डंकीन' असाच करणार आहे. दैनंदिन वापराच्या वस्तूंची आज जशी जागतिक बाजारपेठ बनू पाहते तशी माणसांचीही पेठ जागतिक बनणार आहे. अशा माणसांच्या बाजारपेठेचे अनेकांना अप्रूप वाटते. 'बळी तो कान पिळी' ही म्हण त्यांना आठवते. पण माणसाचं माणूसपण जाऊन त्याचं वस्तूत रूपांतर होणार आहे. त्याच्या व्यक्तिमत्त्वाचा एतद्देशीयपणाच बोन्साय होणार आहे याची कोणालाच चिंता नाही. बौद्धिक मालमत्तेवरील हक्क, तुमचा व्यापार, सेवा, व्यवहार, शेती उत्पादन, रोजंदारी या सर्वांवर मालकी हक्क 'डंकेल'च्या प्रस्तावाखाली येतो आहे. भारतीय जनतेला किमान धान्यपुरवठा करण्यासाठी

स्वस्त धान्य दुकाने काढण्याला अटकाव, शेतकऱ्यांना स्वस्त वीज देण्याला अटकाव, खतावर मिळणारी सबसिडी यांवर बंधने, उद्या आधुनिक जहाजे आणून आपल्याच किनाऱ्यावर मच्छीमारी केली जाईल; त्यामुळे कोळी समाजाच्या पोटावर पाय; घटनेने सरकारवर टाकलेली सामाजिक जबाबदारी पार पाडायला मुभा नाही. याचाच अर्थ असा की, हे राज्य कल्याणकारी राहणार नाही, तर सट्टेबाजासारखे होणार आहे. मंडल आयोगाखाली ज्या मागासलेल्या वर्गांना सवलती जाहीर झाल्या आहेत, त्यालाही अटकाव होण्याची शक्यता नाकारता येणार नाही. एकंदरीत भारताची अवस्था शेपटासारखी होणार आहे. त्याने अंगावरच्या माश्याही उडविता येणार नाहीत.

एकीकडे धर्मांधतेच्या नावाने येणारी हुकूमशाही आणि दुसरीकडे नवीन आर्थिक धोरणाचा फास या कात्रीत आज सर्वसामान्य माणूस सापडला आहे. अनेकदा लक्षात येते की, या दोन्ही प्रवृत्ती एकाच नाण्याच्या दोन बाजू, ज्या हातात हात घालून काम करताना दिसतात. ठायी-ठायी लावलेले त्यांचे कर्णे बेसूर सुरात गातात – 'शेणात वाच त्यांच्या तू गीत भावनांचे । हे शेण मातीत पडेल. त्याच्यावर पीक तरारेल. लेकरंबाळं पोसतील आणि त्यातूनच हायब्रीड संस्कृती निर्माण होईल.'

◆

कोण म्हणतं टक्का दिला?

मालवण येथे नुकतेच वाजतगाजत नाट्य संमेलन पार पडले. नाट्य संमेलनाचे अध्यक्ष नाटककार आत्माराम सावंत यांनी आपल्या भाषणात महत्त्वाचा विचार मांडला. 'राजकारणग्रस्त जीवनाचं प्रतिबिंब नाटकात यायला हवं' हा तो महत्त्वाचा विचार. आजचे राजकारण, त्यातील सामाजिक, सांस्कृतिक पदर, जातीजातीच्या बेटांत बंदिस्त झालेला समाज; यातील अनुभवविश्वाला सामोरे जाण्याचे धाडस तो खऱ्या अर्थाने दाखवू शकेल का हा प्रश्न पडतो. समाजातील वेगवेगळ्या सांस्कृतिक बेटांत आस्वादाची प्रक्रिया ही एकसारखी नाही, असे म्हटले तर हे अनेकांना आवडणार नाही, पण या संदर्भात विजय तेंडुलकर यांचं 'कन्यादान' नाटक आणि अलीकडेच रंगभूमीवर आलेलं संजय पवार यांचं 'कोण म्हणतं टक्का दिला?' ही नाटके जेव्हा समाजाच्या वेगवेगळ्या थरांपुढे होतात, तेव्हा आस्वादाच्या भिन्न प्रक्रिया ध्यानात येतात. माझा अनुभव असा की, साताऱ्यासारख्या ठिकाणी तीन-चार हजारांच्या जनसमुदायापुढे, तेही मैदानावर 'कोण म्हणतं टक्का दिला?' या नाटकाचा प्रयोग होतो, तेव्हा ते नाटक प्रेक्षकांकडून उचलले जाते. त्यातील संवादांना, राजकीय-सामाजिक भाष्याला वाक्यागणिक कडाडून टाळ्या पडतात आणि हेच नाटक मुंबईच्या आलिशान सभागृहात होतं तेव्हा त्याचं थंड स्वागत होतं. मध्यमवर्गीय प्रेक्षकांना आपण आरोपीच्या पिंजऱ्यात आहोत असं वाटतं. या उलट 'कन्यादान' नाटक पाहत असताना हाच मध्यमवर्ग त्यातील मानसिकतेशी समरस होतो आणि दलितांत अस्वस्थता पसरते.

'कन्यादान' नाटकाची गोष्ट सर्वश्रुत आहे. पण 'कोण म्हणतं टक्का दिला?' या नाटकांसंबंधी फारसा बोलबाला नाही. दहा-वीस प्रयोगांच्या पुढे ते जात नाही. जे प्रयोग झाले त्यांतील बहुतांश पुण्यातच. व्यावसायिक निर्माता या नाटकाला हात लावील असा सुतराम संभव नाही. जे प्रयोग झाले ते निळू फुले यांनी हे नाटक दत्तक घेतल्यामुळेच. नेमके काय आहे या नाटकात?

या नाटकाची पुस्तकं आता बाजारात उपलब्ध आहेत. संजय पवार हे जसे

नाटककार, स्तंभलेखक आहेत तसे ते कमर्शियल आर्टिस्ट आहेत. त्यांनी या पुस्तकाला जे मुखपृष्ठ केले आहे ते नावीन्यपूर्ण असे आहे. नुसता भिंतीवर टांगलेला आरसा. जो कुणी पुस्तक हातात घेईल त्याला त्याचेच दर्शन होईल. याचा अर्थ असा की, समाजातील जी-जी सांस्कृतिक-सामाजिक बेटे आहेत त्यांना त्यांना आपले दर्शन या नाटकातून होणार आहे. अर्थात प्रत्येक समूह अंतर्मुख झाला तरच या नाटकाला न्याय मिळणार आहे. सूक्ष्म उपहासाच्या अंगाने समाजातील ढोंगबाजी, कातडीबचाव धोरण, इतिहासाचे उदात्तीकरण, मराठीचे गोडवे गात-गात घरातील इंग्रजाळलेली भ्रष्ट मराठी भाषा, मागासलेल्या वर्गाकडे बघण्याची उच्चवर्णीय समाजाची छद्‌मी वृत्ती, आपल्याच सांस्कृतिक कोशाचे गोडवे इत्यादी अनेक अंगांनी हे नाटक भिडते.

सर्व नाटक तसे फॅन्टसीच्या अंगाने जाते. नाटकाच्या सुरुवातीलाच पुराणकथेचा (मिथ) वापर केलेला. शुक्राचार्य, देवयानी आणि कच ही पुराणकथा सर्वांना माहिती आहे. शुक्राचार्यांच्या पोटात शिरून कच जेव्हा संजीवनी मंत्र हस्तगत करतो तेव्हा पोटात शिरलेल्या कचाला पुन्हा जिवंत करण्याची गळ देवयानी आपल्या बापाला घालते. कच बाहेर आल्यावर तो देवयानीशी प्रतारणा करून पुन्हा देवलोकात जावयास निघतो, तेव्हा ती कचाला शाप देते की, विसाव्या शतकात भूतलावर मागासवर्गात जन्म घेशील आणि कायद्याने तुला सवर्णांत वाढावं लागेल.

नाटकाला खऱ्या अर्थाने सुरुवात होते, ती विसाव्या शतकाच्या अंतातील एका सुखवस्तू कुटुंबातील घरापासून. आराध्ये कुटुंब ब्राह्मण असले तरी एकाच घरात वेगवेगळी सामाजिक, राजकीय विचारसरणी आहे. घराचे कर्ते तसे सुधारणवादी. हवे तर रॉयिस्ट म्हणा. घरातील प्रत्येकाचे व्यक्तिस्वातंत्र्य जपणारे. मुलगी सुकन्या ही विचाराने क्रांतिकारक – राष्ट्रसेवादल किंवा युवक क्रांतिदलात वाढलेली. तिचा भाऊ सुदर्शन मात्र हिंदुत्ववादी; तोही कट्टर आणि मुलांची आई आपल्या संस्कृतीच्या कप्प्यात जगणारी. कर्मकांड करणारी. आई आणि मुलगा यांचे सख्य. अशा या घरात सरकारच्या नवीन कायद्यामुळे वादळ उठते. सरकारचा नवीन कायदा असा – केंद्र सरकारने सर्व प्रकारच्या राखीव जागा खास अध्यादेशानुसार रद्द ठरविल्या आहेत. गेली पन्नास वर्षे चालू असलेल्या सवलतींमुळे राष्ट्र आता वर्णवर्गविरहित झाले असल्याची केंद्र शासनाची खात्री आहे. संपूर्ण एकात्मता साधण्यासाठी नव्या कायद्यानुसार प्रत्येक उच्चवर्णीय कुटुंबात एक मागासवर्गीय स्त्री अथवा पुरुष सामाजिक समतेचा भाग म्हणून कायद्याने ठेवावे लागतील. नाही ठेवले तर त्या कुटुंबांना रेशनकार्ड, गॅस, लायसेन्स, पासपोर्ट मिळणार नाही. समता विनिमय केंद्रात उच्चवर्णीय आणि मागासवर्गीय यांच्या स्वतंत्र याद्या लावल्या असून, त्यातून सवर्णांना मागासवर्गीय निवडता येईल. या योजनेची अंमलबजावणी केली नाही, तर

उपरोक्त सर्व कारवाया केल्या जातील.

या योजनेचा एक भाग म्हणून आराध्ये या ब्राह्मण कुटुंबात एक दलित तरुण आणला जाते. सुकन्या त्याची निवड करते. आता मूळच्या पुराणकथेतला कच हा कचऱ्या धीवर झालेला. अनेक विचारांच्या बाबतीत त्याची आक्रमकता, भाषेतला रांगडेपणा, वागण्यातला बिनधास्तपणा हा सर्व प्रकार श्रीखंड-पुरीच्या जेवणानंतर मिरचीचा ठेचा घ्यावा तसा आराध्ये यांच्या घरात होतो. कचऱ्या धीवर येतो तो धसमुसळेपणाने. येताना त्याने देवघरात मोठा दगड ठेवला. आपल्या देवघरात भला मोठा दगड पाहून सुकन्याची आई किंचाळते. तो दगड फेकून द्यावयास सांगते. यावर कचऱ्याचे भाष्य अंतर्मुख करणारे. कचऱ्या सांगतो, 'देव सर्वत्र एक मानतो ना आपन. मग आपन कशाला त्याच्या नावावर लढाई खेळायची? देव देव्हाऱ्यात काय, सगळीकडे भरून राहिलाय. आपला देव खिशात पन राहतो. देवघरावरून घरात भांडन नको. देवघरावरून घर मोडणाऱ्या इतकं अडाणी नाय आपन. मानसं देवाचं नाव घेऊन राक्षसासारखी वागतात.' (हे सर्वच ऐकताना देशात बाबरी मशीद पाडल्यानंतर जे अराजक झाले, त्याची कुणालाही सहज आठवण होईल.)

शासनाचा आदेश निघाल्यानंतर सवर्णांच्या वेगवेगळ्या थरांत कोणत्या प्रतिक्रिया उमटतात याचे दर्शन घडते. बलशाली राष्ट्र घडवायचे असेल तर ते सक्तीच्या समानतेने नाही तर हृदयपरिवर्तनाने होणार आहे, याकरिता या कायद्याच्या विरोधात काही संघटना कोर्टात जातात. एका कुटुंबातील जोशी आपली जात बदलून कुडमुड्या जोशी या भटक्या जमातीची जात लावतात, तर नाडकर्णी नावाची बाई आदिवासी मुलाला घरात बाळगते. त्याच्याकरिता घरातच गुहा बनविते. सध्या ट्रायबल आर्टच्या एक्सपोर्टला डिमांड आहे. ट्रायबल कास्टच्या नावाची लिस्ट फाइव्ह स्टारच्या मेनूसाठी रेकमेंड केली आहे, असे नाडकर्णी बाईंचे म्हणणे. दलित किंवा आदिवासी खेळण्यासारखे कसे वापरले जातात हेही कटू सत्य बाहेर पडते. एखादा दलित, आदिवासी किंवा भटका घ्यायचा असेल, तर एखादा साहित्य अकादमी / फोर्ड फाउंडेशन ॲवॉर्ड मिळालेल्याचा नातू अथवा पणतू घ्या, असाही मार्मिक संवाद आठवतो.

सर्व नाटकभर एका विचाराचा प्रभाव जाणवतो. समाजातील विनोदाच्या अंगाने विसंगती शोधता-शोधता प्रेक्षकांना अंतर्मुख करणे हे सारखे जाणवत राहते. यातील सवर्णांमधील कमलाकर आराध्ये – की जो कुटुंबप्रमुख आहे, त्याचे विचार आणि कचऱ्या धीवर याचे विचार – भाषा सोडली तर खूपच मिळतेजुळते आहेत. एके ठिकाणी कमलाकर म्हणतात, 'आपण विचारतो, कुठे आहे जातीयता? शहरातील माणसाने म्हणायचं, खेड्यात जातीयता आहे. खेड्यातील माणसांनी म्हणायचं, कुठं आहे जातीयता?' कचऱ्या धीवरचे विचार तर दलितांनाही न परवडणारे. सवलतीसंबंधी

कचऱ्या म्हणतो, 'मला तर त्या जाती-जमाती सवलतीचा पार वीट आला आहे. ही अशी भिकाऱ्यासारखी संधी घेणं पटत नाही आपल्याला.' आपल्या जन्माची आठवण सांगताना तो म्हणतो, 'मी झालो त्या टायमाची गोष्ट. पोटुशी आय कचरा गोळा करायला गेलती. एकदा सांजंला बा आलता, तेला पैसं हवं होतं दारूला. आई आली पन कचरा नाय. बा म्हनला, 'कचरा.' तसं आईनं पाटीतनं मला काढलं नि त्यांच्या हातात ठिवलं. बा येडा झाला. म्हनला, च्यायला माझा 'कचरा'. वर्गात नाव लागलं - 'कचऱ्या धीवर'.'

नाटकाच्या शेवटी सुकन्या आणि कचऱ्या घरातून पळून जातात. लग्न लावतात. कचऱ्या एम.ए.पर्यंत शिकलेला. असे असताना तुझी अशी गावंढळ भाषा का, असे जेव्हा त्याला सुकन्या विचारते त्यावर तो म्हणतो, 'दलित म्हटल्यावर तो काळासावळा, ढेंगणा, ठुसका, थोडासा ग्राम्य असेच चित्र तुमच्या डोळ्यांपुढे येते. मग म्हटलं, का डिस्टर्ब करू.' (संस्कृत नाटकापासून तो आजतागायत मराठीतील मान्यवर नाटकांपर्यंत हीच परंपरा चालत आलेली).

नाटकाचे सूत्र सांगावयाचे ठरले, तर नायकाच्या तोंडी शेवटी जी वाक्ये आली तीच सांगावीशी वाटतात. 'देव-दानव जन्माचं शापित कडं भेदून मी आता जन्माला घालणार आहे, माणूस. ज्याच्यावर जातिधर्माचे अक्षांश-रेखांश नसतील.'

◆

वाचेल तो वाचेल!

अमेरिकेतील न्यू यॉर्क शहरात गेलो होतो तेव्हाची आठवण. तेथील उत्तुंग इमारती, फाइव्ह स्टार हॉटेल्स, रंगीबेरंगी दुनिया, विलासी वातावरण यांत जीव रमत नव्हता. निग्रोंची वसाहत 'हार्लेम' पाहण्याची इच्छा होती. अमेरिकेतही झोपडपट्टी असेल असे वाटत होते. निग्रोंच्या वसाहतीत गोरेही जावयास भितात. एका ज्यू तरुणाच्या मदतीने आम्ही तिथे गेलो. सारे बकाल वातावरण. दारूत झिंगलेली टोळकी, झोपडपट्टी नव्हतीच. जुन्या इमारती, तेथे उंदीर-घुशींचे साम्राज्य. लाईट-ड्रेनेजची नीट व्यवस्था नाही. कामाठीपुऱ्यात आल्यासारखे वाटले. पण या चिखलात कमळ फुलावे तसे 'ब्लॅक कल्चर म्युझियम' पाहिले. शासनाच्या मदतीशिवाय तेथील काळ्यांनी ते उभारलेले. काळ्यांच्या इतिहासातील १००-१५० वर्षांची परंपरा तेथे जतन करून ठेवलेली. जुनी कागदपत्रे, चळवळीचा इतिहास, फोटोग्राफ्स, रंगभूमीवरचे पडदे, मुखवटे, वाद्ये; एवढेच काय आपल्या नेत्यांचा आवाज संग्रह करून ठेवलेला. मार्टिन ल्यूथरचा आवाज तेथे ऐकता येत होता.

हे सर्व आठवण्याचे कारण म्हणजे सालाबादप्रमाणे १४ एप्रिल रोजी डॉ. बाबासाहेब आंबेडकरांची जयंती त्यांचे अनुयायी मोठ्या थाटामाटाने साजरी करतील, पुढाऱ्यांची भाषणे झडतील; कव्वाल पार्टीचे कार्यक्रम होतील. बाबासाहेबांना एकदा देवत्व बहाल केले म्हणजे झाले. नामांतर झाल्यामुळे तर केवळ टाळ्या पिटणे एवढेच कर्तव्य शिल्लक राहते. रस्त्याला नावे देणे, पुतळे उभारणे, भावनात्मक प्रश्नावर मोर्चे काढणे; तेही तीन दिशांना तीन, हेच आंबेडकरी चळवळीचे यश समजले जाते.

मुंबईत दादरला 'इम्प्रूव्हमेंट ट्रस्ट'च्या नावाने एक सांगाडा उभा होता. बाबासाहेबांच्या अनेक कल्पना ते गेल्यावर पाठीमागे कागदावरच राहिल्या. जवळपास १९२२ सालापासून बाबासाहेबांची चळवळ देशभर सुरू आहे; पण या चळवळीची कागदपत्रे, जाहिराती, पत्रे, फोटोग्राफ्स हे विखुरलेले. ज्यांच्याकडे आहेत त्याचे तुकडे पडू लागलेले. काल-परवाची दलित पँथरची चळवळ, पण त्याचाही एकत्रित इतिहास

नाही. ‘ब्लॅक कल्चर म्युझियम’सारखी एखादी संस्था महाराष्ट्रात उभी राहावी आणि पुढील काळासाठी हा सारा इतिहास उपलब्ध करून द्यावा, असे आजतरी कुणालाच वाटत नाही. ठायी-ठायी बुद्धविहार दिसतात, पण मूठभर अपवाद वगळता तेथे ग्रंथालये दिसत नाहीत. बुद्धाच्या ‘प्रज्ञेचा’ हा केवढा सन्मान!

आपल्या व्यक्तिगत पातळीवर सर्वश्री वसंत मून, विजय सुरवाडे हे प्राणापलीकडे हा सारा चळवळीचा इतिहास जतन करीत आहेत. या नावांत आणखी एका नावाची भर घालावीशी वाटते, ती म्हणजे रमेश शिंदे यांची. रमेश शिंदे यांच्या बाबतीत सांगावेसे वाटते की, ‘जिथे पिकते तिथे विकत नाही’, हीच भावना त्यांच्या भोवतालच्या जनसमुदायाला वाटत आली आहे. गोरेगाव येथील मोतीलालनगर येथे ते अनेक वर्षे राहतात. त्यांच्या घरी संदर्भ ग्रंथ धुंडाळण्यासाठी आजवर धनंजय कीर, चांगदेव खैरमोडे, डॉ. य. दि. फडके, एलीनार झेलियट (अमेरिका), ऑहनवॉल (लंडन), टोरे नोकुरा (जपान) अशी मान्यवर मंडळी येऊन गेली. याचा भोवतालच्या जनतेला पत्ताही नसतो.

रमेश शिंदे यांच्या घरी जाण्याचा अनेकदा योग आला. हाउसिंग बोर्डाने दिलेले छोटेसे घरकुल. त्याच्या पुढच्या दालनात शिंदे यांनी कपाटात पुस्तके, हस्तलिखिते, वर्तमानपत्रे, फोटोग्राफ्स् इत्यादी रचून ठेवलेले. अलिबाबाच्या गुहेत गेल्यासारखे वाटते. सारा ग्रंथ-प्रपंच शिंदे यांचा तोंडपाठ. त्याची सूची न ठेवता त्यांना हवा तो संदर्भ ग्रंथ ते सहज शोधू शकतात. जवळपास ४-५ हजारांची ग्रंथसंपदा असावी. या ठिकाणी आंबेडकरी चळवळीचीच सामग्री नाही, तर ज्यांनी-ज्यांनी आपल्या ग्रंथांतून-हस्तलिखितांतून सामाजिक प्रबोधन केले त्यांचा संग्रह करण्याची ओढ शिंदे यांना लागलेली. विशेषत: ग्रंथाची पहिली आवृत्ती शोधण्याचा त्यांचा कटाक्ष. त्याकरिता आयुष्यभर त्यांनी पायपीट केलेली. शहरे-गावे धुंडाळलेली. फूटपाथवरील ग्रंथांची पाहणी केलेली. भेंडीबाजारातील कोकीळ आणि कंपनीत अनेकदा येरझाऱ्या घातलेल्या. या संदर्भात त्यांची नजर एवढी तीक्ष्ण की, त्यांना फूटपाथवर पडलेला मौलिक खजिना हमखास सापडतो. त्यांच्या खिशाला न परवडणारी किंमत देऊन तो ग्रंथ ते हस्तगत करतात.

आपल्या कपाटातील हा अमूल्य खजिना दाखवताना त्यांचा चेहरा आनंदाने फुलून येत होता. खरे म्हणजे त्यांचे आज वय ६२ वर्षांचे. अलीकडेच ते सेवानिवृत्त झाले. तरुणाला लाजवील असा त्यांचा तरतरीतपणा. १८९१ साली प्रसिद्ध झालेल्या ‘सार्वजनिक सत्यधर्म’ या पुस्तकाची पहिली आवृत्ती दाखवताना स्वत: फुले यांनी स्पर्श केलेल्या पुस्तकाशी हस्तांदोलन करीत आहोत ही भावना त्यांच्या चेहऱ्यावर दिसते. श्री. एम. एन. नवलकर यांनी इंग्रजीत लिहिलेले शिवराम ज्ञानबा कांबळे यांचे चरित्र (साल १९३०), कोदंडाचा टणत्कार (१९१८), देशाचे दुश्मन

(१९२५), विधवा स्त्रियांच्या शोकांतिका असलेली मराठीतील पहिली कादंबरी, 'यमुना पर्यटन' (१९५७), वा. गो. आपटे लिखित 'बौद्ध पर्व' (१९१४), देवळांचा धर्म आणि धर्माची देवळं (१९२९) अशा असंख्य पुस्तकांची यादी त्यांच्या संग्रही पाहता येईल. प्रबोधनकार ठाकरे यांच्या वारसांकडे नसतील अशी प्रबोधनकार ठाकरे यांची २५ पुस्तके त्यांच्या संग्रही आहेत. प्रबोधनकार ठाकरे यांनी १९२१ साली 'प्रबोधन' पाक्षिक काढले होते. या पाक्षिकाचा दुर्मीळ पहिला अंक त्यांच्या संग्रही आहे. मराठीच्या ऱ्हासाबद्दल अलीकडे सार्वत्रिक तक्रार आहे. पण सातासमुद्रापलीकडून जे इंग्रज आले आणि त्यांनी मराठीचा जो अभ्यास केला त्याला तुलना नाही. शिंदे यांच्या संग्रही १८५७ साली प्रसिद्ध झालेली मराठी-उर्दू-इंग्रजी अशी मराठीतील ६० हजार शब्दांचा अर्थ असणारी डिक्शनरी उपलब्ध आहे. महाराष्ट्रातील गावोगाव फिरून ब्रिटिश अधिकारी मोल्सवर्थ आणि त्याच्या साथीदाराने हे अचाट काम केले आहे. त्यात 'बलुतं'चा अर्थ दिला आहेच पण 'अलुतं' म्हणजे काय या शब्दाचाही अर्थ दिला आहे.

डॉ. बाबासाहेब आंबेडकर यांनी आपल्या निर्वाणापूर्वी काही महिने 'द बुद्ध अॅन्ड हिज धम्म' या ग्रंथाची संहिता तयार केली होती. या संहितेपूर्वी त्यांनी या ग्रंथातील काही मजकूर 'गॉसपेल ऑफ बुद्ध' या नावाने प्रसिद्ध करून काही प्रती विचारवंतांच्या माहितीकरिता पाठविल्या होत्या. त्यातील एक प्रत - की ज्या प्रतीवर बाबासाहेबांनी स्वत: दुरुस्त्या सुचविल्या (स्वत:च्या अक्षरात). ही प्रत शिंदे यांच्या संग्रही आहे. बाबासाहेबांच्या ग्रंथाच्या पहिल्या आवृत्तीचा संच जमविणे, त्यांचे हस्ताक्षर, फोटो असा अमोल ठेवा त्यांनी जमविला आहे. त्यात प्रामुख्याने १९२७ ते १९४० सालातील कौन्सिल आणि असेंब्लीतील भाषणे ग्रथित केलेली आहेत. १९०७ साली गोविंद चांदोरकर यांनी लिहिलेले पुस्तक 'आर्य लिपी' - की ज्यावर बाबासाहेबांचे हस्ताक्षर आहे - तेही संग्रही आहे.

आजकाल जो तो केवळ पैसा, प्रतिष्ठा यांच्या मागे लागला असताना शिंदे यांनी कसल्याही प्रलोभनाची आशा न धरता एका ध्येयनिष्ठेने ही सारी सामग्री जमवली. खरे म्हणजे हे ग्रंथ विकत घेण्याएवढी त्यांची आर्थिक परिस्थिती नाही. तुटपुंजा पगार आणि घरात दहा-बारा माणसांचा बारदाना. गेली पस्तीस वर्षे त्यांनी बीपीटी डॉक्समध्ये कारकुनी केली. जेमतेम एस.एस.सी.पर्यंत शिक्षण. वयाच्या उमेदीच्या काळात वडाळा येथे वास्तव्य. नंतर कोळीवाडा येथे झोपडपट्टीत आयुष्य गेलेले. लहानपणापासून वाचनाचे वेड. वडाळा येथे वाचनालयही चालवले. पुस्तके गायब झाल्यामुळे वाचनालय बंद. सुरुवातीच्या काळात गाण्याची पुस्तके गोळा करण्याचा छंद. आजही त्यांच्या संग्रही आंबेडकर चळवळीतील 'जलसा'कार भीमराव कर्डक, श्रीधर, घेगडे, वामन कर्डक आदी कवींच्या गाण्यांच्या पुस्तिका आहेत.

त्यांतील काही गाणी ते आजही गुणगुणतात.

अलीकडे सर्वत्र वाचनासंबंधी उदासीनता. त्यात ज्या महापुरुषांनी अज्ञानी जनतेला ज्ञानाची कास धरावयास सांगितले, त्यांचेच अनुयायी ज्ञानापासून दूर जात आहेत. आपल्या जाण्यानंतर कणाकणाने जमविलेले हे ज्ञानभांडार याचे पुढे काय होणार, याच चिंतेने शिंदे सध्या ग्रासलेले आहेत.

◆

शाहू महाराज यांची बखर

मराठीतील पहिले साहित्य संमेलन भरविण्याचा मान 'मराठी ग्रंथोत्तेजक मंडळ' या संस्थेकडे जातो. न्या. रानडे आणि लोकहितवादी यांच्या प्रेरणेने शंभर वर्षांपूर्वी ही संस्था स्थापन झाली. मराठी भाषेच्या व वाङ्मयाच्या अभिवृद्धीसाठी पुण्यात 'डेक्कन व्हर्नाक्युलर ट्रान्सलेशन सोसायटी' या नावाने संस्था त्या काळी ओळखली जात होती. नामांतर झालेले 'मराठी ग्रंथोत्तेजक मंडळ' आजही कार्यरत आहे. या वर्षी या संस्थेचा सुवर्णमहोत्सव आहे.

या संस्थेची निर्मिती कशी झाली हा सारा इतिहास पाहण्यासारखा आहे. पेशवे दरवर्षी ब्राह्मणांस दक्षिणा देत. पुढे इंग्रजांच्या काळात एल्फिन्स्टनने ही पद्धत चालू ठेवली; परंतु लोकहितवादी आणि न्या. रानडे यांच्या विनंतीवरून पेशव्यांची दक्षिणा देण्याची पद्धत बंद करून दक्षिणा निधीचा उपयोग मराठी ग्रंथलेखनास उत्तेजन देण्याकरिता होऊ लागला.

संस्थेच्या कार्याचा एक भाग म्हणून जुनी कागदपत्रे, पेशवे काळातील बखरी उजेडात आणण्याचे महत्त्वाचे कार्य त्या काळी संस्थेने केले. न्या. रानडे यांनी आपले वजन खर्च करून ब्रिटिश शासनाकडून ती सर्व कागदपत्रे हस्तगत केली. पन्नास हजार कागदांतून पस्तीस हजार कागदपत्रे निवडली आणि त्याचे एकूण १३ खंड संस्थेने प्रसिद्ध केले आहेत.

आजकाल इतिहासाचा जो तो सोईस्कर, आपल्याला उपयोगी पडेल एवढाच भाग सांगतो. जाती-जातींत, धर्मा-धर्मांत द्वेष पेटविण्याकरिता इतिहास विकृत केला जातो. या संस्थेच्या पुण्यातील कार्यालयास नुकतीच भेट देण्याचा योग आला. पेशवे रोजनिश्यांचे प्रसिद्ध केलेले १३ खंड, १८९१ पासून विद्वानांचे अभिप्राय, न्या. रानडे यांचा पत्रव्यवहार, १८९६-९७ मध्ये तयार केलेली हस्तलिखित ग्रंथसूची सुमारे २००० पृष्ठे, शंभर वर्षांपूर्वीपासूनचे दुर्मीळ ग्रंथ, एकूण ३२ प्रकारच्या कोशांसह सामग्री येथे उपलब्ध आहे. नव्या इतिहासकाराच्या दृष्टिकोनातून ही सारी ग्रंथसंपदा अभ्यासण्याची वेळ आली आहे. माणसाच्या मनातील परंपरेची

जळमटे त्यामुळे नाहीशी होतील, असे वाटते. या सर्व भांडारातून 'श्री शाहू महाराज यांची बखर' हे दुर्मीळ पुस्तक – की जे संस्थेने १९०० साली प्रसिद्ध केले, ते पाहण्यात आले. संस्थेच्या 'भारतवर्ष' या मासिक पुस्तकाची किंमत फुटकळ अंकास आठ आणे होती आणि पाने १३६. या मासिकात ८८ पाने ही श्री शाहू महाराज यांच्या बखरीची आहेत.

संभाजी राजे यांची हालहाल करून औरंगजेबाने हत्या केली, हा सारा तपशील जवळपास सर्वांना माहीत आहे. औरंगजेब क्रूरकर्मा होता. खलनायक होता. हीच काळी बाजू आजवर उजेडात आलेली. संभाजी राजे यांची हत्या झाल्यानंतर त्यांचा पुत्र शाहू आणि पत्नी येसूबाई यांना औरंगजेबाने दिल्लीला नेऊन नजरकैदेत ठेवले. शाहू त्या वेळी वयातही आला नव्हता. प्रसिद्ध झालेली बखर वाचताना औरंगजेबाच्या मनातील प्रेमाचा-वात्सल्याचा हळवा कोपरा ध्यानात येतो. शाहूवर त्याचे पुत्रवत प्रेम दिसले. औरंगजेब यांची कन्या – की जिने आयुष्यभर लग्न केले नाही, ती शाहूला माया लावते. संभाजी महाराजांना मुसलमान धर्म घेण्यासंबंधी जो औरंगजेब बळजबरी करतो, ऐकत नाही म्हणून त्यांचे डोळे काढले जातात; तोच औरंगजेब शाहूला मुसलमान करत नाही. येसूबाईला सन्मानाने वागवितो, हे कोडे मात्र सुटत नाही. याउलट शाहू वयात आल्यावर त्याला साताऱ्याच्या गादीवर बसवतो. ही औरंगजेब याची मुत्सद्देगिरी होती काय? या संदर्भात बखरीतील मजकूर असा, "ते समयी पुन: राजारामसाहेबी फौजा घेऊन, देशी ठाणी बसवून राज्य करू लागले, अधिकच राज्यात उपद्रव जाहला. मनस्वी बोभाट बादशहाजवळ आल्यामुळे सर्व कारभारी हिल्लेंद्रे घेऊन विचार केला की, शिवाजी मृत्यू पावला असता मुलखाचा उपद्रव चुकला नाही, त्यापेक्षा संभाजीचा पुत्र कैदेत आहे; त्यास सोडून, आपला चाकर म्हणून त्याजवर पाठवून त्या लोकांचे पारिपत्य करावे." कारभाऱ्यांचे औरंगजेबाने ऐकलेले दिसते. शाहूला बादशहाने सांगितले, "आजपर्यंत तुमचे वडिलांनी चोरटेपणाने मुलूख लुटून खाल्ला. आता तुम्हांस आम्ही सावपणा देऊन रवाना करतो. तुम्ही सरकार चाकरीत राहून हुकमाप्रमाणे चालणे." (औरंगजेबाची ब्रिटिशांसारखी 'फोडा आणि झोडा' ही नीती असावी. त्या काळी या नीतीला महाराष्ट्र बळी पडलेला दिसतो. आजही या नीतीत फरक नाही.)

लहानपणापासून शाहू एकवीस वर्षे औरंगजेब याच्या सान्निध्यात होता. त्यांचे एकमेकांशी जिव्हाळ्याचे संबंध कसे होते, याचे हृद्य चित्रण बखरीत आलेले : "महाराजही (शाहू) बालत्वापासोन आपल्याप्रमाणे हजरतीजवळ (औरंगजेब) बोलणे-चालणे-मागणे-बसणे-उठणे सगर्याद; बहुत उत्तम रीतीची चाल पाहून मनात संतोष वागवीत." औरंगजेब याच्या पायात घालावयाचे जोडे तीन लाखांचे होते, हा संदर्भ आलेला; हे वाचून जसा अचंबा वाटतो, तसे औरंगजेबाच्या पायातील जोडा

निखळला म्हणून शाहूने तो जोडा जातीने उचलून दिला, हे पाहून औरंगजेब याने शाहूची जी कानउघडणी केली, त्यावरून औरंगजेब याचे मोठेपण सहज लक्षात येते. या संदर्भात बखर म्हणते, ''हा शिवाजी राजाचा नातू. त्यांणी मशी किती द्वेष केला असता, तो द्वेष मनात न बाळगून, आपले बापास मी मारिले याही गोष्टीचा चित्तात विषाद न धरून निर्लज्जपणानी माझे सेवेत दौहिग भावे वागतो. मी कृत्रिमी आजपर्यंत यास छळोन याचे कल्याण केले नाही व पोटची लेक रदबदली करीत असता मी मानली नाही व तिजलाही मृषा गोड बोलोन दिवस काढले. या राजाचे मनात काही द्वेषभाव नाही. मी आजा हा नातू हेच जाणून वागतो.'' औरंगजेबाचे हे विचार व्यक्त करून शाहूस औरंगजेब म्हणतो, ''तू माझा नातू म्हणून जुता ठेवतोस; परंतु लौकिकी शिवाजीचा नातू खिजमतगारी करितो; तुझी अप्रतिष्ठा मी बेबूज, असे होऊन हौद्याचा दुर्लोकिक होईल यांजकरिता असे कर्म सहसा करू नये व मीही करून घेऊ नये. तू उगाच मांडलिक राजे आहेत अशांतील नव्हस. ज्या शिवाजीने प्रतापे करून मजसारिख्यास जिगजिग केले त्याचा तू नातू आहेस. कालेकरून संकटी आलास, म्हणून तू या समयी लहान नाहीस. जे तुजला दिनवात जाणतील ते मूर्ख समजावेत. याकरिता अत:पर असे करू नकोस. तुझे राज्य तुजला प्राप्त होईल. कीर्तिवान होशील.''

शाहू महाराज बखरीतील काही प्रसंगांची ही चुणूक. मुळातून ही बखर वाचण्यासारखी. सदर बखर 'मानसन्मान प्रकाशन, पुणे' यांच्या वतीने लवकरच पुन्हा प्रकाशित होत आहे. आजवर आपण सर्व वाचत आलो की, थोरले शिवाजी महाराज यांचे गुडघ्या रोगाने निधन झाले, पण या बखरीत थोरल्या शिवाजी महाराजांना विषप्रयोग झाल्याची नोंद आहे. शाहू महाराष्ट्रात आले असताना त्यांना तोतया ठरविण्याचे कारस्थान, भाऊबंदकी, त्यांच्यातील सुंदोपसुंदी यांचे विदारक दर्शन बखरीत होते. औरंगजेब आणि त्याची मुलगी यांनी शाहूवर जे जिव्हाळ्याचे प्रेम केले ते शाहू विसरला नव्हता. औरंगजेब यांच्या निधनानंतर औरंगजेबाची मुलगी एकाकी पडली. म्हातारपणात तिला मक्केला जावयाचे होते. त्याकरिता शाहूने पाच लाखांची मदत पाठविली. एकूणच हिंदू-मुस्लीम प्रश्नावर आज जी बेदिली माजली आहे, त्यावर हा उतारा मार्मिक वाटतो.

◆

प्याद्याचा फर्जी

हिंदी भाषेतील कवी विष्णू खरे यांची 'पोलीस इन्स्पेक्टर' नावाची कविता आठवते. नुकताच मिसरूड फुटलेला एक तरुण पोलीस खात्यात भरती झालेला. सुरुवातीच्या काळातील तारुण्यसुलभ भावनेमुळे आपली ड्युटी कॉलेजच्या परिसरात लागावी की, जिथे विद्यार्थी-विद्यार्थिनींचा जथा जल्लोष करीत असेल. फुलांचे, निसर्गाचे, समुद्राच्या लाटांचे त्याला वेड असते. ड्युटी करताना त्याच्या ओठावर गाणेही असते. पण पुढे काही काळातच पोलीस खात्यातील हडेलहप्पी वातावरण, रात्रंदिवस गुंडांशी आणि गुन्हेगारांशी संबंध, तेथील भ्रष्टाचार यामुळे त्याचे सुरुवातीचे कोवळे, जीवनावर प्रेम करणारे मन कोळपून जाते. तो पोलीस खात्यातील एक भाग बनतो. त्याचे यंत्र होते. हळूहळू त्याच्या चेहऱ्यावरील रेषा राठ होतात. अशा आशयाची ही कविता.

या कवितेला छेद देणारी अशी एक व्यक्तिरेखा भेटली की, जी पोलीस खात्यात सलग ३०-३२ वर्षे नोकरी करूनही आपल्या आतल्या मनाशी द्रोह करू शकली नाही. हे मन कविता करते. कविसंमेलनात भाग घेते. खाकी युनिफॉर्मचा अभिमान धरून सभेत भाषण देते.

'जे का रंजले गांजले । त्यासी म्हणे जो आपुले ।। तोचि साधू ओळखावा । देव तेथेची जाणावा ।।' या वृत्तीने वावरते. पोलीस खात्याकडे बघण्याचा समाजाचा जो काही परंपरागत दृष्टिकोन आहे, तो बदलण्याचा प्रयत्न करते. असे मन धारण करणाऱ्या व्यक्तिरेखेचे नाव आहे शंकर हरी रविढोणे. सध्या ते मुंबई शहरात साहाय्यक पोलीस आयुक्त आहेत.

आपल्या घरी खाकी वर्दी घालून एखादा पोलीस आला आणि तो नातेवाईक किंवा मित्र असला, तरी भोवतालचे शेजारी-पाजारी आपल्याकडे संशयाने पाहू लागतात असा हा काळ. कोर्टाची पायरी चढू नये, असे जसे म्हटले जाते, तसे पोलीस चौकीची पायरी चढू नये एवढी दहशत पोलिसांबद्दल सामान्य जनतेत पसरलेली. माझ्या लहानपणी कुणी रस्त्यात लघवी केली अथवा रात्री बिगर दिव्याने

सायकल चालवली तरी पोलीस पकडत. आता काळ बदलला. यांना पकडले तर त्यांच्याकडून असे काय मिळणार! त्यामुळे अलीकडची पोलीस यंत्रणा मोठी शिकार शोधण्यात वाकबगार झालेली. पोलीस कधी काळी कसे वागतील हे सांगता येत नाही. माझ्या घराशेजारी पोलीस राहात होता त्याची आठवण या वेळी होते. सकाळी-सकाळी घरी आला आणि सांगू लागला, 'काल रात्री पाचशे रुपये मिळाले.' कशाबद्दल? असे मी विचारताच त्याने जी घटना सांगितली त्याने उडालोच. 'शेजाऱ्यांचे भांडण झालेले. एक शेजारी पोलीस स्टेशनमध्ये कम्पलेन्ट घेऊन आला. म्हणाला, माझ्या शेजाऱ्याच्या मुसकटात लाफा मारायचा. पाचशे रुपये देतो. लाफा मारला आणि पाचशे रुपये मिळाले.' अशा दहशतीच्या कितीतरी घटना दररोज घडतच असतात. अशा या काळात रविढोणे यांचे व्यक्तिमत्त्व जात्याच उठून दिसते.

कालपरवाची गोष्ट. कोर्टाच्या आवारात अश्विन नाईक याच्यावर गोळीबार झालेला. रवींद्र सावंत याने नाईकवर गोळ्या झाडल्या. त्याच संध्याकाळी रविढोणे यांच्या कार्यालयात मी बसलेलो. काही कागदपत्रांवर रविढोणे सह्या करीत आहेत. तितक्यात पोलीस एका कैद्याला घेऊन आले. रविढोणे यांनी आलेल्या कैद्याची कागदपत्रे पाहिली. माझ्या समोरच कैद्याबरोबर प्रश्नोत्तरे झाली. कैद्याचे नाव सावंत. आजवर ३६ वेळा त्याने घरफोड्या केल्या होत्या. मुंबईतून तडीपार करण्याकरिता त्याला आणले होते. त्याला विचारले, तू कुठे जाणार? त्या वेळी त्याने सांगितले की शिर्डीला. तेथे फुकट जेवण मिळते. चोऱ्या करण्यापेक्षा ते बरे! कैद्याला बाहेर घेऊन जाण्यास सांगितले आणि रविढोणे यांनी पोलीस इन्स्पेक्टरबरोबर जी चर्चा केली ती न विसरता येणारी. गेल्या काही वर्षांपासून महाराष्ट्रीय तरुण गुन्हेगारीकडे का वळतात, हा प्रश्न त्यांनी समोरील इन्स्पेक्टरला विचारला. ते निरुत्तर झाले. रविढोणे यांनी जी कारणमीमांसा सांगितली, ती लक्षात घेण्यासारखी. मुंबई शहरातील गिरणी कामगारांचा संप, त्यामुळे बंद पडलेल्या गिरण्या; त्यातून निर्माण झालेली बेरोजगारी – त्यामुळे महाराष्ट्रीय तरुण गुन्हेगारीकडे वळतो आहे.

१९४८च्या दरम्यान गावी असताना पोलिसांची रेड पडलेली. त्या रेडचे नेतृत्व करणारे रुबाबदार पोलीस अधिकारी. त्यांचा युनिफॉर्म, कमरेला लटकलेले रिव्हॉल्व्हर. लहान रविढोणे हे जिज्ञासू वृत्तीने जवळ जाऊन अधिकाऱ्याला न्याहाळत असतात. अधिकाऱ्याला या गोष्टीचा राग येतो. ते रविढोणे यांच्या श्रीमुखात ठेवून देतात. तो अपमान मनात धरून आयुष्यात एक ना एक दिवस पोलीस खात्यात जाऊ, अशी दुर्दम्य इच्छा त्यांनी बाळगली. पहिल्या वर्षी सिद्धार्थ कॉलेज येथे शिकत असतानाच १९६० साली पोलीस म्हणून ते भरती झाले. त्या काळी अँग्लो इंडियन असलेले अधिकारी जॅमसन साहेब यांच्यामुळेच आपणाला पोलीस बनता आले, असा आदराने

ते त्यांचा उल्लेख करतात.

पोलिसापासून चढत-चढत ते आज साहाय्यक पोलीस आयुक्त या पदापर्यंत गेलेले. या पाठीमागे त्यांची घोर तपश्चर्या दिसून येते. आजही ते सडसडीत आहेत. पोलीस खात्यात राहून निर्व्यसनी आणि चारित्र्यसंपन्न असणे ही अवघड गोष्ट; पण त्यांनी ही गोष्ट साध्य केली आहे. समाजात काम करत असताना मोहरम असो अथवा गणेशोत्सव असो त्या ठिकाणी राष्ट्रीय ऐक्य घडवून आणण्यासाठी ते सातत्याने जीव धोक्यात घालून प्रयत्न करतात. पण या बाबतीत इंदिरा गांधी राष्ट्रीय पुरस्कार असो अथवा एखादे रिवॉर्ड असो त्यापासून आपणास आजवर वंचित ठेवले गेले याची खंत ते व्यक्त करतात. १९७२ सालच्या कृष्णेच्या पुरात आपले गावाकडचे घर वाहून गेले. मुंबईतही स्वत:चे घर नाही. अगोदरच भूमिहीन; त्यात बेघर झालो. शासनाकडे १० टक्क्यांच्या घरासाठी अर्ज केला. पण तेथेही तोंडाला पाने पुसली गेली, अशी व्यथा त्यांनी सांगितली. सेवानिवृत्त झाल्यावर डोंबारी, भिल्ल, रामोशी, पारधी या समाजातील मुलांची निवड करून त्यांच्यातून चांगले खेळाडू निर्माण करून ऑलिम्पिकमध्ये देशाचे नाव उज्ज्वल करीन, असे स्वप्न ते पाहत आहेत. आज ते प्याद्याचे फर्जी झाले, तरी आपल्या मनातील खळबळ ते कवितेत व्यक्त करतात.

स्पर्धा जिंकल्या मनाच्या
देह आनंदुनि गेला
हरवले प्रकाशाला
मागे अंधार दाटला
जन्म झाकल्या मुठीचा
मृत्यू उघडूनी गेला
कशासाठी आला गेला
स्वार्थापोटी तो आंधळा

◆

कवी कसा दिसतो आननी

'कवी तो होता कसा आननी' असे कविवर्य केशवसुत म्हणून गेले. एके काळी कवी म्हणजे द्रष्टा; समाजापेक्षा दशांगुळे वर असे समजले जायचे. आता काळ बदलला आहे. 'गेला बाजार, आला बाजार' अशी भरमसाट कवींची संख्या वाढते आहे. कविता लिहिणे हा दखलपात्र गुन्हा समजला जावा, अशीही समीक्षक ओरड करतात. 'कवी आला रे आला की पळा' अशीही कवींची टवाळी केली जाते. एका कवीबद्दल चुटका सांगितला जातो. तो मरणाच्या पंथाला लागलेला. आयुष्यभर त्याने कविता लिहिण्यापेक्षा काहीच काम केले नाही. सतत एका तारेतच असायचा. जो भेटेल त्याला कविता वाचून दाखवायचा. मरणाच्या शेवटच्या क्षणाला डॉक्टर त्याला तपासायला आले. कवी आता मरणारच आहे, तेव्हा डॉक्टरांनी त्याला शेवटची इच्छा विचारली. कवी खडबडून जागा झाला आणि कविता वाचू लागला. कविता ऐकता-ऐकता शेवटी डॉक्टर बेशुद्ध पडला.

साहित्य संमेलनातील नवोदित कवींची रांग असो अथवा आकाशवाणी, दूरदर्शन येथे कविता वाचणे असो, याकरिता कवींना निमंत्रण मिळाले म्हणजे त्यांना आसमान ठेंगणे वाटू लागते. पण या प्रसिद्धीच्या झगमगाटापासून दूर असलेला कवी मी पाहिला आहे. त्याचे नाव अरुण कोलटकर. ओळख होण्यापूर्वी एक-दोनदा चर्चगेटकडे या कवीला पाहिलेले. स्वत:हून ओळख करून घेण्याचे धाडस झाले नाही. त्याच्याबद्दल अनेक खऱ्या-खोट्या आख्यायिका निर्माण झालेल्या.

मागे एकदा नामदेव ढसाळ यांच्या आग्रहाखातर दूरदर्शन केंद्रावर कविता वाचण्यास अरुण आलेला. एवढ्या जवळून कवीला प्रथमच पाहत होतो. धारदार मिशा. मागे सुटलेली केसांची झुलपे. शर्टावर जाकीट. तसे कपडे जाडेभरडेच. हसताना मात्र लहान मुलाने हसावे तसे निष्पाप हसणे. कलंदर व्यक्तिमत्त्व वाटले. त्याचा अनुभव लगेच आला. अरुण या प्रकाराकडे थंडपणे पाहत होता. सर्व कवी तेथील अधिकाऱ्यांच्या केबिनमध्ये बसलेले. अरुणने काय करावे? अधिकाऱ्याची मिश्कीलपणे उलटतपासणी घेतली. अधिकाऱ्याने दिलेला सहीचा फॉर्म उलटापालटा

करून वाचून पाहिला. लगेच सही करण्याचे नाकारले आणि अधिकाऱ्याला सांगितले, 'तुम्ही दिलेल्या अटींचा, नियमांचा अभ्यास करतो आणि मगच कविता वाचण्यास येतो,' असे म्हणून दिलेला फॉर्म झोळीत टाकला आणि चालू लागला. असा हा अवलिया कवी. दूरदर्शनवर कार्यक्रम देतात म्हणजे उपकार करतात हीच बोच या कवीला बहुधा वाटत असावी.

मराठीतल्या मान्यवर कवींच्या यादीत याला कुणी ओळखत नाही. साहित्य संमेलन, कवीसंमेलनात तो कधी दिसत नाही, पण मराठी कवितेचा झेंडा आज तो जगातल्या साहित्य जगतात फडकवीत आहे, असे जर म्हटले तर अतिशयोक्ती होऊ नये. १९५५ सालापासून लघुपत्रिकेतून त्याची कविता प्रसिद्ध होते. 'जेजुरी' या इंग्रजी कवितासंग्रहाला राष्ट्रकुलातील उत्कृष्ट संग्रहासाठी असलेले पारितोषिक त्याला मिळाले आहे. 'ऋचा' या मराठी आणि 'आवेग' या हिंदी लघुपत्रिकेने अरुण कोलटकर विशेषांक काढलेला. 'बळवंत बुवा' हे दीर्घ काव्य प्रकाशनाच्या मार्गावर आहे. उपजीविकेसाठी मुंबईत हा कवी जाहिरात क्षेत्रात काम करतो.

अरुणची आणि माझी जादा जान-पहचान झाली ती जागतिक ग्रंथप्रदर्शनात – जे फ्रँकफर्ट (जर्मनी) येथे भरलेले. जाण्यापूर्वी मी त्याची भेट घेतलेली. त्याने अनेकदा जगाचा प्रवास केलेला. जर्मन भाषेतही त्याची कविता पोहोचलेली. एक मराठी भाषक आणि तोही मुंबईतला, हे पाहून मला हायसे वाटलेले. चर्चगेट स्टेशनजवळच आमची भेट झाली. तो महागड्या हॉटेलात मला जेवायला घेऊन गेला. त्याने जे मागवले तेच मी मागवले. बहुधा अर्धे-कच्चे मटण असावे. नक्की बीफच. तो तन्मयतेने जेवत होता आणि माझे तोंड वेडेवाकडे होत होते. त्या दिवशी दिवसभर माझे पोट कुटकुटत होते. एक बामन बीफ पचवीत होता आणि एका दलिताला मात्र बीफ पचत नव्हते. या गोष्टीची मला गंमत वाटत होती. जर्मनीत जाताना पुढील सर्व प्रवासभर आम्ही एकत्रच होतो. जर्मन आकाशवाणी असो अथवा दूरदर्शन असो, जेथेतेथे अरुण मला पुढे करायचा. प्रसिद्धीची त्याला हाव नसायची. त्याचबरोबर कुणापुढेही पुढे-पुढे करणे हे त्याच्या रक्तात नव्हते. जागतिक पुस्तक प्रदर्शनात महाराष्ट्र टाइम्सचे संपादक गोविंद तळवलकर हे होते. पण सर्व समारंभात अरुण एका शब्दानेही संपादकांशी बोलल्याचे आठवत नाही. दोन मराठी माणसे एवढ्या दूर येऊनही एकमेकांशी बोलत नाहीत हा प्रकार मला चिंतेचा वाटला.

नुकतेच साहित्य अकादमीने १९६१ ते ८०च्या दरम्यान प्रसिद्ध पावलेल्या कवी / कवयित्री यांच्या कवितांचे संकलन प्रसिद्ध केले. 'स्वातंत्र्योत्तर मराठी कविता' या शीर्षकाखाली. संपादक आहेत तु. शं. कुळकर्णी. या संग्रहाच्या मलपृष्ठावर या काळातील कवितेच्या संदर्भात लिहिले आहे. –

“स्वातंत्र्यानंतर एक तप उलटून गेल्यावरच मराठी कवितेने नवे वळण घेतले. या काळातच मराठी कवितेचा मध्यवर्ती प्रवाह लघु नियतकालिकांच्या व दलित साहित्याच्या चळवळीमुळे अधिक विशाल आणि सखोल झाला. अर्थक्षम, प्रमाण भाषा, मर्यादित अनुभवविश्व आणि सांकेतिकता यामुळे सत्त्वहीन झालेली मराठी कविता खऱ्या अर्थाने आधुनिक, समकालीन, सशक्त आणि प्रवाही झाली ती १९६० नंतरच.” या संग्रहातील मराठी कवितेचे नवेपण घेऊन येणारी अरुण कोलटकरांची ‘वामांगी’ ही कविता सांगावीशी वाटते. आपल्याकडे वारकरी संप्रदायापासून आजतागायत भाविक पंढरपुरास जात असतात. सारेच भाविक असतात असे नाही तर हौसे, गवसे, नवसेही त्यात असतात. त्यातच अलीकडे विठोबाच्या मंदिरातील बडव्यांच्या भ्रष्टाचाराबद्दल विधान भवनात प्रश्नोत्तरे झडलेली. तेवढाच भ्रष्टाचार नाही तर विठोबापुढे माथा टेकवणारे राजकारणी, उद्योगपती, सरकारी अधिकारी हेही भ्रष्टाचाराने बरबटलेले. अशा वेळी खरंच का विठोबा मंदिरात असेल? कवी जेव्हा विठ्ठल मंदिरात जातो तेव्हा त्याला हाच प्रश्न पडला असावा. अर्थात या कवितेला ही जशी बाजू आहे तशीच पुरुषप्रधान संस्कृतीत स्त्रीचे जे शोषण आहे, नाकापुढे पाहून चला, इकडेतिकडे पाहू नका; ही एक बाजू जाणवते. आपणा सर्वांना माहीत आहे की, रुक्मिणीपासून विठ्ठलाची ताटातूट केलेली. पण रुक्मिणीला याची जाणीवच नाही. कवी कवितेत ‘रुख्माय’शी संवाद करतो.

आणि जाता जाता सहज
रुख्मायला म्हणालो,
विठू कुठं गेला;
दिसत नाही
रुख्माय म्हणाली,
उभा नाही का माझ्या
उजव्या अंगाला?
मी परत पाह्यलं
खात्री करून घ्यायला
आणि म्हणालो, तिथं
कोणीही नाही.
म्हणते, नाकासमोर
बघण्यात जन्म गेला
बाजूचं मला जरा
कमीच दिसतं
दगडासारखी झाली

मान अगदी धरली बघ
इकडची तिकडे जरा
होत नाही
कधी येतो कधी जातो
कुठं जातो काय करतो
मला काही-काही
माहीत नाही
खांद्याला खांदा भिडवून
नेहमी बाजूला असेल विठू
म्हणून मी पण बावळट
उभी राहिले.

◆

उपोषण

हल्लीच्या जमान्यात कोण कशासाठी उपोषण करील हे सांगता येत नाही. आता हेच पाहा ना. दुसऱ्याची बायको आपणास मिळावी याकरिता कोणी उपोषणास बसले असेल काय? पण बन्नू नावाचा माणूस दुसऱ्याची बायको मिळावी म्हणून उपोषणास बसला. त्याच्या मनाची तयारी करण्याकरिता त्याचा जिवलग मित्र म्हणाला, 'हे बघ बन्नू, काळ असा आला आहे की, संसद, कायदा, घटना, न्यायालय सारे बेकार झाले आहे. मोठमोठ्या मागण्या आता उपोषण आणि आत्मदहनाच्या धमकीने पुऱ्या होतात. आपले स्वातंत्र्य आज असे परिपक्व झाले आहे की, एका माणसाचे मरण अथवा भूक यांच्या केवळ धमकीमुळेच पन्नास कोटी लोकांचे भाग्य फळफळणार आहे. या वेळी तूही त्या बाईसाठी आमरण उपोषण कर.' बन्नू आपल्या मित्राला शंका विचारतो, 'यासाठी उपोषण होऊ शकते काय? लोक काय म्हणतील?' मित्र सांगतो, 'ही गोष्ट इश्यू बनविण्यावर अवलंबून आहे. इश्यू सॉलिड बनला तर बायको मिळेल. बाबा सनकीदास इश्यू बनविण्यात पारंगत आहेत. त्यांच्या मार्गदर्शनाखाली चार माणसे उपोषण करीत आहेत. ते एक्स्पर्ट आहेत.'

बन्नू आणि त्याचा मित्र सनकीदासाकडे जातात. बन्नू तसा मनातून घाबरलेला. बन्नू बाबाला विचारतो, 'बाबा, मी मरणार तर नाही ना?' बाबा सांगतात, 'चतुर खेळाडू यात मरत नाही. तो एक डोळा मेडिकल रिपोर्टवर ठेवतो आणि दुसरा मध्यस्थी करणाऱ्यावर. तू काळजी करू नकोस. तुला आम्ही वाचवू आणि बायकोही मिळवून देऊ.'

बन्नूच्या उपोषणाचा पहिला दिवस. तो आमरण उपोषणाला बसलेला. तंबूत धूप-दिवे जळू लागलेले. सभोवताली मंडळी भजने गात आहेत. बाबा सनकीदासाने बन्नूच्या नावे पत्रक काढलेले; "माझा आत्मा सांगतो की, तू अपूर्ण आहेस. माझा दुसरा भाग सावित्रीत आहे. हे दोन्ही खंडित आत्मे एकत्र करा नाहीतर मला या शरीरातून मुक्त करा. खंडित आत्मे एकत्र करण्याकरिता मी आमरण उपोषणाला

बसलो आहे. माझी मागणी आहे की, सावित्री मला मिळावी. जर मिळणार नसेल तर उपोषणाने या नश्वर देहाचा मी त्याग करीन. सत्य माझ्या बाजूने आहे. सत्याचा विजय असो.''

दुसरीकडे सावित्री चिडलेली. ती बन्नूला शिव्या घालते आहे. बाबाकडे येऊन सांगते, 'त्याने मला तरी विचारायचे होते.' त्यावर बाबा शांतपणे म्हणतात, ''देवी, तू तर इश्यू आहेस. इश्यूला कुणी विचारत नसते. गो-रक्षा आंदोलन करणारे गाईला कधी विचारतात का?'' सावित्री तणतणत निघून गेली.

बन्नूच्या समाचाराला देशातील नेते येऊ लागले. बन्नूच्या भोवती जत्राच भरली. त्यात पत्रकारही आले. त्यांनी अनेक प्रश्न विचारून बन्नूच्या डोक्याला शीण आणला. 'उपवासाचा हेतू काय? यामुळे कोणाचे सार्वजनिक हित साधू शकेल?' बाबा म्हणाले, ''आता हेतू शोधता येणार नाही. आता तर याचे प्राण वाचविण्याची समस्या आहे. उपोषण म्हणजे आत्मबलिदान; त्यात हेतूसुद्धा पवित्र होतात.''

तीन-चार दिवसांत बन्नू अशक्त दिसू लागला. त्याला भूक सहन होईना. तो उपोषण सोडण्याची धमकी देऊ लागला. बाबा सनकीदासाने थोडी कळ काढण्यास सांगितले. या वेळी बाबाने कमाल केली. एका महान साधूचे वक्तव्य वर्तमानपत्रात छापून आणले. पत्रक म्हणते, 'बन्नू पूर्वीच्या जन्मात ऋषी होता आणि सावित्री त्याची बायको. सावित्रीचा त्याच्याशी जन्म-जन्मांतरीचा संबंध आहे. आताचा तिचा नवरा सावित्रीला जवळ ठेवून अधर्म करतो आहे. समस्त धर्म मानणाऱ्या जनतेला माझा आग्रह आहे की, हा अधर्म होऊ देऊ नका.' या पत्रकाचा चांगला परिणाम झाला. बन्नूच्या बाजूने वर्तमानपत्राचे रकाने भरू लागले. 'धर्माचा विजय असो', अशा घोषणा लोकांनी दिल्या.

लोकमत तयार झाले. सावित्रीच्या घरावर रात्री दगड फेकले गेले. लोक आपसांत बोलत होते, 'बिचारा पाच दिवसांपासून उपाशी आहे.'

'याला म्हणतात निष्ठा.'

'पण या सटवीचं काळीज पाझरत नाही.' बन्नूच्या बाजूने काही मोर्चे निघाले. पंतप्रधानांनी बन्नूची भेट घ्यावी, असे अपील केले गेले. त्यांनी ही गोष्ट साफ नाकारली. बन्नू आता घायकुतीला आलेला. 'यातून काहीतरी तोडगा काढा.' त्यावर मित्र म्हणाला, 'अबे साले, असा गर्भगळित होऊ नकोस. तुझा कमकुवतपणा ध्यानात आला, तर कोणताही नेता तुला मोसंबीचा रस पाजेल. बघत नाहीस काय; किती पुढारी मंडळी झोळीत मोसंबी घेऊन तुझ्या आजूबाजूला फिरत असतात.'

पंतप्रधानांचा निरोप आला, 'आमची बन्नूला सहानुभूती आहे, पण आम्ही काही

करू शकत नाही. प्रथम उपवास सोडायला सांगा. मग शांतपणे काहीतरी मार्ग काढू.'

बन्नू आणि मित्र निराश झाले. बाबा सनकीदास मात्र निराश झाले नाहीत. ते म्हणाले, "सुरुवातीला सर्व मागण्या फेटाळण्याची प्रथाच आहे. आता आंदोलन तीव्र करा. वर्तमानपत्रात बातमी द्या की, बन्नूच्या मूत्रात खूपच ॲसिटोन येऊ लागले. त्याची स्थिती चिंताजनक आहे. बातमीत छापा की, कुठलीही किंमत देऊन बन्नूचे प्राण वाचवा. नाही तर हाहाकार होईल. सरकार वाट काय पाहत बसले?"

बाबाने आता कार्यकर्त्यांना आदेश दिला. "या आंदोलनात जातीयवाद मिसळा. लवकरच निवडणूक होणार आहे." बन्नू आणि सावित्रीच्या नवऱ्याची जात शोधून काढली गेली. ते भिन्न जातीतले निघाल्यामुळे आंदोलन जादा भडकले. काहींनी गुंड हाताशी धरून दगडफेक सुरू केली. बाबाच्या अंदाजाप्रमाणे १४४ कलम लागले. लवकरच शहरात १४४ कलम जारी झाले. सर्वत्र खळबळ माजली.

बन्नूच्या प्रतिनिधींनी पंतप्रधानांची भेट घेतली. ते म्हणाले, 'यात कायद्याचा अडथळा आहे. कायद्यात दुरुस्ती करावी लागेल.'

प्रतिनिधी म्हणाले, 'मग दुरुस्ती करा. आदेश द्या. बन्नू मेला तर साऱ्या देशात आग लागेल.'

ते म्हणाले, 'पहिल्यांदा उपोषण थांबवा –' पंतप्रधानांनी आश्वासन दिले. सरकार परिस्थितीची पाहणी करील. बन्नूला अजून कळ काढावी लागेल. मामला जसाच्या तसाच राहिला. बातम्यांत 'डेडलॉक' आले.

झगडे होत राहिले. पोलीस स्टेशनवर दगडफेक. काही बसेस जाळल्या. तेवढीच प्रगती. बन्नू आता घाबरलेला. स्वत:शीच बडबडतो आहे, मित्रांनी फसवले म्हणून. सनकीदासही काळजीत. बन्नूने बातमी दिली, तर ते एक्स्पोज व्हायचे. बन्नूच्या वतीनं मित्र आणि सनकीदासच बोलू लागले. बन्नूने मौन धरलेले. बन्नू मरेल पण वाकणार नाही. अनेक पक्षांनी मागणीचे समर्थन केले. साधु-संतांनी साथ दिली. बन्नूच्या दर्शनाकरिता रांग लागली. जागोजाग प्रार्थना होत होत्या. राष्ट्रसंघाच्या अध्यक्षांना तारा धाडल्या गेल्या. सरकारही घाबरले.

सरकारने बन्नूची मागणी तत्त्वत: स्वीकारली. व्यावहारिक बाजूचा विचार करण्यासाठी एक कमिटी नियुक्त करण्यात आली. भजन आणि प्रार्थना या गजरात बाबाने बन्नूला रस पाजला. बाबा म्हणाले, "लोकशाहीत जनभावनांचा आदर झाला पाहिजे. या प्रश्नामध्ये कोटी-कोटी लोकांच्या भावना गुंतल्या

आहेत. बरे झाले शांततापूर्वक हा प्रश्न मिटला, नाही तर हिंसक क्रांती झाली असती.''

हिंदी लेखक हरिशंकर परसाई यांची ही गोष्ट. मी फक्त भारवाहक. गोष्ट असली तरी ती कल्पित मानू नये. भोवताली घडणाऱ्या घटनांतूनच गोष्ट तयार होत असते.

◆

थिबा राजा

१८८५ सालातील घटना. भारतात त्या वेळी ब्रिटिश शासनाविरुद्ध असंतोष पेटलेला. स्वातंत्र्यसमर सुरू झालेले आणि याच काळात ब्रह्मदेशात थिबा राजाने ब्रिटिशांविरुद्ध लढाई पुकारलेली. ब्रह्मदेशाची ब्रिटिशांकडून होत असलेली लूट राजाला पाहवत नव्हती. भारतातील स्वातंत्र्यसमराची जशी वाताहत झाली तशीच अवस्था ब्रह्मदेशाची झाली. थिबा राजा ब्रिटिशाचा कैदी झाला. युद्धात त्याचा पराभव झाला होता.

अशा या ब्रह्मदेशाच्या शेवटच्या राजाला तुरुंगवास घडतो तो भारतात. तोही रत्नागिरीसारख्या आडगावी. तब्बल एकतीस वर्षे हा राजा रत्नागिरीत खितपत पडलेला. तिथं त्याच मातीत त्याचे दफन झाले. आपल्या मायदेशात दोन गज जमीनही त्याला पुरण्यास मिळाली नाही. साऱ्याच घटना मनाला चटका लावणाऱ्या. रत्नागिरीत थिबा राजाकरिता बांधलेला राजवाडा आज खिळखिळा झाला आहे. जेव्हा-जेव्हा रत्नागिरीला जातो, तेव्हा थिबा राजाची शोकांतिका आठवते. तो भकास राजवाडा मूकपणे अश्रू ढाळतो आहे, असेच वाटायचे. थिबासंबंधी भोवताली विचारले तर फारसे काही हाती मिळत नसे. या वेळी मात्र थिबाची आणि माझी भेट व्हायची होती. नुकताच मी रत्नागिरीला गेलो होतो. सोबत महाराष्ट्र शासनाचे ग्रंथालय संचालक सेजूळ साहेब होते. त्या दिवशी रत्नागिरीच्या शासकीय ग्रंथालयातच मुक्काम होता. तेथील ग्रंथभांडार पाहून येथे आपणास थिबा भेटेल, अशी खात्री वाटत होती. सेजूळ साहेबांकडे थिबाचा विषय काढताच त्यांनी तत्परतेने रविवार असूनही 'कहाणी थिबा राजाची' हे पुस्तक उपलब्ध करून दिले. द्वारकानाथ लेले यांनी हे पुस्तक कादंबरीच्या अंगाने लिहिलेले. सारीपटावरचा राजा लवंडलेला असे पुस्तकाचे मुखपृष्ठ बरेच काही सांगून गेले. थिबा राजाच्या आयुष्याच्या अज्ञात जागा त्या रात्री उलगडत गेल्या.

थिबा ब्रह्मदेशाचा सात वर्षे राजा होता, पण खरे म्हणजे त्याला राजा व्हायचे नव्हते. धर्माने बौद्ध असल्यामुळे स्वतः बौद्ध भिक्षू व्हावे – भगवान बुद्धाच्या

तत्त्वज्ञानाचा प्रचार करावा असेच त्याला तरुणपणी वाटायचे. राजघराण्यातील असूनही तो काषाय वस्त्रे परिधान करीत असे. पुढे त्याच्या राज्यात बंडाळ्या झाल्या. त्याचे सर्व भाऊ मारले गेले आणि हा वाचला म्हणून त्याला गादीवर बसवले. आधीचे राजे जनानखाना बाळगीत असत, पण थिबाला राज्यावर येण्यासाठी दोन सख्ख्या बहिणींशी लग्न करावे लागले. एकीचे नाव सुपायलात आणि दुसरीचे नाव सुपायगी. सुपायलात धाकटी असूनही आनंदीबाईसारखी कारस्थानी होती. तीच महाराणी म्हणून मिरवायची. या दोघींच्या कात्रीत थिबा राजा सापडलेला.

ब्रिटिश शासन मोठे हिकमती होते. थिबा राजा कैदी होता तरी त्याला त्यांनी काही साखळदंडाने बांधले नव्हते. नजरकैदेत ठेवले. बरे राजाला त्यांनी रत्नागिरीला मंडालेहून एकटेच आणले नाही तर त्याचे नोकरचाकर, त्याला घेऊन येता येईल एवढी धनदौलत आणि सोबतीला त्याच्या दोन राण्या. थिबाला सुरुवातीला माहीत नव्हते की, आपणास कुठे घेऊन जाणार. बोटीने या साऱ्या परिवारास प्रथम मद्रास येथे आणण्यात आले. तेथील दोन-तीन महिन्यांच्या वास्तव्यानंतर रत्नागिरीला कायमचे डांबून ठेवण्यात आले. त्याच्यासाठी ब्रिटिशांनी सर्व सुखसोयी हात जोडून उभ्या केलेल्या. त्याच्यासाठी आलिशान राजवाडा बांधलेला. मुंबईहून उन्हाळ्यात या परिवारासाठी खास बर्फाच्या लाद्या मागविल्या जायच्या. राजाला मात्र राजवाड्याबाहेर पडायचे स्वातंत्र्य नव्हते. दरवाजावर पहारा बसविलेला. पिंजऱ्यातील पोपटासारखी त्याची केविलवाणी अवस्था झालेली. त्याने ब्रह्मदेशाशी कुठलाही संपर्क करू नये, म्हणून त्याची पत्रे सेन्सॉर केली जात. गावातील लोकांशीही त्याने जवळीक साधू नये याची ब्रिटिश यंत्रणा काळजी घेई. भेटायला येणारे ब्रिटिश अधिकारी आपणास 'हिज मॅजेस्टी' न म्हणता 'हिज हायनेस' म्हणतात याचेही शल्य थिबाच्या मनात खूपत असे. एकीकडे ब्रिटिशांचा तोंड दाबून बुक्क्यांचा मार, तर दुसरीकडे घरातील कलहामुळे होत असलेला मनस्ताप, यामुळे थिबाला जीव नकोसा झाला नसेल तरच नवल. धाकटी राणी ही गर्विष्ठ, द्वेषाने पछाडलेली. तोपर्यंत तिला रत्नागिरीतच तीन मुली झालेल्या. सवत बहीण असूनही ती तिचा कमालीचा छळ करी. थिबावर पट्टराणीचा जागता पहारा असे. कुठल्याही परिस्थितीत राजाने सवतीला भेटता कामा नये, बोलता कामा नये. शय्यासोबत दूरच राहिली. सवतीला जर यदाकदाचित मुलगा झाला, तर आपली पत्रास राहणार नाही या शंकेने पट्टराणी थिबाला भेटू देत नसे. पट्टराणीला चोरून-लपून थिबा आपल्या नावडत्या बायकोला भेटत असतो. एक राजा, तोही ब्रिटिशांच्या नजरकैदेत आणि दुसरीकडे आपल्याच रक्तामासांच्या माणसांत एकाकी पडलेला. पट्टराणीच्या नजरकैदेत. हे जीवघेणे दुःख या राजाने कसे बरे पचवले असेल? तासन्तास समुद्राकडे पाहत बसणे, बुद्धाच्या मूर्तीकडे पाहात मनाला शांती मिळावी याकरिता त्याची धडपड चाललेली दिसते. अशा वेळी

राजाने पेहराव घालून आपल्या नोकर-चाकरांकडून कुर्निसात करून घेणे, राजवाड्यात राजे असताना जशा राजाच्या मोठेपणाच्या ललकाऱ्या होत तशा नोकर-चाकरांस देण्यास सांगणे, जो कुणी येईल त्याला दानधर्म करणे हा सारा प्रकार केविलवाणा दिसू लागतो. आपण राजा आहोत – आपण आपल्या मानमरातबाने राहायला हवे. पट्टराणीलाही तसेच वाटते; त्यामुळे त्यांच्यापाशी ब्रह्मदेशातून आणलेली जी संपत्ती होती, रत्नजडित हिरे-माणके होती, ती सारी संपत्ती त्यांनी चैनीसाठी – प्रतिष्ठेसाठी उधळली. शेवटी राजा कफल्लक झाला. तनखा वाढवून द्यावा – तनखा पुरत नाही म्हणून ब्रिटिश शासनाकडे अर्ज-विनंत्या करणे एवढेच राजाच्या हाती असते. अनेकदा ब्रिटिश शासन राजाला अपमानास्पद वागणूक देते. शेवटी राजा गावातील सावकाराकडूनच कर्ज घेऊ लागला. घरातील मूल्यवान वस्तू गावात विकल्या गेल्या. अनेकदा सावकाराचे कर्ज सरकारने मिटवले.

राजाला आता दुसऱ्याच काळजीने घेरलेले. त्याच्या तीन मुली वयात आलेल्या. राजघराण्यातील ब्रह्मी मुलाशी लग्न व्हावे, अशी पट्टराणीची इच्छा असते; पण तसा कुणी तरुण मिळत नाही. निसर्ग काही थांबावयास तयार नसतो. वयात आलेल्या एका मुलीचे पहाऱ्यावर असलेल्या स्थानिक तरुणाशी लळीत सुरू होते. त्याचं नाव गोपाळ सावंत. या तरुणापासून मुलीला दिवस जातात. राजाला जेव्हा हे कळते तेव्हा त्याला धक्का बसतो. मुलगी बाळंत होते. तिला कन्या झालेली. राजा मात्र आपली नात आणि मुलगी यांना अंतर देत नाही. दुसऱ्या दोन मुलीही राजघराण्यात नसलेल्या तरुणांशी - पट्टराणीच्या दृष्टीने सामान्य तरुणांशी पळून जाऊन लग्न लावतात. आता राजा मनाने आणि शरीराने दुबळा झालेला. तोपर्यंत त्याची नावडती बायकोही कालवश झालेली.

राजा मेल्यानंतरही त्याच्या प्रेताचे धिंडवडे निघतात. पट्टराणीची इच्छा असते की, राजाचे प्रेत ब्रह्मदेशात नेण्याची परवानगी मिळावी. तोपर्यंत सलग सहा महिने पत्रव्यवहार चाललेला. या सहा महिन्यांत पत्र्याच्या पेटीत राजाचे प्रेत ठेवलेले. प्रेत सडू नये म्हणून भोवताली कोळशाची पूड आणि कापूर पसरलेला. ज्या खोलीत राजाचे प्रेत ठेवलेले असते त्या ठिकाणी रात्रंदिवस संगिनी घेऊन पोलीस उभे. राजाचे प्रेत जर ब्रह्मदेशात नेले, तर बंडाळी होईल या भीतीने सहा महिन्यांनंतर थिबा राजाचे प्रेत रत्नागिरीतच पुरले गेले. ब्रिटिशांच्या राजनीतीचा थिबा बळी ठरतो. त्याची स्मृती आजही रत्नागिरीत थिबा पॅलेसच्या थडग्याच्या आणि राजाची नात टुटु – जी आजही रत्नागिरीत सामान्याचे जीवन जगते आहे त्यात सापडते.

◆

सर्व वेदनेचे मूळ

माणसांना कधी दुसऱ्या माणसांच्या रक्ताची तहान लागत असेल काय? कधी काळी गुण्यागोविंदाने नांदणारी माणसे जेव्हा हैवानासारखी वागतात, एकमेकांच्या नरडीचा घोट घेण्यास सज्ज होतात आणि ती माणसे जेव्हा एका धर्माची असतात, तेव्हा वाटते की, धर्महीं माणसामाणसांत सामंजस्य निर्माण करण्यास कितीतरी अपुरा पडतो, याची साक्ष पटते.

मध्यंतरी दूरदर्शनवरील 'परख' या कार्यक्रमाची चित्रफीत पाहण्यात आली. नागा आणि कुकी या मणिपूरमधील आदिवासी जमाती. एकाच ख्रिश्चन धर्माच्या. त्यात नागा गनीम टोळ्यांनी येऊन कुकी जमातीच्या घरादारांवर अक्षरश: टोळधाडीसारखे तुटून पडले. झंझावातासारखे आले आणि गावेच्या गावे बेचिराख केली. घरेदारे जाळली. स्त्रिया, मुले, म्हातारे यांनाही सोडले नाही. कोवळ्या मुलांचे तुकडे केले. जवळपास चारशे-पाचशे कुकींना जिवानिशी मारण्यात आले. महाभारतात नागांचे नि:संतान करण्याकरिता खांडववन जाळले म्हणतात. त्यातील एकुलता एक तक्षक वाचला. आता नागा कुकींचे नि:संतान करण्यासाठी जिवावर उदार झाले. नागांचे म्हणणे असे की, कुकी हे १९व्या शतकात आमच्या प्रदेशात आले. ते इथले नाहीत. म्हणून त्यांनी दरवर्षी दरडोई एक हजार रुपये खंडणी द्यायला हवी. (हे सर्व मान्य झाले, तर या देशात कोण कधी आले याचा इतिहास खैबरखिंडीपर्यंत नेला जाईल. मग तर साऱ्यांची पंचाईत.) कुकींनी हे नाकारल्यामुळे हा संघर्ष घडतो आहे. वर्तमानपत्रातील बातम्यांवरून अमानुषतेची तेवढी कल्पना येऊ शकत नव्हती, जेवढी 'परख' या कार्यक्रमाची चित्रफीत पाहताना आली. 'परख' या कार्यक्रमाचा निवेदक मणिपूरमधील संघर्षातून वाचलेल्या कुकींची मुलाखत घेत होता. भोवताली साऱ्या घरादारांची राख झालेली. लहान मुले, स्त्रिया, म्हातारे यांचे केविलवाणे चेहरे अस्वस्थ करीत होते. भारतासारख्या एका स्वतंत्र देशातही वेगळे शासन कसे असू शकते, याचा अचंबा वाटत होता. हे सारे पाहत असताना मुंबईतील अराजक आठवत होते.

माणसाच्या या कलहाचे मूळ शोधण्यासाठी सिद्धार्थ गौतम हे घराबाहेर पडले. सर्व ऐश्वर्य, राजवाडा, सुखासीन जीवन, आपली प्रिय पत्नी यशोधरा, पुत्र राहुल, गणगोत या सर्वांना सोडताना, त्यांना संसारासंबंधी विरक्ती आली, असे सांगितले जाते. बुद्धांनी परिव्रजा का ग्रहण केली? याचे पारंपरिक उत्तर म्हणजे त्यांनी मृतदेह, रुग्ण आणि जराजर्जर मनुष्य पाहिला. आपणही अनेकदा हेच सत्य मानून चाललो होतो. या संदर्भात कोणालाही शंका येत नव्हती. डॉ. बाबासाहेब आंबेडकर यांचा 'भगवान बुद्ध आणि त्यांचा धम्म' हा ग्रंथ आहे. या ग्रंथाच्या प्रस्तावनेत स्वत: बाबासाहेबांनी ही शंका व्यक्त केली आहे. ते म्हणतात, 'बुद्धाने आपल्या वयाच्या एकोणतिसाव्या वर्षी परिव्रजा ग्रहण केली. या तीन दृश्यांची परिणती म्हणून जर त्यांनी परिव्रजा ग्रहण केली असेल, तर ही दृश्ये तत्पूर्वी त्यांना कधी कशी दिसली नाहीत? या शेकड्यांनी घडणाऱ्या नेहमीच्या घटना आहेत आणि त्यापूर्वी बुद्धांच्या सहज नजरेस न येणे असंभवनीय होते. त्यांनी याच वेळी प्रथम पाहिल्या हे पारंपरिक स्पष्टीकरण मान्य करणे अशक्य आहे. हे स्पष्टीकरण विश्वासार्ह नाही आणि ते बुद्धीलाही पटत नाही.'

स्वत: बाबासाहेबांनी आपल्या 'भगवान बुद्ध आणि त्यांचा धम्म' या ग्रंथात सिद्धार्थ गौतमाने नेमके कोणत्या कारणांमुळे घरदार सोडले याचा शोध घेतला आहे. आज जसे नागा आणि कुकींचे टोळीयुद्ध पेटले आहे, तसेच त्या काही शाक्य आणि कोलियांचे रोहिणी नदीच्या पाण्यावरून युद्ध जुंपले होते. कुणी किती पाणी घ्यावे हा तो वाद होता. दोन्ही बाजूंनी रक्ताचे पाट वाहत होते. स्वत: सिद्धार्थ गौतम हे शाक्य कुळातले. शाक्यांची सभा भरते. त्यात कोलियांविरुद्ध युद्ध पुकारावे, असा ठराव बहुमताने पास होतो. या ठरावास एकटे सिद्धार्थ गौतम विरोध करतात. सिद्धार्थ गौतम सभेत सांगतात, "युद्धाने कोणताही प्रश्न सुटत नाही. युद्ध करून आपला हेतू सफल होणार नाही; त्यामुळे दुसऱ्या युद्धाची बीजे रोवली जातील. जो दुसऱ्याची हत्या करतो त्याला त्याची हत्या करणारा दुसरा भेटतो. जो दुसऱ्याला जिंकतो त्याला जिंकणारा दुसरा भेटतो. जो दुसऱ्याला लुबाडतो त्याला लुबाडणारा दुसरा भेटतो. वैराने वैर शमत नाही. वैरावर प्रेमाने मात करता येते." यावर सिद्धार्थ गौतमाला कुणी साथ देत नाही. बहुमताने कोलियाशी युद्ध करण्याचा ठराव संमत होतो आणि त्या काळच्या कायद्याप्रमाणे सिद्धार्थ गौतमाला राज्य सोडावे लागते. यातूनच पुढे त्यांना गया येथे बोधिवृक्षाखाली ज्ञान प्राप्त होते. सम्यक परिवर्तनाचा मार्ग सापडतो. कलहाचे मूळ शोधताना बुद्ध धम्मपदातील एका गाथेत म्हणतात –

"सर्व वेदनेचे मूळ, मन असे त्याचे कूळ
दुष्ट चित्तातील बोल, आग लावी ।

बैल धावे चाकोरीत, चाक लागे मागोमाग
धावे वेदनाही तशी, मनामागे ।।''

हे सर्व आठवण्याचे कारण म्हणजे २५ मे रोजी 'बुद्ध जयंती' येत आहे. १९५६ साली नागपूर येथे डॉ. बाबासाहेब आंबेडकर यांनी आपल्या लाखो अनुयायांबरोबर आपल्या देशात थांबलेले बुद्धाचे धम्मचक्र गतिमान केले. पूर्वाश्रमीच्या महारांनी जेव्हा बौद्ध धर्म घेतला नव्हता, तेव्हा या देशात बुद्धाच्या तत्त्वज्ञानाचा गाजावाजा केला जात होता. 'लाईट ऑफ आशिया' म्हणून त्यांचा गौरव होत होता. पण जेव्हापासून पूर्वाश्रमीच्या महारांनी बौद्ध धर्म घेतला, तेव्हापासून असे लक्षात येऊ लागले की, बुद्धही महार झाला की काय? अशा अंगाने आपले देशवासीय त्यांच्याकडे पाहत असावेत. आज देशभर जे अराजकसदृश दृश्य दिसते आहे, त्या सर्व प्रश्नाला भिडण्याचा आणि उकल करण्याचा मार्ग बौध तत्त्वज्ञानात सापडू शकेल असे मनोमन वाटते.

ऐक धम्म शिकवण
आकसाने वैर वाढे
कलहात सारे बुडे
चराचर ।
युगे युगे धम्मवाणी
दु:ख नको प्राणिमात्र
क्षमा शांती हाच मंत्र
वैऱ्यासाठी ।।

◆

अकलूजचं अलगुजं

नुकताच अकलूज येथे जाऊन आलो. निमित्त होते भटक्या-विमुक्त समाजातील नवोदित लेखक गजानन जाधव यांनी लिहिलेल्या 'फिरस्ता' या पुस्तकाचा प्रकाशन समारंभ. अकलूजपासून काही मैलांवर असलेल्या 'नातेपुते' या गावी पुस्तकाचा प्रकाशन समारंभ होता. तोही संध्याकाळी. दिवसभर अकलूज पाहून घेतले. प्रथमच अकलूज येथे आलो होतो. भिगवणपासून पाहत होतो. रणरणत्या उन्हात सारा ओसाड प्रदेश. झाडाझुडपाचे टिपूस नाही. सारे माळरान. अकलूजला आलो आणि सारे चित्र पालटले. व्ही. शांताराम यांच्या चित्रपटात जसे आखीव-रेखीव गाव दिसते तसे अकलूज थाटलेले. या गावात काय नाही ते विचारा. महाराष्ट्रातले कुठलेही गाव. तेही कळकट. बोळी-बोळीने वसलेले. घाणीचे ढिगारे. मध्येच पडके वाडे. तसे अकलूजमध्ये काही पाहावयास मिळत नाही. रस्ते दुतर्फा. दुकानाच्या रांगा एका रेषेत. सर्वत्र स्वच्छता. हिरवेगार बगीचे. ठायी-ठायी कारंजे. येथील एस. टी. स्टॅन्डही आधुनिक पद्धतीने बांधलेले. गावात साखर कारखाना असूनही मळीचा वास नाही. नाही तर जेथे-जेथे साखर कारखाना असतो तेथे जाताना मैलभर आधीच मळीची दुर्गंधी येऊ लागते. नुकतीच अंघोळ केल्यासारखे गाव ताजेतवाने दिसते. पहिल्याच दर्शनाने मी अकलूजच्या प्रेमात पडलो.

सहकारमहर्षी शंकरराव मोहिते-पाटील यांनी अकलूज गावाचा कायापालट केला आहे. मुंबई-पुण्याकडे शंकरराव मोहिते-पाटील हे लक्ष भोजनामुळे गाजले; वादग्रस्त ठरले. आपल्या मराठी साहित्यात – नाटक – सिनेमात राज्यकर्ते - पुढारी यांचे नेहमीच भडक, एकांगी चित्रण होत असावे. साप म्हणून भुई धोपटण्याचा तो प्रकार. सहावी-सातवी शिकलेल्या शंकररावांनी आपल्या उमेदीच्या काळात अकलूजसारख्या माळरानावर जे विधायक आणि रचनात्मक कार्य उभे केले ते केवळ शहरात बसून आकलन होणार नाही. प्रत्यक्ष अकलूज येथे जाऊनच सहकार आणि विज्ञान यांच्या सहकार्याने अभावग्रस्त मुलूख केवढी मोठी झेप घेऊ शकतो, याची प्रचिती येऊ शकते. मराठी मुलखात अनेकदा असे घडते की, एका पिढीने

निर्माण केलेल्या संस्था, स्थावर जंगम, ध्येयधोरणे हे पुढील पिढ्या मातीमोल करीत असतात. पण शंकररावांच्या पुत्रांनी ते गेल्यानंतर हा वारसा नेमका जपला आहे. आपल्या पिताजींच्या कर्तृत्वावर हे पुत्र कळस चढवीत आहेत.

दिवसभर अकलूजच्या वेगवेगळ्या सहकारी संस्थांना भेट देण्याचा योग आला. शंकरराव मोहिते-पाटील यांचे स्मारक नाट्यगृहाच्या रूपाने पाच एकर परिसरात बांधण्यात आलेले. मुंबई-पुण्याकडे नसेल असे हे भव्य नाट्यगृह एअरकूल्ड आहे. गावात स्वीमिंग पूल असून, रणरणत्या उन्हात शाळेतील मुले निळ्याशार पाण्यात पोहत होती. ग्रामीण परिसरातील मुलांनी शिक्षणापासून वंचित राहू नये, शहरातील मुलांच्या बरोबरीने त्यांना स्पर्धात्मक परीक्षेत उतरता यावे म्हणून इंग्रजी माध्यमाची शाळा 'द ग्रीन फिंगर्स स्कूल' या नावाने सर्व सोयींनी उपलब्ध असलेली संस्था निर्माण केली आहे. आपणास शिक्षण घेता आले नाही, ही शंकररावांची खंत. शैक्षणिक संस्थांचे जाळे निर्माण करून पुढील पिढ्यांना शिक्षण घेता यावे याकरिता शंकररावांनी केलेली ही तरतूद. आपण अनेक साखर कारखाने पाहिले असतील. भोवतालच्या परिसरातील तीन साखर कारखान्यांतून जी मळी निर्माण होते त्या मळीतून दारू निर्माण करू नये, हे या कारखान्यांचे वैशिष्ट्य सांगता येईल. साखरेबरोबरच डिस्टिलरी, ॲसिटिक ॲसिड निर्माण केले जाते. घाण पाणी दूरवर काही मैल नेले जाते. त्यापासून सेंद्रिय खत, गॅस उत्पन्न केला जातो.

अकलूजच्या विधायक आणि रचनात्मक कार्याचे खास वैशिष्ट्य सांगावयाचे ठरले तर ते कुक्कुटपालन या अवाढव्य स्कीमचे सांगता येईल. कोंबड्यांना तेथे पक्षी म्हणतात. राजहंस सहकारी कुक्कुटपालन ही जशी संस्था आहे, तसे तालुक्यात काही ठिकाणी खाजगी कुक्कुटपालन केले जाते. माळशिरस या तालुक्याच्या गावात एका ब्राह्मणाचे कुक्कुटपालन केंद्र पाहून नवल वाटले. राजहंस या संस्थेत पाच हजार पक्षी असावेत. हा साराच प्रकल्प पाहणे रोमांचकारी अनुभव. दिवसाला एक लाख अंडी गोळा होतात. आधुनिक पद्धतीचे त्यांचे पिंजरे. एका पिंजऱ्यात तीन कोंबड्या. त्यांच्या चोची अर्धवट कापलेल्या. एकमेकींना चोचींनी घायाळ करू नये म्हणून ही योजना. (माणसांना चोची नसताना ते एकमेकांना ओरबाडतात, हाही मनात विचार आलेला.) त्यांची विष्ठा खाली तळघरात पडते. या खताची किंमत सोन्याएवढी महाग. पाण्याच्या टाकीखाली अंड्यांचे स्टोअररूम; त्यामुळे अंडी नासत नाहीत. या कोंबड्यांचे खाद्यही तेथेच तयार केले जाते. व्हेटरनरी डॉक्टर यांच्या प्रकृतीची देखभाल करतो. एका ठिकाणी पाच हजार कोंबड्या. त्यांचे लालचुटुक तुरे. त्यांचा कलकलाट. हे पाहणे थ्रिल. या कोंबड्या मात्र शाकाहारी अंडी घालतात.

अकलूजमधील एक प्रकल्प पाहून मात्र का कुणास ठाऊक मी अस्वस्थ होत

आहे. तो प्रकल्प म्हणजे सूत गिरणी. ही सूत गिरणी म्हणजे मनुष्यबळाचा वापर न होता सारी यंत्रणा कॉम्प्युटर आणि रोबो चालवतो. तेथील व्यवस्थापकांनी सांगितले की, ही सारी यंत्रसामग्री जपानवरून आणली आहे. टोलेजंग इमारतीत बसवलेले हे यंत्राचे धूड. ते पाहून मला 'ज्युरासिक पार्क' या चित्रपटाची आठवण झाली. त्यातील प्राण्यासारखे हे अक्राळविक्राळ यंत्र. याच्यापुढे फक्त कापसाचे लगदे ठेवायचे. यंत्र त्यातील सरकी, घाण बाजूला काढते. कापूस तलम करते. पुढे त्याचे पेळू बनवते. त्या पेळूंपासून हे यंत्र वेगळ्या विभागात धागे विणू लागते. या धाग्यातून आपोआप रिळे भरू लागतात. मध्येच दोरा तुटला तर रोबो जोडून देतो. या यंत्रावर रोबोचा जागता पहारा असतो. या सर्व सूत गिरणीत एका वेळी पाच-दहा माणसांची गरज लागते. मनात विचार आला, आपल्या देशातील हजारो हात काम नाही, म्हणून रिकामे आहेत आणि हा रोबो त्यांच्या श्रमावर घाला घालतो आहे. 'ज्युरासिक पार्क'मधील त्या हिंस्र प्राण्यासारखा. हा सर्व दोरा परदेशी जातो म्हणतात.

रोबो किती लोकांच्या पोटावर पाय देतो, हे लगेच सायंकाळच्या सभेत कळले. 'फिरस्ता' या पुस्तकात भटक्या जमातीतल्या लेखकाने जो विदारक अनुभव नोंदवला होता, त्यात त्याने गाढवांवर संसार थाटून कामासाठी रानोमाळ भटकणाऱ्या काही कुटुंबांची जीवघेणी दशा मांडली आहे. एका कुटुंबाच्या प्रमुखाचे नाव शिवा तर दुसऱ्याचे नाव भगवान. देवाची नावे असली तरी 'नाव सोनुबाई - हाती कथलाचा वाळा,' अशी अवस्था. कवी केशवसुत म्हणाले, 'देवाच्या मदतीला चला रे.' आता काल्पनिक देवापेक्षा या हाडामांसाच्या देवांच्या मदतीस चला, असे म्हणावयाची वेळ आली आहे. अकलूजमधील अलगूजाचे हे करुण स्वर आजही अस्वस्थ करीत आहेत.

◆